எஸ்.எம். கமால் (1928–2007) இராமநாதபுரத்தைப் பிறப்பிடமாகக் கொண்டவர். வரலாற்று ஆய்வாளர். பல வரலாற்றுக் கருத்தரங்குகளில் இலக்கியம், வரலாறு, கல்வெட்டு, செப்பேடு, நாணயவியல் பற்றிப் பல ஆய்வுக் கட்டுரைகள் வழங்கியவர். இராமநாதபுரம், சிவகங்கைப் பகுதியில் நடைபெற்ற விடுதலைப் போர்களை ஆவணப்படுத்தியவர். வரலாற்றுப் பேரவைகள் பலவற்றில் உறுப்பினராக இருந்திருக்கிறார். தாம் ஆற்றிய வரலாற்றுப் பணிக்காகப் பல்வேறு விருதுகளைப் பெற்றவர். தமிழ் நாட்டு அரசின் வருவாய்த்துறையில் நாற்பதாண்டுகள் பணியாற்றினார். ஓர் எழுத்தராகப் பணியில் இணைந்து வட்டாட்சியராக உயர்ந்து ஓய்வு பெற்றார். இவர் எழுதிய *இராமநாதபுரம் மாவட்ட வரலாற்றுக் குறிப்புகள் (1984), விடுதலைப் போரில் சேதுபதி மன்னர் (1987, தமிழக அரசின் பரிசு பெற்ற நூல்), மாவீரர் மருது பாண்டியர் (1988)* உள்பட 18 நூல்கள் வெளிவந்திருக்கின்றன. கமால், தமிழ் அருவி என்னும் இஸ்லாமிய இலக்கிய இதழின் ஆசிரியராகப் பணியாற்றினார். இந்த இதழ் இருமாத இதழாக வெளிவந்தது.

'தமிழகமும் முஸ்லிம்களும்' நூலின் புதிய பதிப்பு

தமிழகத்தில் முஸ்லிம்கள்

எஸ். எம். கமால்

அடையாளம்

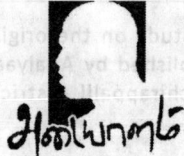

முதல் பதிப்பு: அடையாளம் 2016
இரண்டாவது மீளச்சு 2023
வெளியீடு: அடையாளம், 1205/1 கருப்பூர் சாலை, புத்தாநத்தம் 621310, திருச்சி மாவட்டம், இந்தியா, தொலைபேசி: 04332 273444
நூல் வடிவம்: த பாபிரஸ், அச்சாக்கம்: அடையாளம் பிரஸ், இந்தியா
ISBN 978 81 7720 245 8
விலை: ₹ 220

Tamizhakathil muslimkal, A study on the origin of Muslims in Tamilnadu in Tamil by S.M. Kamaal, Published by Adaiyaalam, 1205/1 Karupur Road, Puthanatham 621310, Thiruchirappalli District, Tamilnadu, India, email: info@adaiyaalam.net

அருள்வாயே

ஆதியே எவரும் அளவிடாப் பொருளே!
அணுவிலும் அகப்புறம் நிறைந்த
சோதியே! தெளிந்த சுருதி தந்தவனே!
துதிக்கெலாம் மதிக்கெலாம் துணையே!
தீதையே அகற்றும் இறைவனே! உனது
திருமுகம்மது நபிபொருட்டால்
பேதையேன் துணிந்த கருத்தை நீ முடிக்கும்
பெருவரம் புரிந்தருள் வாயே!

– வரகவி வண்ணக்களஞ்சியப் புலவர்

அணிந்துரை

பழமைபெரு மை பாடுமொரு புதுமை பதிது
தத்தமது பயப்படா வுதகமெனுக்
கொழுமை தெளிந்து நற் கற்கவே பயிற்றுவ
தித்தெகமும் மாகெ கெய்ய மாகவேயே
மேதையராய் இணங்கவே யிற்கமதி
துறையாறு தமிழாயப்பாட்டன்
வெற்றியால் தொடர்ந்து செய்வவை மாபிற்கும்
பெரியவாய் புற்றப்பன் வாழியதே

வளவ பயனிதறுக்கையங்கின் வேலாய்ம்

பொருளடக்கம்

	அறிமுகம் - பக்தவத்சல பாரதி	ix
	நன்றியுரை	xv
1	கிழக்கும் மேற்கும்	1
2	தமிழகத்தில் அரபிகள்	11
3	துலுக்கர்	20
4	சோனகர்	23
5	ராவுத்தர்	27
6	மரைக்காயர்	35
7	லெப்பை	39
8	தக்னிகள் - பட்டாணிகள்	42
9	வணிகம் வந்த வழியில்	45
10	அரசியல் முதன்மை	50
11	இஸ்லாமிய அமைச்சர்கள்	54
12	தில்லியும் தமிழ்நாடும்	60
13	நாயக்கர்களின் நேயம்	67
14	சேதுபதிகள் ஆட்சியில்	71
15	பரங்கியரும் முஸ்லிம்களும்	76
16	மீண்டும் வணிகத்தில்	85
17	விந்தை மனிதர்	90
18	தமிழகம் வந்த அரபிப் பயணிகள்	97
19	சமுதாயப் பிரதிபலிப்புகள்	104
20	இணைப்பும் பிணைப்பும்	110
21	சமுதாயமும் விழாக்களும்	120
22	கட்டுமானங்கள்	126
23	கல்வெட்டுகளும் செப்பேடுகளும்	135

24	இலக்கிய அரங்கில்	142
25	வரலாறு தொடர்கிறது...	157
	குறிப்புகள்	159
	இஸ்லாமியரின் வழக்காறுகள்	176
	உசாத்துணை	179

அறிமுகம்

பக்தவத்சல பாரதி
புதுச்சேரி மொழியியல் பண்பாட்டு ஆராய்ச்சி நிறுவனம்

தமிழகத்தில் முஸ்லிம்கள் பற்றிய புரிதல், வரலாறு நெடுகப் பன்முகத் தன்மையோடு தொடர்ந்துகொண்டிருக்கிறது. இன்றைய இன, மத, மொழி, பண்பாடு முதலிய பன்மைச் சூழலில் முஸ்லிம்கள் பற்றிக் கருத்தூன்றி அறிய வேண்டிய தேவை அதிகமாகியிருக்கிறது. அதற்கான எழுத்துகள் தமிழில் குறைவு என்றாலும் சில நல்ல ஆக்கங்களும் உள்ளன. அந்த வகையில் இந்நூல் நம் கவனத்தைப் பெரிதும் ஈர்க்கக் கூடியது.

அரேபிய வணிகர்கள் கி.மு. 3ஆம் நூற்றாண்டுவாக்கிலேயே இங்கு அறிமுகமாகிவிட்டனர். எனினும் கி.பி. 7ஆம் நூற்றாண்டில்தான் இஸ்லாத்தின் அறிமுகம் பரவலாக வேரூன்றத் தொடங்கியது. அதன் பிறகு திப்பு சுல்தானும் அவருக்குப் பின்வந்த முகலாய மன்னர்களின் முயற்சியாலும் இங்கு அது வெகுவாக வேரூன்றியது. இன்று தமிழகத்தின் இரண்டாவது பெரிய சமயத்தவராக முஸ்லிம்கள் விளங்குகின்றனர். தமிழகத்தில் இன்று இஸ்லாத்தைக் கடைப்பிடிப்பவர்கள் 5.86 விழுக் காட்டினராக, ஏறக்குறைய 45 இலட்சம் பேர் உள்ளனர்.

தமிழகத்தில் இஸ்லாத்தின் வருகை நான்கு விதமான வரலாற்று நிகழ்வுகளால் நிகழ்ந்திருக்கின்றன. வணிகத்தின் பொருட்டுக் கடல் வழிப் பயணத்தின் மூலமாக வந்த அரபிகள், முகலாய படையெடுப்பு களின் மூலம் இங்கு வந்தவர்கள், சமயப் பணிக்காக வந்த சூஃபிகள், தமிழகத்திலேயே மதமாறியவர்கள் என அவற்றை வகைப் படுத்தலாம்.

இந்நிலையில் தமிழகத்தில் இஸ்லாமியர் இனரீதியாக அரேபியர், துருக்கியர், இந்தியர் (தமிழர்) என்ற மூன்று தனித்துவமான அடையாளங் களைக்கொண்டிருக்கின்றனர்.

மொழிரீதியாக தமிழ், உருது, அரிதாக அரபு பேசுபவர்களாகக் காணப்படுகின்றனர். இருப்பினும் தமிழகத்தில் நான்கில் மூன்று பகுதியினர் தமிழையே தாய்மொழியாகக் கொண்டுள்ளனர்.

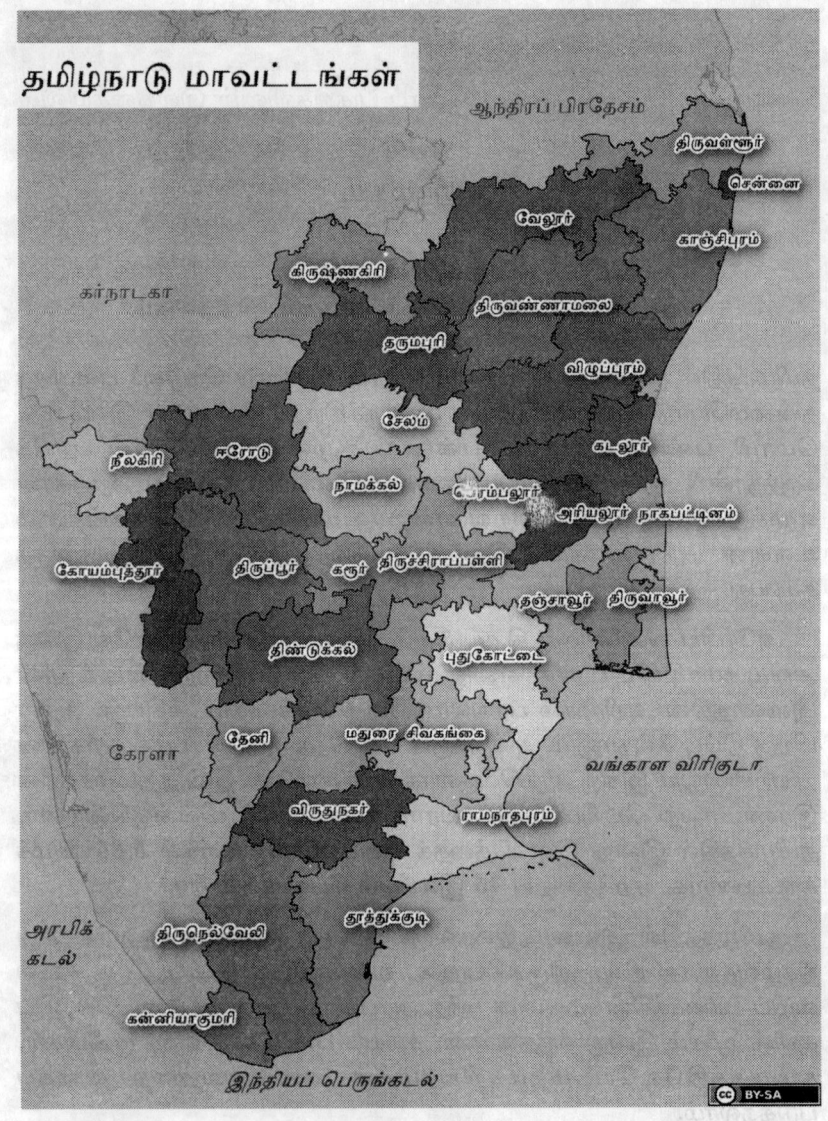

தமிழ்நாடு மாவட்டங்கள்

சமயரீதியாக ஷியா, சன்னி, அஹ்மதியா ஆகிய பிரிவுகளைச் சேர்ந்தவர்கள் வாழ்கிறார்கள். இவர்களுள் சன்னி பிரிவைச் சேர்ந்தவர்களே தமிழகத்தில் பெரும்பான்மையினராக இருக்கின்றனர். பிற பிரிவினர் சில ஆயிரம் என்று சொல்லுமளவுக்கு மிகவும் சொற்ப எண்ணிக்கையினராக வாழ்கின்றனர். ஷியா பிரிவினர் பெரும் நகரங்களில், குறிப்பாகச் சென்னையில், வட இந்தியாவிலிருந்து வணிகத்திற்காக வந்தவர்களாக இருக்கின்றனர்.

சன்னி முஸ்லிம்களிடையே பல்வேறு சிந்தனைப் புலங்கள் பின்பற்றப்படுகின்றன. தமிழகத்தில் பெரும்பான்மையோர் ஹனஃபி சிந்தனைப் புலத்தையும் கடலோரப் பகுதிகளிலும் இலங்கையிலும் உள்ள முஸ்லிம்கள் ஷாஃபி புலத்தையும் பின்பற்றுகின்றனர். மேலும் ஷாஃபி புலத்தைச் சேர்ந்தவர்கள் தாய்வழிச் சமூக மரபினராகக் காணப்படுகின்றனர்.

எண்பதுகளில் இந்தியாவில் பெரும்பான்மைவாதமும் மத்தியக் கிழக்கு நாடுகளின் பெட்ரோல் வளமும் பிழைப்புக்காகத் தமிழக முஸ்லிம்களை இடம்பெயர வைத்தன. இதன்மூலம் இஸ்லாம் தோன்றிய மண்ணிலிருந்து புதிய சிந்தனைப் புலங்கள் தமிழகத்திற்கு அறிமுக மாயின. அவை 'குர்ஆனைப் பின்பற்றுங்கள், இறைத்தூதரைப் பின்பற்றுங்கள், உங்களில் சிறந்தவர்களைப் பின்பற்றுங்கள்' என்னும் அடிப்படைக் கோட்பாட்டுக்குப் புதிய விளக்கம் அளித்து நம்பிக்கை யிலும் வழிபாட்டிலும் பெரும் தாக்கத்தை ஏற்படுத்தியிருக்கின்றன. இது ஏகத்துவ (தவ்ஹீத்) சிந்தனைப் புலம் என்று வழங்கப்படுகிறது. இன்று தமிழகத்தில் மூன்றில் ஒருபங்கு முஸ்லிம்கள் இந்தச் சிந்தனைப் புலத்தையே பின்பற்றுகின்றனர்.

தகவல் தொழில்நுட்ப வளர்ச்சி, உலகமயமாக்கல், பின்காலனியம் ஆகிய கூறுகளால் சமூகம் பல்வேறு வகையில் பாதிப்புக்குள்ளாகி வருகின்றன. முஸ்லிம் சமூகமும் இதற்கு விதிவிலக்கல்ல. பண்பாட்டு ஆய்வுகள் அரசியல் உரிமை பெறுவதற்கும் சமூகப் பாதுகாப்பிற்கும் மிகவும் முக்கியமானவை. ஆனால் தமிழக முஸ்லிம்களிடையே பண்பாட்டுத் தளத்திலும் நாட்டுப்புறவியல், அரசியல், சமூகவியல் போன்ற துறைகளிலும் மிகவும் குறைவான ஆய்வே மேற்கொள்ளப் பட்டிருக்கின்றன. இந்த விஷயத்தில் இலங்கை முஸ்லிம்கள் முன் மாதிரியாகத் திகழ்கின்றனர்: ஒவ்வொரு மாகாணத்திற்கும் முஸ்லிம் வரலாறு எழுதி, அதை அரசே வெளியிடச் செய்திருக்கின்றனர். அவ்வப்போது தங்கள் சமூகத்தின் முக்கியமான பிரச்சினைகளை ஆய்வுசெய்து ஆவணப்படுத்தி வருகின்றனர்; பிற சமூகத்திற்கும் தங்களுடைய பிரச்சினைகளை நன்கு புரிய வைத்திருக்கின்றனர்.

***

தமிழகத்தைப் பொருத்த வரை முஸ்லிம்கள் வருண அமைப்பிற்குள் இல்லை. ஆனால் அவர்கள் லப்பை, மரைக்காயர், ராவுத்தர் போன்ற 18க்கும் குறையாத அகமணச் சமூகத்தாராகக் காணப்படுகின்றனர்.

இவர்களிடையே கடந்த காலங்களில் இருந்த ஒரு கறாரான அகமண முறை (அந்தந்தச் சமூகத்திற்குள்ளேயே திருமணம் செய்யும் முறை) தற்போது இளகியிருக்கின்றது. இஸ்லாமியக் கோட்பாட்டு

xi

தமிழகத்தில் மாவட்ட வாரியாக முஸ்லிம் மக்கள்தொகை*

மாவட்டம்	விழுக்காடு	எண்ணிக்கை
தமிழ்நாடு	5.56	3,470,647
இராமநாதபுரம்	14.65	174,079
வேலூர்	10.08	350,771
நீலகிரி	9.54	72,766
திருநெல்வேலி	9.25	252,235
சென்னை	9.02	379,206
நாகப்பட்டினம்	7.57	112,753
தஞ்சாவூர்	7.36	163,286
திருவாரூர்	7.11	83,243
புதுக்கோட்டை	6.69	97,723
திருச்சிராப்பள்ளி	6.46	156,345
கோவை - திருப்பூர்	5.33	227,734
மதுரை	5.33	137,443
சிவகங்கை	5.16	59,642
பெரம்பலூர்	5.01	24,778
திண்டுக்கல்	4.66	89,680
தூத்துக்குடி	4.63	72,975
கடலூர்	4.48	102,508
தேனி	4.39	48,066
தர்மபுரி	4.32	123,469
கன்னியாகுமரி	4.19	70,360
கரூர்	3.98	37,272
காஞ்சிபுரம்	3.98	113,666
விழுப்புரம்	3.95	110,120
திருவல்லூர்	3.71	99,408
திருவண்ணாமலை	3.59	78,506
ஈரோடு	2.99	77,211
சேலம்	2.57	77,648
விருதுநகர்	2.47	43,309
நாமக்கல்	1.80	26,907
அரியலூர்	1.01	7,638

2001ஆம் ஆண்டு கணக்கெடுப்பின்படி. நன்றி: விக்கிபீடியா

அழுத்தமும் சமூகப் பொருளாதார மாற்றங்களும் வளர்ச்சியும் சமூகப் பிரிவுகளுக்கிடையில் நிலவிய பண்பாட்டுப் படிநிலையைப் பின்னுக்குத் தள்ளும் போக்கை ஊக்குவித்து வருகின்றன. இப்போது தளர்த்தப்பட்டு இங்குமங்குமாக மற்றவர்களிடமிருந்து பெண் எடுக்கும் முறை வழக்கில் வந்துவிட்டது. எனினும் கீழக்கரை, காயல்பட்டினம் போன்ற ஊர்களில் - உள்ளூர்வாசிகளுக்குள் மட்டுமே திருமணம் செய்து கொள்ளும் - ஊர்ப்பெறுமானமுறை இருக்கிறது.

***

இந்த நூலின் முந்தைய பதிப்பு *முஸ்லிம்களும் தமிழகமும்* என நூலாசிரியரால் தலைப்பிடப்பட்டிருந்தது. அத்தலைப்பு முஸ்லிம் சமூகம் பற்றிய ஆய்வுக்காகப் பரிசு வழங்கும் அமைப்பால் வழங்கப்பட்டதாகும். இந்த நூல் தமிழகத்திற்கு இஸ்லாம் வருகை யையும் கிளைத்த விதத்தையும் வலுவான ஆதாரங்களோடு விளக்கு கின்றது. எனவே *தமிழகத்தில் முஸ்லிம்கள்* என்று இந்தப் புதிய பதிப்புக்குப் பெயரிடுவதே பொருத்தமென உணர்ந்தோம். அத்துடன் முந்தைய பதிப்பில் உள்ள தகவல்கள் இப்போதுள்ள தொழில்நுட்ப வசதியாலும் அடையாளம் பதிப்புக்குழுவின் வளத்தாலும் சரிபார்க்கப் பட்டு மேம்படுத்தப்பட்டிருக்கின்றன.

***

தமிழகத்தில் முஸ்லிம்கள் எனும் இந்த நூல் தமிழ்ச் சூழலில் மிகவும் வரவேற்பைப் பெறக்கூடிய நூலாகும். இந்நூலாசிரியர் முனைவர் எஸ்.எம்.கமால் வரலாறு, இலக்கியம் ஆகிய இரண்டு தளங்களிலும் வெகுநுட்பமான, அரிய தரவுகளைத் திரட்டி இந்நூலை எழுதியுள்ளார். இருபத்தைந்து உட்தலைப்புகளில் நீளும் இந்த நூல் ஒரு முழுமை நோக்கிய எடுத்துரைப்பு எனலாம். 'கிழக்கும் மேற்கும்' எனும் முதல் இயல் தொடங்கி 'வரலாறு தொடருகிறது' என முடியும் இறுதி இயல் வரை இந்நூலில் *தமிழகத்தில் முஸ்லிம்கள்* உருவாக்கிய சமூக, சமய, கலை, இலக்கியம், பண்பாடு, வணிகம், பொருளாதாரம் என அனைத்தையும் பற்றி ஒரு வரலாற்றின் கால வரம்பிற்குட்பட்டு எடுத்துரைத்துள்ளார்.

இந்த நூலில் எஸ்.எம்.கமால் இலக்கியவாதியாகவும் வரலாற்றாசிரிய ராகவும் பரிணமித்திருக்கிறார். முஸ்லிம்கள் பற்றி இவர் தொகுத்துள்ள இலக்கியச் சான்றுகள் நம்மை பிரமிக்க வைக்கின்றன. அவ்வாறே மிகப் பழமையான வரலாற்றுச் சான்றுகள் தொடங்கி ஏராளமான வரலாற்றுத் தரவுகளைத் தொகுத்து அவற்றை நிரல்படுத்தி வகைப் படுத்திப் பகுத்தாய்ந்துள்ளார். இவற்றின் மூலம் இந்நூலாசிரியர் ஒரு முறையியல் சார்ந்த ஆய்வுப்போக்கைத் திறம்படக் கையாண்டுள்ளார் எனலாம்.

எழுதப்பட்ட வரலாறுகளை மீள ஆராய்தல் வரலாறெழுதியல் (ஹிஸ்டோகிராபி) எனப்படும். வரலாறுகள் பல பின்புலங்களுடன் ஆவணப்படுத்தப்பட்டுள்ளன. காலம் நிகழ்த்தி வருகின்ற எண்ணற்ற மாறுபட்ட சூழல்களில் அவற்றை மீள வாசிக்க வேண்டிய தேவைகளும் மீள எழுத வேண்டிய தேவைகளும் உள்ளன. எந்த ஒரு சமூகத்திற்கும் நவீனத்தை மீள் நோக்குவதற்கும் அது நோக்கிய பயணத்தில் மறுகட்டமைப்பு செய்வதற்கும் வரலாறெழுதியல் அவசியமாகிறது. தமிழக முஸ்லிம்களைப் பொருத்தவரை கமாலின் இந்நூல் இத்திசை நோக்கிய ஓர் எழுத்துமுறையாக விளங்குகிறது.

மனிதகுல வரலாற்றில் தூரதேச வணிகத்தின் மூலம் முஸ்லிம்கள் உலகளாவிய நிலையில் இனக்குழு ஆக்கம் பெற்ற வரலாறு தனித்துவ மானது. தமிழகம் பூர்வகாலம்தொட்டுப் பன்மை இனங்களின் தேசமாக அசைவியக்கம் பெற்று வந்துள்ளது. இங்கு முஸ்லிம்கள் இன, மத, மொழிப் பரிமாணங்களுடன் ஏற்றுள்ள இனத்துவ அடையாளங்கள் வரலாறு எழுதியலில் இன்னும் நுட்பமாக விவாதிக்க முடியும் என்பதை இந்நூலில் எஸ். எம். கமால் நிரூபித்துள்ளார். இலக்கியம், வரலாறு ஆகிய சான்றுகள் மூலம் தமிழகத்தில் முஸ்லிம்களின் தோற்றத்தையும் வளர்ச்சியையும் இந்நூலில் மிக விரிவாக அலசுகிறார்.

முஸ்லிம்கள் இந்தியாவில் ஒரு தேசிய இனமாகவும், அவர்களே தனியொரு மொழிப் பிரதேசத்தில் ஒரு பகுதி இனக்குழுவாகவும் ஆக்கம் பெறும் போக்குகளை இந்த நூல் விவாதிக்கிறது. இதன்மூலம் தமிழக முஸ்லிம்கள் பற்றிய ஓர் அசலான பார்வையைக் கமால் இந்நூலில் முன்னெடுத்திருக்கிறார். இன்றைய நவீன கால இனத்துவம் சார்ந்த புரிதலைச் செழுமைப்படுத்தவும், புதிய விவாதங்களை முன்னெடுக்கவும் இந்நூலின் வாசிப்பு மிகவும் முக்கியமானதாகும். தமிழக முஸ்லிம்கள் பற்றிய ஆக்கங்களில் இந்நூல் ஓர் அகவயமான எழுத்துமுறையை முன்வைக்கிறது. அதனால் இந்த வகைமையில் இது முதல் வரிசையில் வைத்துப் படிக்க வேண்டிய நூலாகும்.

நன்றியுரை

கடந்து சென்ற காலத்தின் சுவடுகள் வரலாறாக விளங்குகின்றன. பழைமையிலிருந்து புதுமை, நேற்றிலிருந்து இன்று – இவற்றுக்கு இடைப்பட்ட எல்லைகள் வரலாற்று நிகழ்வுகளாகும். மக்களின் வாழ்வும் தாழ்வும் இந்த நிகழ்வுகளில் மறைந்து இருக்கின்றன. ஒரு காலத்தில் உழைப்பும் முனைப்பும் மிக்க பிரிவினராக உயர்ந்து நின்றவர்கள் உறுதிப்பாடு, ஒழுக்கமின்மையின் காரணமாக, வலிவும் பொலிவும் இழந்து நலிவும் அழிவும் பெறுகின்றனர். தமிழகத்து முஸ்லிம்களும் இந்த வளைந்த வரலாற்றுக்கு விலக்கானவர்கள் அல்லர்.

ஆயிரத்து இருநூறு ஆண்டுகளுக்கு முன்பு, கீழைக்கடற்கரை எங்கும் அஞ்சுவண்ணங்களில் தனித்து வாழத் தொடங்கிய முஸ்லிம்கள், தமிழகத்தைச் சாடிய இந்து, சமண, பௌத்த, சைவ, வைணவ சமயத் தாக்கங்களுக்கு இடையில் இறைவழியாகிய ஏகத்துவத்தை ஏந்திய குடிகளாக வாழ்ந்தனர். வணிக வளர்ச்சி, சமயப்பணி, அரசியல் ஊக்குவிப்பு ஆகிய காரணங்களினால் தனிமையை ஒழித்து, தமிழ்ச் சமுதாயத்தில் ஒன்றி உறவாடி நாளடைவில் தமிழராகவே மாறினர். தமிழ்ச் சமுதாயத்தின் செம்மைக்கும் செழுமைக்கும் ஏற்ற தொண்டு களையும் செய்துவந்துள்ளனர்.

குறிப்பாக, தங்களின் தாய்மொழியான தமிழ் வளர்ச்சிக்கு அவர்கள் செய்துள்ள பணி எல்லோராலும், எல்லாக் காலத்தும் நினைவுகூரத் தக்கதாக உள்ளது. பதினேழாவது பதினெட்டாவது நூற்றாண்டுகளில் வேற்று மொழியினரின் ஆட்சியின் விளைவுகளாகத் தமிழும் தமிழ்ப் புலவர்களும் புறக்கணிக்கப்பட்டனர். அவர்களின் தமிழ்ப் பணியை அப்பொழுது ஊக்குவித்துப் பல தமிழ் இலக்கியங்கள் படைப்பதற்கு உறுதுணையாக இருந்த கொடை நாயகர்கள் தமிழ் முஸ்லிம்களே. தமிழைக் காத்த புரவலராக மட்டும் அல்லாமல் பல தமிழ் இலக்கியங் களின் படைப்பாளிகள் என்ற பெருமையும் தமிழ் இஸ்லாமியருக்கு உண்டு.

இத்தகைய அருமையும் பெருமையும் கொண்ட தமிழ் முஸ்லிம்களில் வரலாற்று ஆய்வைத் தூண்டும் தொடக்க முயற்சியாக சீதக்காதி அறக்கட்டளையினரின் 1988ஆம் ஆண்டுப் போட்டியின் பொருளாக அமைந்து பரிசு பெற்ற எனது இந்தத் தொகுப்புரையை அச்சேற்றி, கீழக்கரையில் நடைபெறும் ஐந்தாம் உலக இஸ்லாமியத் தமிழ் இலக்கிய மாநாட்டு விழாவில் வெளியிடுவது பெருமகிழ்ச்சிக்கு உரியது.

இந்தப் பயனுள்ள பெரும் தொண்டில் பேரார்வம் கொண்டுள்ள சீதக்காதி அறக்கட்டளையின் தலைவரும் எனது விழுமிய அன்புக்கு உரியவருமாகிய அல்ஹாஜ் கே.டி.எம்.எஸ். அப்துல்காதிர் (ஜமாலி) தைக்காவாப்பா அவர்களுக்கும், சென்னை இஸ்லாமியப் பண்பாட்டு ஆய்வு மையத்தின் செயலர் பேரன்புமிக்க அல்ஹாஜ் கேப்டன் என்.ஏ.அமீர் அலீ அவர்களுக்கும் எனது நெஞ்சார்ந்த நன்றியைப் புலப்படுத்துகிறேன்.

எஸ்.எம். கமால்

தமிழகத்தில் முஸ்லிம்கள்

1
கிழக்கும் மேற்கும்

ஈராயிரத்து ஐந்நூறு ஆண்டுகளுக்கு முன்னரே, தமிழகத்திற்கும் கிரேக்க, ரோம, பாபிலோனிய, பாரசீக, அரபு நாடுகளுக்குமிடையே நல்ல வணிகத் தொடர்புகள் இருந்ததை வரலாற்றுக் குறிப்புகள் விளம்பு கின்றன. நமது நாட்டின் தள்ளா விளையுளைப் பண்டமாற்றிலே பெற்றுக்கொண்ட மேனாட்டு வணிகர்கள், அவற்றுக்குப் பகரமாகத் தங்கள் நாட்டின் புதுமைப் பொருட்களைத் தமிழ்நாட்டிற்கு வழங்கினர். தமிழகத்தின் அகிலும் துகிலும், பருத்தியணியும், பவளமணியும், முத்தும் மிளகும் மேனாடுகளில் மிகுதியாகப் பயன்படுத்தப்பட்டன.[1] கிரேக்க நாட்டு மதுரசங்கள், கண்ணாடிக் கலசங்கள், ஈயம், தகரம், ஆகியவையும் தங்க, வெள்ளிக் காசுகளும் தமிழர்களைக் கவர்ந்தன. எகிப்து நாட்டுக் கடற்பட்டினமான அலெக்ஸாந்திரியாவை மையமாகக் கொண்டு அரபு நாடுகள் வழியாக, கீழ்நாடுகளுக்கும் பாலஸ்தீன் வழியாகக் கிரேக்க நாட்டிற்கும் வணிகச் சாத்து வழிகள் சென்றன.[2]

இவை வரலாற்றின் கால வரம்பிற்குட்படாத காலந்தொட்டு இருந்து வந்ததை விவிலியம் (பைபிள்) சான்று பகர்கின்றது. கி. மு. 1000இல் சிரியா நாட்டில் மதிமன்னனாக விளங்கிய சாலமன், எருசலேம் நகரில் அமைந்திருந்த பிரம்மாண்டமான தேவாலயத்தைக் காண்பதற்குச் சென்ற ஏமன் நாட்டு ஷீபா அரசியார், அந்த மன்னனுக்குத் தென்னாட்டின் சிறந்த நறுமணப் பொருட்களையும் அகிலையும் துகிலையும் பொன்னுடன் அன்பளிப்பாக அளித்ததைப் 'புதிய ஏற்பாடு' விவரித்துள்ளது.[3] கிரேக்க நூலாசிரியரான ஹெக்டரியஸ் மிலேட்டஸ் (கி. மு. 549-486) இந்திய நாட்டின் பல பட்டணங்களைச் சிறப்பாக மேற்கு கிழக்கு கடல் துறைகளைக் குறிப்பிட்டு இருப்பதால், அந்தக் காலகட்டத்தில் இந்தியாவிற்கும், கிரேக்கத்திற்கும், தமிழ்

நாட்டிற்கும் இடையே நிகழ்ந்த விரிவான வணிகத்தின் தன்மையை ஊகிக்க உதவுகிறது. இதைப் போன்று, ரோம் உள்ளிட்ட மத்திய தரைக்கடல் நாடுகளுடன் தமிழகம் தொடர்புகொண்டு இருந்ததை கரூர், கோவை, மதுரை, அழகன்குளம் ஆகிய ஊர் அகழாய்வுகளில் கிடைத்த ரோமானிய நாணயங்கள் உறுதிப்படுத்துகின்றன. அங்ஙனமே, நமது நாட்டுப் பொருட்களும் மேற்கு நாடுளின் ஆடம்பர வாழ்க்கைக்குப் பயன்பட்டதைப் பின்வரும் வரலாற்று நிகழ்ச்சிகள் விளக்குகின்றன.

கி.மு.210இல் ரோமாபுரியில் இயற்கை எய்திய சைலா என்ற மன்னனின் சிதையிலும் நீரோ மன்னனின் (கி.மு. 68-54) உறவினரான பாப்போயியின் ஈமச்சடங்கின் பொழுதும், கீழ்நாடுகளில் இருந்து ரோமாபுரிக்கு வரவழைக்கப்பட்ட நறுமணப் பொருட்கள் அனைத்தும் கொட்டப்பட்டு எரியூட்டப்பட்டது.[4] இந்த நறுமணப் பொருட் களுக்கு அடுத்தபடியாக ரோமநாட்டில், தமிழ்நாட்டு முத்துக்கள் இடம் பிடித்திருந்தன. பேரரசர் ஜூலியஸ் ஸீஸர் (கி.மு.39-14) தனது நண்பரான புரூட்டஸின் தாயாருக்கு, 48,457 பவுன் பெறுமானமுள்ள நன்முத்துக்களை அன்பளிப்பாக வழங்கிய செய்தியும் உள்ளது.[5] பேரழகி கிளியோபாத்ராவின் காதணிகளில் 1,51,457 பவுன் பெறுமான முத்துக்கள் இடம் பெற்றிருந்தனவாம்.[6] இந்த முத்துக்கள் அன்றைய தமிழகத்தில் சிறப்புற்றிருந்த பட்டினங்களில் இருந்து பெறப்பட்டவை என்பது தெளிவு. அப்பொழுது சேரநாட்டில், கொடுமணம், பந்தர் என்ற கடல்துறைகள் முத்துக்களுக்குப் பெயர் பெற்றிருந்தமை,

கொடுமணம் பட்ட வினைமா னருங்கலம்
பந்தர் பயந்த பலர் புகழ் முத்தம்

என்ற அரசில்கிழாரது எட்டாம் பத்து இயம்புகிறது. இன்னும், அதே நூலின் ஏழாம் பத்திலும், ஒன்பதாம் பத்திலும் இந்த ஊர்களைப் பற்றிய புகழுரைகள் பொதிந்து உள்ளன.[7]

கி.மு. ஐந்தாம் நூற்றாண்டில், பாபிலோனில், பாரசீக மன்னன் தாரீயஸது ஆட்சியின் பொழுது, வணிகச் சாத்தாகச் சென்ற தமிழர்கள் அங்கேயே குடியிருப்பு அமைத்து நிலைபெற்று இருந்தனர். எகிப்து நாட்டில், அம்மோன்ரா என்ற இடத்தில் உள்ள ஆலயத்தில், தமது கடற்பயணத்தை வெற்றிகரமாக முடித்த தென்னாட்டார் ஒருவர் மேற்கொண்ட வழிபாட்டு நிகழ்ச்சி அந்த நாட்டுக் கல்வெட்டு ஒன்றில் காணப்படுகிறது. அலெக்ஸாந்திரியாவிலும் தென்னாட்டார் குடியிருப்பு இருந்ததை அறிய இந்தக் கல்வெட்டு உதவுகிறது.[8]

கிறிஸ்து சகாப்தம் தொடங்கிய பின்னரும், கிழக்கு மேற்குத் தொடர்புகள் நீடித்தன. அலெக்ஸாந்திரியாவிலும், ஏடனிலும் செல்வம்

கொழித்தது. அங்கே அரபுக் குடியேற்றங்கள் பல எழுந்தன. தமிழகத்தில் இருந்து ரோமப் பேரரசு கிளாடியஸ் சீஸர் அவைக்கு அரசியல் தூதுக்குழு வந்ததை கி.பி. 41இல் பிளினி குறித்துள்ளார்.[9]

பருவக்காற்றுகளின் தன்மைகளை விரிவாக ஆராய்ந்து அறிந்த எகிப்திய மாலுமியான ஹிப்பாலஸ் கி.பி.45இல் அரபுக்கடல் பயணத்தில் புதிய திருப்பத்தை ஏற்படுத்தினார்.[10] அதுவரை, ரோம, அரபுக்கப்பல்கள், செங்கடல், பாரசீகக் குடாக்கடல், அரபுக்கடல் வழியாகக் கடற்கரைப் பகுதிகளில் கரையை ஒட்டியவாறு இந்தியாவுக்குச் சென்றன. இவ்விதம் செல்வதில் கப்பல்கள் பாறைகளில் மோதுதல், கடற்கொள்ளைக்கு இலக்காகுதல் போன்ற ஆபத்துகள் மலிந்து இருந்தன. ஆனால் ஹிப்பாலஸின் புதிய வழி, ஆழ்கடலைப் பருவ காலங்களில் நேராகக் கடந்து செல்லும் முறையாகும். அரபுத் தீபகற்ப முனையான ஸியாகரஸ் என்ற இடத்திலிருந்து தமிழகத்தின் மேற்குக் கரையை அடைய அப்போது நாற்பது நாட்களே ஆயின. பயணம் செய்ய வேண்டிய மொத்த தூரம் **1355** மைல்களாகக் குறைந்தது. காலமும் தொலைவும் குறைந்ததுடன், வணிகக் குழுவினருக்குக் கரையோரப் பகுதிகளில் உள்ள கடற்கொள்ளையரிடமிருந்து விடுதலையும் கிட்டியது. முன்னர், இந்தியாவின் மேற்குக்கரைக்கு ஆண்டு ஒன்றிற்கு, அரேபியாவில் இருந்து இருபது கப்பல்களே சென்றுவந்தன. ஆனால் இப்பொழுது அரபுத் தீபகற்பத்திலிருந்து நாளொன்றுக்கு ஒரு கப்பல் வீதம் கிழக்கு நோக்கிப் பயணம் செய்கிறது.[11] ஜூன், ஜூலை மாதம் மேற்கு நோக்கித் தொடங்கும் கடற்பயணம், தென்கிழக்குப் பருவக் காற்று எழுகின்ற டிசம்பர்-ஜனவரி மாதங்களில் முடிவு பெற்றுக் கப்பல்கள் தாயகம் திரும்பின.

கி.பி. முதல் நூற்றாண்டில், கீழ்த்திசையில் பயணம் செய்த *பெரிபுலூஸ்* நூலின் ஆசிரியர் குறிப்புகளும் கி.பி. இரண்டாம் நூற்றாண்டில் பயணம் செய்த தாலமியின் பயணக் குறிப்புகளும் இந்த விவரங் களைத் தருகின்றன. ரோமர்களின் தமிழ்நாட்டுடனான வணிகம், அப்பொழுது மிகவும் விறுவிறுப்பாக நடைபெற்றது. அவர்கள் இங்கு கொணர்ந்து விற்ற சாமான்களைவிட, இங்கிருந்து வாங்கிச் சென்ற சாமான்களின் பெறுமானம், பண்டமாற்று மதிப்பில் கூடுதலாக இருந்தது. அதற்கு ஈடாக, அவர்கள் நாட்டுப் பொற்காசுகளைக் கொடுத்தனர். இங்ஙனம் கீழ்நாட்டுப் புதுமைப் பொருட்களை மிகுதியாக வாங்கிக்கொண்டு சென்றதன் காரணமாக ரோம நாட்டுக் கருவூலம் வற்றி வறண்டுவிட்டதாக பெட்ரோனியஸ் என்ற ரோம நாட்டு ஆசிரியர் குறித்துள்ளார்.[12] தமிழகத்தை ரோமர்கள் தாமிரிகா என வழங்கினர். தமிழகத்தின் முக்கியக் கடல்துறைகளான முசிறி, குமரி, கொற்கை, தொண்டி, புகார், புதுகை ஆகிய பட்டினங்களையும் கோவை,

உறையூர், மதுரை, அழகன்குளம் ஆகிய பட்டணங்களையும் அவர்கள் நன்கு அறிந்து இருந்தனர். இந்தப் பெருநகர்களில் அவர்களுடைய குடியிருப்புகளும் நிறுவப்பட்டிருந்தன. இந்த நகரங்களில் கண்டெடுக்கப் பட்ட ஏராளமான ரோம நாணயங்களும், அண்மையில் அரிக்கா மேட்டில் அகழ்ந்து எடுக்கப்பட்ட அரிய பண்டங்களும் இதை உறுதிப் படுத்துகின்றன.

நமது பழந்தமிழ் நூல்களான சங்க இலக்கியங்கள் ரோமர்களை யவனர் எனக் குறிப்பிடுகின்றன. அவர்களுடைய நாடும் யவனம் என்ற பொதுச்சொல்லால் வழங்கப்பட்டது. ஐம்பெருங் காப்பியங்களில் ஒன்றான சிலப்பதிகாரம் - வாழ்த்துக் காதை 'வன்சொல் யவனர் வளநாடு' எனக் குறிப்பிடுகிறது.[13] தமிழ் வழங்கும் பதினேழு நிலங்களில், யவனமும் ஒன்று என அன்று கருதப்பட்டு வந்தது. விஷ்ணு புராணம், மாளவிகாக்கினி மித்திரம் ஆகிய சமஸ்கிருத இலக்கியங்கள், யவனம், இந்திய நாட்டின் மேற்கு எல்லையில் அமைந்திருந்ததாகவும் யவனர்கள் அந்தப் பிராந்தியத்தில் இருந்த பூர்வகுடிகள் எனவும் குறிப்பிட்டுள்ளன. ஏனைய வடமொழி இலக்கியங்களும் யவனர்களை, ஆரியரல்லாத இனத்தினராக, இந்து சமயத்திலிருந்தும் மாறுபட்டவர்களாக, அந்நியர் களாக, பாரசீகர்களாக, சகரர்களாக, கிரேக்கர்களாக வர்ணித்துள்ளன. எபிரேயச் சொற்களான *யோனா*, *யோன்* ஆகிய இரண்டில் ஏதேனும் ஒன்றின் அடிப்படையிலிருந்து யவன என்ற சொல் தமிழ் வழக்கிற்கு வந்துள்ளது.[14] மேலும், பிராகிருதச் சொல்லான லவன (இதன் பொருள்: உப்பு) என்ற மூலத்திலிருந்தும் மாறுபட்டு இந்தச் சொல் உருவாகி இருக்கலாம் என்பது சில மொழி வல்லுநர் முடிவு.

கி.மு.250-240ஐச் சேர்ந்த அசோகனின் புத்த போதனைகளைத் தாங்கிய தூண்களில் 'யோனா' என்ற பாலிமொழிச் சொல் பயன் படுத்தப்பட்டுள்ளது. ஆனால், மாவீரன் அலெக்சாண்டரின் சிந்து நதிப் படையெடுப்பிற்குப் பிறகு, இந்தச் சொல் இந்திய வரலாற்று நூல்களில் கிரேக்கர்களை மட்டும் குறிப்பதுடன், அவர்களுடைய குடியிருப்புகள் யமுனை ஆற்றுக்கு மேற்கேயும் குஜராத் மாநிலத்திற்குத் தெற்கேயும் நிலைத்து இருந்தன என்பதையும் சுட்டுகின்றன. குஜராத் மாநிலத்தில் உள்ள 'ஜுனாகாத்' என வழங்கப்படும் கடற்கரைப் பட்டினம், யவனர் களின் இருப்பிடம் என்ற பொருளில் வழங்கப்பட்ட 'யோனாகர்' என்ற சொல்லின் திரிபு என்பது இங்கு குறிப்பிடத்தக்கது. காரணம் அசோகனின் ஆட்சியில் துஸஸ்பா என்ற யவனர், இந்தப் பகுதியில் ஆளுநராகப் பணியாற்றி இருந்ததும் யவனர்கள் இங்கு மிகுந்த எண்ணிக்கையில் வாழ்ந்து வந்ததும் ஆகும். இங்ஙனம், இந்திய நாட்டில் நிலைத்துவிட்ட யவனர்கள் 'நம் யவன' என அப்பொழுது வழங்கப்பட்டதாகக் கர்லா கல்வெட்டுக்கள் குறிக்கின்றன.[15]

இதே காலத்தில் கடைச்சங்க இலக்கியங்களில் தமிழகம் போந்த யவனர்களைப் பற்றிய குறிப்புகள் காணப்படுகின்றன. 'வலிபுணர் யாக்கை வன்கண் யவனர்' என முல்லைப்பாட்டும்[16] 'நன்கலம் தந்த தண்கமழ் தேரலை' புறப்பாட்டும்,[17] 'பாவை விளக்கு'[18] 'ஓதிம விளக்கு'[19] 'மகர வீணை' ஆகியவற்றைப் பெருங்கதையும் 'பொன்னொடு வந்து கறியொடு பெயர்ந்த' 'வினைமான் நன்கலத்தை' அகப்பாட்டும் (எண் 140) குறிப்பிடுகின்றன. மேலும், அவர்கள் 'கடிமதில் வாயிற் காவலிற் சிறந்து இருந்த'தை சிலப்பதிகாரமும் 'தண்டமிழ் வினைஞர் தம்முடன் கூடிப்பணிபுரிந்த யவனத் தச்ச'ரை மணிமேகலையும் சுட்டுகின்றன. கி.பி. மூன்றாம் நூற்றாண்டின் தொடக்கத்தில் அலெக்ஸாந்திரியா பட்டினத்தில் நிகழ்ந்த படுகொலையொன்றின் காரணமாக, அங்கு கிழக்கு மேற்கு நாடுகளிலுள்ள வணிக மக்களின் நடமாட்டம் குறைந்தது. அத்துடன், ஆடம்பரத்தின் அதீத எல்லையில் இயங்கிக் கொண்டிருந்த ரோமப் பேரரசு கி.பி. 217இல் வீழ்ச்சி பெறத் தொடங்கியது. அதுவரை கிரேக்க, ரோமர்களுக்கு உதவியாளர்களாக இருந்த அரபிகள், கீழை நாட்டு வணிகத்தைத் தாங்களே மேற்கொண்டு சிறப்பாக நடத்தி வந்தனர். காரணம் அரபிகளுக்கு நறுமணப் பொருட்களின் மீது இயல்பான ஈடுபாடு இருந்து வந்ததே. ஆதலால் அவர்களுடைய வணிகத்தில், புனுகு போன்ற இந்திய நாட்டு நறுமணப் பொருட்களும் இந்திய நாட்டு எஃகினால் தயாரிக்கப்பட்ட போர்வாள்களும் பெரிதும் இடம்பெற்று இருந்தன.[20] ஆதலால் இஸ்லாம் தோன்றிய ஏழாம் நூற்றாண்டு முதல் 'யவனர்' என்ற தமிழ்ச் சொல் தமிழக இஸ்லாமியரைக் குறிக்க, தமிழில் எழுந்த ஒரே சொல் என உறுதியாகி விட்டது.

இயற்கையாக அமைந்துள்ள உடல்வாகு, ஊட்டம் தரும் உணவுப் பழக்கங்கள், உறுதியான உள்ளம் ஆகிய நல்லியல்புகள் காரணமாக அரபிகள் கடல் தொழிலைச் சிறப்பாக மேற்கொண்டிருந்தனர். அவர்கள் தொகுத்து வைத்திருந்த புவியியல் செய்திகளும், பல்வேறு நாடுகளின் கடல் வரைபடங்களும், தொன்மையான நூல்களும், அவர்களின் திரைகடல் ஓடும் திறமைக்குத் தக்க வழிகாட்டிகளாக அமைந்தன. குறிப்பாக, இந்தியாவிற்குக் கடல்வழி காணப் புறப்பட்டு, அமெரிக்க நிலப்பரப்பைக் கண்டுபிடித்த போர்ச்சுக்கல் மாலுமியான கொலம்பஸின் ஆர்வத்திற்கு முன்னோடியாக இருந்தவை, அரபிகளின் புவியியல் கொள்கைகளும், கடல்வழித் தொடர்பான வரைபடங்களுமாகும். அதே ஆர்வத்தால் உந்தப்பட்டு, ஆப்பிரிக்கப் பெருங் கண்டத்தைச் சுற்றி கி.பி. 1498இல் இந்தியாவின் மேற்குக் கரையை அடைந்த போர்க்சுகீசிய நாட்டு வாஸ்கோட காமாவிற்கு, கடல்வழி காட்டி வந்தவர் அஹமது இப்னு மஜீது என்ற அரபியர். இவர் கிழக்கு

ஆப்பிரிக்காவின் மலிந்தி நாட்டவர்.[21] அவரிடம் கடல்வழி காட்டும் வரைபடங்களும், கடற்பயணத்திற்கான சிறந்த கருவிகளும் இருந்தன.

ஆதலால், பெருங்கடல்களைக் கடந்து செல்லும் பெற்றியில் தங்களுக்கு ஒப்பாரும் மிக்காருமின்றி, பதினைந்தாம் நூற்றாண்டு வரை சிறப்பாக விளங்கியவர்கள் இந்த யவனர்களே (அரபிகள்). அவர்கள் இயக்கிய மரக்கலங்கள் உறுதியானவையாகவும் காற்று, நீர், வெயில், மழை ஆகியவற்றைச் சமாளித்துச் செல்லும் திறனுடையன வாகவும் இருந்தன; பெரும்பாலும் சிறு சிறு மரக்கலங்கள், ஒரே மரத்தி லிருந்து குடைந்து உருவாக்கப்பட்டன. பெரிய கலங்கள் பல்வேறு மரத் துணுக்குகளைக்கொண்டு இணைத்து அமைக்கப்பட்டன. இரும்பு ஆணிகளைக்கொண்டு அவற்றை இணைப்பதற்குப் பதிலாக, மரப் பலகைகளை ஒன்றோடொன்று இணைத்து, அவை செயற்கை யாக இணைக்கப்பட்டவையென்று சொல்ல முடியாதபடி ஒரே சீராகச் செய்யப்பட்டன. தேவையான பகுதிகளில் துளைகளை அமைத்து மரத்திலான ஆணிகளைப் பொருத்தி உறுதிபட அழுத்தினர். பின்வரும் வகையினதாக[22] இத்தகைய மரக்கலங்கள் அவர்களால் பயன்படுத்தப் பட்டன:

அரபுப் பெயர்	தமிழில்	விவரம்
அல்மாதியா	அலைமோதி	ஒரே மரத்தாலானது
அத்தலாயா	வத்தை	கரையோரப் பயன்பாட்டிற்கு
பர்காட்டிம்	படகு	கரையோரப் பயன்பாட்டிற்கு
கெப்பல்	கப்பல்	நெடுங்கடல் பயணத்திற்கு
சத்ரி	கப்பல்	சாதாரணக் கடல்பயணத்திற்கு
சம்பானே	சாம்பான்	சிறுபடகு
யூஸ்கா	-	நெடுங்கடல் பயணத்திற்கு
ஜாவா	-	நெடுங்கடல் பயணத்திற்கு
கியாட்டு	பரிச்சல்	நாழிபோன்ற வடிவமைப்பு
பாராவ்	-	ஒரே மரத்தாலானது
பணி	கட்டை மரம்	மீன்பிடித்தலுக்கு
கங்யல்	வள்ளம்	மீன்பிடித்தலுக்கு
டெராதா	-	கரையோரப் பயன்பாட்டிற்கு
ஜம்புகுவா	-	பெருங்கடல் நாவாய்

இவற்றைத் தவிர, சீன நாட்டினரின் மரக்கல வகைகளான ஜங்க், ஜாவ், காகாம் போன்ற பெருங்கப்பல்களும் அவர்களால் பயன்படுத்தப்பட்டன. அவையனைத்தும் ஆழ்கடலில் பெரும் காற்றினூடே செல்லத்தக்கன. ஆயிரத்திற்கு அதிகமான மாலுமிகளும் பயணிகளும் பயணம் செய்யும் வகையில் இவை அமைக்கப்பட்டன. இந்தக் கலங்களின் உதவியால் அரபு நாட்டின் தென்முனை சியாகரசிலிருந்து நாற்பது நாட்களில் மலை யாளக் கரையில் உள்ள கொல்லத்தையும், அங்கிருந்து ஏழு நாட்களில் தமிழகத்தின் கிழக்குக் கரைப் பட்டினங்களையும் வந்தடையலாம். மேலும், முப்பது நாட்களில் கடாரத்தையும் (மலேஷியா), அங்கிருந்து நாற்பது நாட்களில் சீனத்தின் கான்டன் நகரையும் அடைய முடியும். கி.பி.நான்காம் நூற்றாண்டிலேயே அரபிகளின் குடியிருப்பு கான்டனில் இருந்தது.[23] அரபு நூலாசிரியர் சுலைமான், எட்டாம் நூற்றாண்டில் கான்டன் நகருக்குச் சென்று, அங்கு ஏராளமாகக் குடியேறி வாழ்ந்த இஸ்லாமியர் வாழ்க்கைநிலை, அவர்கள் நிறைவேற்றிய ஐந்து நேரத் தொழுகை, வெள்ளிக்கிழமைச் சிறப்புத்தொழுகை ஆகியவை பற்றிக் குறிப்பிட்டுள்ளார். மேலும் அங்கு சட்டத்தை நடைமுறைப்படுத்தவும், நிர்வாகத்தை இயக்கவும் இஸ்லாமியர்களைச் சீனர்கள் நியமனம் செய்து இருந்ததையும் அவர் குறித்துள்ளார்.

இங்ஙனம், உலகின் கீழ்க்கோடியான சீனத்துடன் தொடர்பு கொண்டிருந்த அரபிகள், தென்னகத்திலிருந்து சீனம் செல்லும் வழியில் கடாரம், ஜாவா, சுமத்திரா, அன்னாம் ஆகிய வலிமைமிக்க நாடுகளின் கடல் பட்டினங்களைத் தொட்டுச்சென்றனர். அத்துடன் அந்தந்த நாடு களின் செல்வங்களான வெள்ளி, ஈயம், தகரம், பட்டு, மட்பாண்டங்கள், நறுமணப் பொருட்கள், யானைத் தந்தம், காண்டாமிருகக் கொம்பு, ஆமை ஓடுகள், பவளம், அம்பர், இரும்புத் தாதுக்கள், பாறைப் படிவங்கள், கைத்தறி ஆடைகள், கருங்காலி, சூடன் மரங்கள் ஆகிய வற்றையும் எடுத்துச்சென்றனர்.[24] இந்தக் கொள்முதல் பொருட்களுக்குப் பண்டமாற்றித் தங்களுடைய சொந்தநாட்டு நெசவுத் துணிகளையும், அணிகலன்களையும், உலோகத் தகட்டினாலான கண்ணாடிகள், சிரிய நாட்டுக் கண்ணாடிப் பொருட்கள், கிண்ணங்கள், குப்பிகள் ஆகியவற்றைப் பெற்றுக்கொண்டனர். மேலும் இந்தப் பொருட்களைப் பெற்றுக்கொண்டு அவற்றுக்குப் பகரமாகத் தங்கம் வழங்கவும் கான்டன் நகரில் கி.பி. 971இல் கப்பல் நிறுவனம் ஒன்று அமைக்கப்பட்டு இருந்தது.[25]

நாளடைவில் இத்தகைய கப்பல் பயணங்கள் மிகுந்ததன் காரணமாக, பதினொன்றாம் நூற்றாண்டிலேயே கீழை நாடுகள் அனைத்திலும், இந்திய நாட்டின் பல மாநிலத்தவர்களும் – குறிப்பாகக் குஜராத்தியர், தமிழர்கள் – மலேயா நாட்டினரும் குடியேறியதுடன் சீனத்துடனும்,

நெருக்கமாக வணிகத் தொடர்புகளைக் கொண்டிருந்தனர். எனினும் பன்னாட்டைச் சேர்ந்த இந்த வணிகச் சாத்துக்களில், பலதரப்பட்ட பொருட்களின் செறிவிலும் சிறப்பிலும் அரபிகளை மிஞ்சக் கூடியவர்கள் எவரும் இலர் எனப் பன்னிரண்டாம் நூற்றாண்டைச் சேர்ந்த செள-கு-பெ என்ற சீன நாட்டு ஆசிரியர் தமது பயணக் குறிப்புகளில் வரைந்துள்ளார்.[26] அந்தப் பண்டங்கள் அனைத்தும் சிறு மரக்கலங்களின் மூலம் கொல்லம் துறைமுகத்திற்குக் கொண்டு வரப்பட்டு அங்கிருந்து பெருங்கப்பல்களில் நிறைத்து அனுப்பப் பட்டன. ஆதலால், அன்றைய வணிக உலகின் சிறந்த மையமாகக் கொல்லம் கருதப்பட்டது.

எழுவானின் இளங்கதிர்களை எட்டிப் பிடிக்கும் வகையில் கிழக்குக் கோடியின் பசிபிக் பெருங்கடலின் எல்லையைத் தொட்டுவிட்ட அரபிகளின் அந்தக் கலங்கள், இந்திய சமுத்திரத்தின் மேற்குக் கரையில் அமைந்திருந்த ஆப்பிரிக்க நாட்டின் கிழக்குப் பகுதிகளுக்கும் சென்றன. ஒன்பதாம் பத்தாம் நூற்றாண்டுகளில் பாக்தாத்தில் இயங்கி வந்த இஸ்லாமியப் பேரரசின் வளர்ச்சியும் விரிவும் இத்தகைய உலகளாவிய வணிக எழுச்சிக்கு உறுதிமிக்க பீடமாக விளங்கியது. ஆயிரம் ஆண்டு களுக்கு முன்னர் சிறப்பாக விளங்கிய அலெக்ஸாந்திரியாவைப் போன்று உலக வணிகத்தின் உயிர்நாடியாக அப்பொழுது பாக்தாத் விளங்கியது. அரபு வணிகர்கள் கிழக்கையும் மேற்கையும் அல்லாமல் மத்தியகடல் பகுதியையும் தங்கள் வணிக வழியில் இணைத்தனர். ஸ்பெயின், சிசிலி, இத்தாலி ஆகிய நாடுகளுக்கும் வணிக வழிகள் சென்றன.[27] இதன் காரணமாக ஐரோப்பிய நாடுகள், சீன, இந்திய, ஆப்பிரிக்க, நாடுகளின் கிராம்பு, ஏலக்காய், அம்பர், கஸ்தூரி, கருவாய்ப்பட்டை, மிளகு, கற்பூரம், முத்து, மஸ்லின், பட்டு, சந்தனக் கட்டை ஆகிய பொருட் களைப் பெற்றதுடன் இஸ்லாமிய நாடுகளின் ஆரஞ்சு, லெமன், அப்ரிகாட் ஆகிய பழங்களும், பினாஷ், ஆட்டிகோஸ் போன்ற காய்கறிகள், இரத்தினக் கற்கள், இசைக் கருவிகள், காகிதம், பட்டாடைகள் ஆகிய பொருட்களையும் பெற்றன. அண்மைக் காலங்களில் ரஷ்யாவின் பல பகுதிகளிலும், பின்லாந்து, ஸ்வீடன், நார்வே, பிரிட்டன் ஆகிய நாடுகளிலும் அகழ்ந்து எடுக்கப் பட்ட ஏராளமான இஸ்லாமியர்களின் நாணயங்கள் ஏழாம் நூற்றாண்டு முதல் பதினேழாம் நூற்றாண்டு வரையிலான அரபுகளின் சிறப்புமிக்க வணிகச் செழுமையைப் பறைசாற்றுவதாக உள்ளன.[28]

மேலும், ஐரோப்பிய நாடுகளில் அரபுகளின் வணிக மரபுகளும், வணிகச் சொற்களும் அந்தந்த நாடுகளின் சமூக, மொழி இயல்களில் ஊடுருவி, இன்றுவரை அவை நிலைத்து நிற்கின்றன. குறிப்பாகக் காசோலையைக் குறிக்கின்ற அரபுச் சொல்லான ஷீக் ஆங்கிலத்தில்

செக் என மாற்றம் பெற்றுள்ளது. இதைப் போன்று ஜெர்மனியிலும், ஹாலந்திலும் காசோலையைக் குறிக்க அரபுச் சொற்கள் பயன்படுத்தப் படுகின்றன. *வெச்சல் (ஜெர்மன்), விஸ்ஸன் (ஹாலந்து)* என்னும் சொற்கள், அரபுச் சொற்களின் ஆக்கம்தான். இவை தவிர ஆங்கிலத்தில் வழங்கப்படுகின்ற வணிகம் தொடர்பான சொற்களான *ஸ்டர்லிங், டிராபிக், கேபின், ஆவரேஜ், பார்ஜஸ்மன்சூன், பார்க், ஷல்லாப்* ஆகிய சொற்கள் அனைத்தும் அரபுச் சொற்களின் மறுவுருக்களாகும்.

வணிக ஒப்பந்தம், வணிகப் பிரதிநிதிகளை அயல்நாடுகளில் நியமித்தல், கடல்எல்லை நிர்ணயம், பண்டமாற்று முறைகள், துறைமுக நடைமுறைகள் ஆகிய துறைகளில் இன்று முன்னேறியுள்ள ஐரோப்பிய வணிக சமூகத்திற்கு முன்னோடியாக, இன்றைக்கு ஆயிரம் ஆண்டு களுக்கு முன்னரே தக்க வரம்புகளையும் வழிகாட்டு நெறிகளையும் உருவாக்கியவர்கள் அரபு இஸ்லாமியர்கள். அலைகடலைத் துரும்பாக மதித்து அவனியை அளவிடப் புறப்பட்ட அரபிகளின் மன உறுதியையும் ஆர்வத்தையும் யாரும் வியந்து பாராட்டாமல் இருக்க முடியாது. பிற்காலங்களில் புவியியல், வானியல், வணிகவியல், கணிதவியல், வேதியியல், மருத்துவம் ஆகிய துறைகளில் உலக மக்களுக்கு முன்னோடி யாக விளங்கி, விஞ்ஞானக் கண்டுபிடிப்பு பலவற்றுக்கு வழிகோலியவர் களும் அவர்களேயாவர். தென்னகத்தில் சோழ பாண்டியர்கள் முடியாட்சி மறைந்து விஜயநகரப் பேரரசு தொடங்கிய காலம் வரை வணிகத்தில் சிறப்புற்றிருந்த அமைதியான அரபிகள், போர்ச்சுகீசியப் பரங்கிகளின் அக்கிரமமான, மனிதாபிமானமற்ற மிருக பலத்திற்கு எதிரே சக்தியற்றவர்களாகக் கடல்வழியை அந்தக் கொள்ளையரிடம் விட்டுவிட்டு ஆங்காங்கே உள்நாட்டு வணிகத்தில் ஈடுபட்டனர்.

இங்ஙனம், கிழக்கையும் மேற்கையும் தங்களுடைய கடல் வணிகத்தால் இணைத்து இந்தியா, இலங்கை, ஸ்ரீவிஜயா, அன்னாம், சீனம் ஆகிய கீழைநாடுகளில், புதிய நாகரிகத்தையும் புதிய ஆன்மிக ஒளியையும் புகுத்தியவர்கள் அந்த அரபு முஸ்லிம்கள்தாம். ஆதலால், தமிழகத்தின் சிறப்பான வரலாற்றுக்காலப் பகுதியில் அரபிகளின் பங்கும் முதன்மையாக இடம்பெற்றிருந்தது வியப்புக்கு உரியதன்று. என்றாலும், வணிக நோக்குடன் தமிழகத்துக்கு வந்து சென்ற பல்வேறு இன, நாட்டு மக்களைப் போல் அல்லாமல் குறிப்பாகக் கிரேக்கர், ரோமர், சீனர், பாரசீகத்தினரைப் போல் அல்லாமல், கொண்டுவந்த பொருட்களை விற்று விட்டு, தங்கள் தேவைக்கு ஏற்ற இந்த நாட்டுப் பொருட்களை வாங்கிச் செல்வதுடன், இந்த நாட்டின் அரசியல், சமுதாய வாழ்வில் ஊடுருவி, தமிழ்நாட்டின் இணையற்ற பாரம்பரியத்திற்குரிய தமிழ் மக்களாகவே மாறியவர்கள், அரபுகளைத் தவிர வேறெந்த மேற்கு நாட்டினரும் அல்லர் என்பதே வரலாறு வழங்கும் தெளிவான செய்தியாகும்.

ஆதலால், அந்த அரபுகளை – தமிழக இஸ்லாமியராகிய அவர்களுடைய தொன்மையை – தமிழக இலக்கியங்கள், தமிழகக் கல்வெட்டுகள், செப்பேடுகள், வெளிநாட்டுப் பயணிகளின் பயணக் குறிப்புகள் ஆகிய வரலாற்றுத் தடயங்களின் வாயிலாகத் தொகுத்து அறிதல் அவசியமாகிறது.

2
தமிழகத்தில் அரபிகள்

ஏழாம் நூற்றாண்டின் தொடக்கம், மனித சமுதாயத்தின் வளர்ச்சியில் ஒரு புதிய திருப்பத்தைத் தோற்றுவித்தது. தெளிந்த, உயர்ந்த, தெய்வீகச் சிந்தனைகளின் கருவூலமாக, இஸ்லாம் என்னும் மாபெரும் மறைவழியை, மனித இனம் மணிவிளக்காகக் கண்டது. அன்பையும் அறத்தையும் ஆதாரங்களாகக் கொண்ட திருமறையையும் நபிகளாரின் ஆன்மநேயக் கருத்துகளையும் அவருடைய ஆரவாரமற்ற நடைமுறைகளையும் தங்களுடைய வாழ்க்கை நெறிகளாகப் பற்றிப்பிடித்த அரபிகள், கீழ்நாடு களுக்கு வழக்கமாகச் செல்லும் வணிகர்களாக மட்டுமல்லாமல், வாழ்க்கைக்கு இன்றியமையாத புதுவழியாகிய இஸ்லாத்தைப் பரப்பும் இறைநேசர்களாகவும் சென்றனர்.

இன்றைய இந்தியத் துணைக் கண்டத்தின் கிழக்கு, மேற்குக் கடற்கரைப் பகுதிகளிலும், இலங்கை, மலேசியா, இந்தோனேசியா, சீனம், ஜப்பான், புருணை, போர்னியா, பிஜி, பிலிப்பைன்ஸ் ஆகிய கீழ்நாடுகள் அனைத்திலும் இன்று மக்கள் பெரும் எண்ணிக்கையில் இஸ்லாமியர் களாக இருப்பதற்கு, அங்கு சென்ற அரபுநாட்டு வணிகர்களும் தொண்டர்களும்தான் காரணம் என்பதை வரலாற்றுச் செய்திகள் விளம்புகின்றன. இந்த நாடுகளின் காடுகளிலும், மலைகளிலும், கடலோரங்களிலும் உள்ள நூற்றுக்கணக்கான அரபு இறைநேசர்களின் அடக்கத் தலங்கள் (மக்பராக்கள்) இந்த உண்மையை என்றும் நினை வூட்டுவனவாக உள்ளன. குறிப்பாக, முஹம்மது நபி (ஸல்) அவர் களுடைய நெருங்கிய தோழர்களான தமீமுல் அன்சாரி, முஹம்மது உக்காசா ஆகியோரின் இறுதி வாழ்க்கை சமயத் தொண்டிற்காகவே நமது தமிழகத்தில் அர்ப்பணிக்கப்பட்டு இருப்பதும் அதற்குச் சான்றாக அவர்களுடைய அடக்கத் தலங்கள் முறையே மகமூது பந்தர் என்ற பரங்கிப்பேட்டையிலும், சஹீது பந்தர் என்ற கோவளத்திலும் அமைந்திருப்பது அரபுநாட்டிற்கும் தமிழகத்திற்கும் நல்ல பிணைப்புகள் இருந்ததை நினைவூட்டுகின்றன. அவர்களைத் தொடர்ந்து பல்லாயிரம்

அரபுத் தொண்டர்களும் சமயச் சான்றோர்களான இறைநேசர்கள், சூஃபிகள், தர்வேஷ்கள், மஜ்தூபிகள், மஸ்தான்கள் சமயப் பணிக்கென தமிழகத்தின் பல பகுதிகளுக்கும் வந்து சேர்ந்தனர். தொண்டை மண்டலத்தில் இருந்து தென்பாண்டி நாடுவரை தொடராக அமைந்துள்ள கடல்வழியாகத் தமிழகத்திற்குள் நுழைந்து இங்குள்ள மக்களோடு மக்களாக வாழ்ந்து, மக்களின் பணியில் தங்கள் வாழ்க்கையை அர்ப்பணித்துக் கொண்ட அவர்களுடைய அடக்கத் தலங்கள் கோவளத்தில் இருந்து குளச்சல்வரை காணப்படுகின்றன.

குமரி மாவட்டத்தின் கோட்டாறு நகரில், இராக் நாட்டுக் கர்ஸிம் (இறைநேசர்) அவர்களுடைய அடக்கத் தலம் உள்ளது. அதில் ஹிஜ்ரி 4 (கி.பி. 624) என்று குறிக்கப்பட்டுள்ளது. நெல்லை மாவட்டத்தில் கோதரிஸா மலையிலுள்ள அப்துல் ரஹ்மான் (இறைநேசர்) அவர்களுடைய அடக்கத்தலத்தில் ஹிஜ்ரி 8 (கி.பி. 628) எனப் பொறிக்கப்பட்டுள்ளது.[1] நபிகளாரின் காலத்திலேயே திருமறையின் ஒளியை ஆர்வத்துடன் தமிழகத்திற்கு ஏந்திவந்த இறைநேசர்களின் முதல் அணியைச் சேர்ந்தவர்கள் இவர்கள் என்பதில் ஐயமில்லை. திருச்சிராப்பள்ளியில் நத்தர் பாபா, மதுரையில் அலியார்ஷா, ஏறுபதியில் சுல்தான் ஸையது இப்ராஹீம் ஷஹீது, அனுமந்தக்குடியில் சையது முஹம்மது புகாரி, தேவிபட்டினம் சையது அஹமது ஆகியோரின் தர்காக்கள் அமைந்துள்ளன. பன்னிரண்டாம் நூற்றாண்டுவரை, சன்மார்க்க சேவைக்காக அரபு நாடுகளில் இருந்து தமிழகம் வந்து, தங்களுடைய தொண்டின் முடிவில் தமிழ்மண்ணில் மறைந்த இறைநேசர்களில் இவர்கள் குறிப்பிடத்தக்கவர்களாவர்.

இன்னும், சிரந்திப் என அன்று வழங்கப்பட்ட இலங்கையில் உள்ள ஆதம் அவர்களுடைய திருவடி மண்ணை ஜியாரத்* செய்வதற்காகப் புறப்பட்டு வந்த அரபிகளின் ஆன்மிகத் தொடர்புகளாலும் இஸ்லாம் இந்த மண்ணில் வேரூன்றியது. இத்தகைய அரபிப் பயணிகளில் ஒருவரான ஷேக் ஜைனுத்தின் என்பவரின் ஆழமான அன்பாலும் இஸ்லாமிய ஞானத்தாலும் ஈர்க்கப்பட்ட கொடுங்கோளூர் மன்னன் சேரமான் பெருமாள், இஸ்லாத்தைத் தழுவியதுடன் கி.பி. 825இல் புனித ஹஜ்ஜை மேற்கொண்டு அரபு நாடு சென்ற விவரத்தை வரலாற்று நூல்கள் விளம்புகின்றன. நாளடைவில் அவர் இஸ்லாத்தைத் தழுவி, அப்துர் ரஹ்மான் ஸாமிரி என்ற பெயருடன் அரபு நாட்டில் தங்கினார். அந்தப் புனித மண்ணில் தமது எஞ்சிய வாழ்க்கையைக் கழித்து, ஸபர் என்னும் நகரில் கி.பி. 828இல் அவர் இயற்கை எய்தினார்.[2] இந்த மன்னர் வழங்கிய அறிமுக மடலுடன் கேரளம் வந்த மாலிக் இபுனு தீனாரும் அவருடைய

* *ஜியாரத்:* அரபுச் சொல். இஸ்லாமியப் புனிதர்களின் அடக்க இடங்களுக்குச் சென்று வருதல் என்பது இஸ்லாமிய நெறியில் அனுமதிக்கப்பட்ட செயலாகும்.

மக்களும் மேற்குக் கடற்கரைப் பட்டினங்களில் இஸ்லாமியப் பரப்புரைப் பணியில் ஈடுபட்டதுடன் முதல் முறையாக ஒன்பது தொழுகைப் பள்ளிகளை அந்த மாநிலத்தில் நிர்மாணித்ததாகவும் கேரள மாநில வரலாற்றுக் குறிப்புகளில் காணப்படுகின்றன.[3]

ஆனால், இவர்களுக்கு ஒரு நூற்றாண்டிற்கு முன்னரே தமிழகத்தில், சோழர்களின் கோலநகராக விளங்கிய உறையூரில் ஹிஜ்ரி *116*இல் (கி.பி.*734*) ஹாஜி அப்துல்லாஹ் பின் முஹம்மது அன்வர் என்பவரால் அமைக்கப்பட்ட தொழுகைப் பள்ளியே தென்னகத்தில் இஸ்லாமியர்களால் நிர்மாணிக்கப்பட்ட முதல் தொழுகைப்பள்ளியெனத் தெரிகிறது.[4] நபியவர்கள் இஸ்லாமியர்களுக்காகத் தங்களுடைய கைகளால் மினாவில் முதல் தொழுகைப்பள்ளியை* அமைத்த ஒரு நூற்றாண்டு கால இடைவெளியில் தமிழ்நாட்டில் இந்தத் தொழுகைப்பள்ளி அமைக்கப் பட்டது குறிப்பிடத்தக்கது. திருச்சி நகரின் கோட்டை ரயில் நிலையத்திற்கு அருகில் சிதைந்த நிலையில் உள்ள அந்தப் பள்ளி, இஸ்லாமியத் தமிழினத்தின் முன்னோடி முயற்சியாகும். கடந்துபோன நூற்றாண்டு களில் தமிழகம் வந்த அரபிகள் தமிழ்ச் சமுதாயத்தில் கலந்துவிட்டாலும், அன்றைய தமிழகத்தின் மிகமிகச் சிறுபான்மையினராக இருந்த அவர்கள் தங்களுடைய அன்றாட வாழ்க்கையின், உன்னதமான இறைவழி பாட்டை நிறைவேற்றுவதற்கு எத்தகைய உறுதியான உள்ளத்துடன் இருந்தனர் என்பதை விளக்கும் வரலாற்றுச் சாட்சியமாக விளங்கிக் கொண்டிருக்கிறது அந்தப் பள்ளிவாசல்.

இவ்விதம், தமிழகத்தில் அரபி வணிகர்களான இஸ்லாமியர்களும், அவர்களுடைய போதகர்களான இறைவனின் அருள்பெற்ற மறைஞானிகளும், இறைநேசர்களும் கடற்கரைப் பகுதிகளிலும், பட்டணங்களிலும் ஆங்காங்கே சிறு குடியிருப்புகளை அமைத்து வாழ்ந்தனர். தமிழகம் போந்த இத்தகைய அரபு வணிகர்களின் குடியிருப்புகள் சங்க காலத்திலும் அதற்குப் பின்னரும் 'யவனச்சேரி' என வழங்கப்பட்டது. பூம்புகார் நகரில்,

மொழிபல பெருகிய பழிதீர் தேயத்து
புறம்பெயர் மாக்கள் கலந்தினி துறையும்...

குடியிருப்பு இருந்ததைப் பட்டினப்பாலை குறிப்பிடுகிறது. இன்னும் பெருங்காதை,

விருப்பெருஞ் செல்வமொடு வென்றி தாங்கிய
ஐம்பதி னிரட்டி யவனசேரியும்...

(மகத காண்டம்: புறத்தொடங்கியது, பாடல் 3:8)

* இந்தப் பள்ளிதான் இன்று மஸ்ஜிது நபவீ என் வழங்கப்பட்டு, ஆண்டுதோறும் இலட்சக்கணக்கான மக்களால் தரிசிக்கப்படும் இடமாகத் திகழ்கிறது.

அமரிய நண்பின் தமருளும் தமராம்
யவனப்பாடி ஆடவர் தலைமகன்

– பெருங்காதை, இலாவணக் காண்டம், பாடல் **167-168**

என்று *யவனச்சேரி, யவனப்பாடி* எனத் தெளிவாகச் சொல்கிறது. கிழக்குக் கடற்கரையிலும் இத்தகைய குடியிருப்புகள் சில எழுந்தன. முகவை மாவட்டத்துக் கடற்கரைப் பகுதியை நத்தி வந்து குடியேறிய அரபு நாட்டாரின் நத்தம், பல இங்கு எழுந்தன. இன்றைய தேவிப்பட்டினத்தின் தென்பகுதி 'அரபத்தான் காடு'[5] (அரபு நத்தக்காடு) என்ற பெயரில் இன்னும் வழங்கப்பெறுகிறது. பெரியபட்டினம் கிராமத்தின் வடக்குப் பகுதியில் இருந்த இத்தகையதொரு நத்தம், 'நத்தக்காடு' என வழங்கப் படுகிறது. கீழக்கரைக்கு அண்மையில் உள்ள கிராமம் ஒன்று இன்றும் 'நத்தம்' என்றே பெயர் பெற்றுள்ளது.[6]

இந்தக் குடியிருப்புகள் பிற்காலக் கல்வெட்டுகளிலும் இலக்கியங் களிலும் 'அஞ்சுவண்ணம்' என்றும் 'அஞ்சுவன்னம்' எனவும் குறிப் பிடப்பட்டுள்ளன. கேரளத்தில் குடியிருந்த முஸ்லிம்களின் குடியிருப்பும் 'அஞ்சுவண்ணம்' என்று குறிக்கப்பட்டுள்ளது. இந்தக் குடியிருப்புகளில் இருந்த முஸ்லிம்கள் அஞ்சுவண்ணத்தினர் என அழைக்கப்பட்டனர். நாளடைவில் அவர்களுடைய சபை அஞ்சுவண்ணம் சுன்னத் ஜமாத் என்றும், அவர்களுடைய பள்ளிகள் அஞ்சுவண்ணப் பள்ளியென்றும் வழங்கப்பட்டன. நெல்லை மாவட்ட ஏர்வாடி நகரின் ஒரு பகுதி 'புலியூர் அஞ்சுவண்ணம்' என்று கல்வெட்டில் இடம் பெற்றுள்ளது.[7] குமரி மாவட்டத்தில் 'அஞ்சுவண்ணம்' என்ற சிற்றூர் உள்ளது. அஞ்சுமன் என்ற பாரசீகச் சொல்லின் தமிழ் விகாரம்தான் இந்தத் தமிழ்ப் பெயர் எனக் கருதப்படுகிறது.[8] மன்றம், குழு, சபை, சாத்து என்ற பொருளில் பாரசீக மொழியில் வழங்கப் பெறுவது அஞ்சுமன் ஆகும். ஒன்பதாம், பத்தாம் நூற்றாண்டின் மாறவர்மனின் தீர்த்தாண்டகக் கல்வெட்டிலும்[9] பாஸ்கர ரவிவர்மன் என்ற கேரள மன்னனின் கோட்டயம் கல்வெட்டிலும்[10] அஞ்சுவண்ணம் குறிக்கப்படுகின்றது. பழந்தமிழ்ப் பாடல் ஒன்றில், நாகப்பட்டினத்துக்கு அருகிலுள்ள ஒரு அஞ்சுவண்ணம் வர்ணிக்கப்படுகிறது.

குடக்கினிற் றுரங்கமும் வடக்கினிற் கலிங்கமும்
குணக்கினிற் பசும்பொனும் குளித்த தெற்கில்
அடிப்பரப் பிடைக்கலந் தனேக வண்ணமாக வந்
தஞ்சு வண்ணமுந் தழைத்தறத்தின் வண்ணமானவூர்...

என்பதே அந்தப் பாடலின் அடிகளாகும். மேலும் பதினைந்தாம் நூற்றாண்டுச் சிற்றிலக்கியமான *பல்சந்தமாலையில்* 'அயன்மிகு தானையர் அஞ்சு வண்ணத்தவர்' என்றும், பதினாறாம் நூற்றாண்டின்

தொடக்கத்தில் இயற்றப்பட்ட மிகுராஜ் மாலையில் 'அண்டர் தருவெனக் கொடுக்கு மஞ்சு வண்ண முசுலி மவர்கள்' என அஞ்சுவண்ணத்தினர் பேசப்படுகின்றனர்.[11] இதைப் போன்றே நெல்லை மாவட்டத்தில் சோனகன் விளையும், முகவை மாவட்டத்தில் சோனகன் பேட்டையும், தமிழ்மண்ணில் தழைத்து எழுந்த இஸ்லாமிய அரபியரின் குடியிருப்பு களையே சுட்டுவதாகும். இவை தமிழ்மண்ணில் தழைத்திருந்த பொழுதும் இந்தக் குடியிருப்புப் பகுதிகளின் முழு நிர்வாகத்தையும் இஸ்லாமியரின் சுயேட்சையான ஆட்சி அமைப்பு நிர்வகித்து வந்தது. இந்த அமைப்புகளின் இயக்கத்தில் இந்த நாட்டு மன்னர்கள் தலையிட வில்லை. இஸ்லாமியரின் வாழ்க்கை, செயல்பாடு, குற்றவியல் தொடர்பான அனைத்து நிலைகளிலும் அந்தத் தன்னாட்சி அமைப்பில் நடுநாயக மான நிலை கடைப்பிடிக்கப்பட்டது. காயல்பட்டினத்தில் இயங்கிய இஸ்லாமியத் தன்னாட்சி அமைப்பு பற்றி நூலாசிரியர் ஒருவர் குறிப்பிட்டுள்ளார்.[12] 'அஞ்சுவண்ணமும் தழைத்து அறத்தின் வண்ண மான ஊர்' என மேலே தனிப்பாடல் குறிப்பிடுவது இந்த ஆட்சி அமைப்பையும் அங்கு நிலவிய 'ஷரிஅத்' முறையையும் என்பது வெளிப்படை.

இத்தகைய அரபுக் குடியேற்றம் ஒன்று, மதுரையம்பதியில் இருந்ததை மதுரை கோரிப்பாளையம் தர்காவில் உள்ள கல்வெட்டு ஒன்று உறுதி கூறுகிறது.[13] இதைப்பற்றி மதுரைச் சீமை வரலாற்றின் ஆசிரியர் அலெக்ஸாந்தர் நெல்சன் குறிப்பிட்டு இருப்பதன் சுருக்கம் வருமாறு:

> ... மதுரை மன்னனாகிய கூன்பாண்டியன் இன்றைய கோரிப்பாளையம் எனப்படும் சொரிகுடி, சொக்கிகுளம், பீபிகுளம், கண்ணாரேம்பல், சிறுதூர், திருப்பாலை ஆகிய ஆறு பகுதிகளை அரபு வணிகர்களுக்குப் பதினாயிரம் பொன் பெற்றுக்கொண்டு கையளித்தான். தமிழ்நாட்டுக் கடற்கரையில் சிறப்பான வணிகத்தில் ஈடுபட்டிருந்த அவர்கள், மதுரையில் நிலையாகத் தங்குவதற்காக கோரிப்பாளையம் என்ற இந்தப் பகுதிகளைப் பாண்டிய மன்னனிடம் இருந்து பெற்று இருக்க வேண்டும். இந்த நிகழ்ச்சி பத்தாவது நூற்றாண்டிற்கு முன்ன தாக நடைபெற்று இருத்தல் வேண்டும். ஆனால், இந்த நிலங்களைப் பற்றிய உரிமைப் பிரச்சினையொன்று இஸ்லாமியர்களுக்கும் ஏனையோருக்கும் பின்னர் எழுந்த பொழுது, மதுரை மன்னனாக இருந்த வீரப்ப நாயக்கர் (1572-1595) நியாயப்பூர்வமாக விசாரணை நடத்தினார். கோரிப்பாளையம் தர்காவிற்கு நேரில் சென்று ஆவணங்களைப் பார்வையிட்டு, அந்த நிலங்களின் மீதான இஸ்லாமியரின் உரிமை உண்மையானதென்று கட்டளையிட்டுள்ளார். அதைக் கல்வெட்டிலும் சாலிவாகன சகாப்தம் 1495 பவ ஆண்டு

தை மாதம் பதினோராம் நாள் (1573) பொறித்துள்ளார். பிற்காலத்தில் இந்த நிலங்களைக் கோரிப்பாளையத்தில் எழுந்துள்ள தர்காவிற்கு உரிமை இழப்புக் காணியாக அரபு வணிகர்கள் விட்டுக் கொடுத்திருக்க வேண்டும்.[14]

தமிழ்நாட்டின் தலைமை நகரான மதுரையில் சுமார் ஆயிரம் ஆண்டு களுக்கு முன்னர் அரபு இஸ்லாமியர் குடியேற்றம் ஏற்பட்டிருந்தது என்பதை மேலே கண்ட வரலாற்றுச் செய்தி வெளிப்படுத்துகிறது. இதைப் போன்றே சோழர் தலைநகராகிய தஞ்சையிலும் அரபு இஸ்லாமியர்கள் இதே கால கட்டத்தில் இருந்து வந்ததை ராஜராஜ சோழனின் தஞ்சைப் பெரியகோயில் கல்வெட்டுத் தொடர் ஒன்றிலிருந்து சூசகமாகத் தெரிந்துகொள்ள முடிகிறது. 'தஞ்சைப் புறம்பாடி ராஜய வித்யாதரப் பெருந்தெருவில் இருக்கும் சோனகன் சாவூர்...' என்பதே அந்தக் கல்வெட்டுத் தொடராகும்.[15] ராஜேந்திர சோழனின் ஆட்சிக் காலத்திலும் செல்வாக்குடன் இருந்த இந்தச் சோனகர் 'கங்கை கொண்ட சோழபுரத்து ராஜய வித்யாதரப் பெருந்தெரு திருமந்திர ஓலை நாயகனான சோனகன் சாவூர்'[16] எனக் கோலார் கல்வெட்டில் குறிப்பிடப்பட்டுள்ளது. அரசரின் வாய்மொழி ஆணையை ஒட்டி வரைந்து வெளிப்படுத்தும் அலுவலர் திருமந்திர ஓலை எனப்படும் சோழர் காலத்திய சிறந்த செப்புப் பட்டயமான 'லெயிடன் கிராண்ட்' டில் (ஆனைமங்கலச் செப்பேடு) கைச் சாத்திட்டவர்களில் இன்னொரு இஸ்லாமியரின் பெயரும் இடம் பெற்றிருப்பது தெரிய வருகிறது. 'சத்திரிய சிகாமணி வளநாட்டு பட்டணம் கூற்றத்து சன்ன மங்கலத்து கரணத்தான் அகமது துருக்கன்' என அவர் குறிப்பிடப்படுகிறார்.[17] இன்றைய நாகப்பட்டினமும் அதைச் சூழ்ந்த பகுதியும்தான் இந்த வளநாடும் கூற்றமும் ஆகும்.[18]

இந்த இஸ்லாமிய அரபிகளை, ஏனைய வெளிநாட்டினரைப் போன்றே தமிழ் இலக்கியங்கள் பாகுபாடு இல்லாமல் ஒரு கால கட்டம்வரை 'யவனர்' எனக் குறிப்பிட்டு வந்தன. ஆனால், கி.பி.மூன்றாம் நூற்றாண்டிற்குப் பின்னர் தமிழகத்துடன் கிரேக்கர், ரோமர் ஆகியோரின் வணிகத் தொடர்புகள் முற்றாக முறிந்த பிறகு, தமிழகத்துடன் தொடர்பு கொண் டிருந்த மேனாட்டார் இஸ்லாமிய அரபிகள் மட்டுந்தான் என்பது தெளிவு.

இதை வலியுறுத்த பேரறிஞர் மு. ராகவ ஐயங்காரின் ஆராய்ச்சிக் கருத்துகள் இங்கு ஒப்புநோக்கத் தக்கனவாக உள்ளன. மகா வித்வான் அவர்கள், 'வெளிநாட்டு வியாபாரத் தொடர்புகள்' பற்றிய தமது கட்டுரையில்,[19]

...இவ்வாறு தமிழ்நாட்டில் மலிந்திருந்த யவனர் என்போர், கிரேக்கம், அரேபியா, எகிப்து முதலிய நாடுகளில் இருந்து வந்தவர்களே.

இவருள் கிரேக்க யவனர் இங்கு வந்து வியாபாரம் செய்தவராயினும், சங்க நாளிலும் அதன் பின்பும், *தமிழகத்தில் மிகுதியாகத் தங்கியவர்கள் சோனகர் என்னும் யவனராவர்.*

தமிழ்கூறும் பதினெண் தேயங்களில் ஒன்றான 'சோனகம்' பரத கண்டத்திற்கு மேற்பால் நாடுகளில் ஒன்று என்று சொல்லப்படுவதால் அது *அரேபியா* என்னும் தேசமாகக் கருதப்படுகிறது. *அபிதான சிந்தாமணி,* யவனர் என்பதற்கு அரபு நாட்டு மிலேச்சர் என விளக்கம் தந்துள்ளது. இன்றும், காயல்பட்டினம், கீழக்கரை ஆகிய கடற்கரைப் பகுதிகளில் இச்சோனகர் மிகுதியாக வாழ்கின்றனர். இவர்கள் முற்காலத்தே காவிரிப்பூம்பட்டினத்தில் வசித்து வந்த வியாபாரக் கூட்டத்தைச் சேர்ந்தவர் என்றும், பிற்காலத்தில் பாண்டிய நாடு அடைந்தவர் என்றும் தங்கள் ஆதி வரலாறு கூறுகின்றனர். இவர் களுடைய பூர்வபாஷை அரபு. ஆயினும், பன்னூற்றாண்டுகளாகத் தமிழகத்தில் தங்கிவிட்டார்கள். இதனாலும், தமிழருடன் சம்பந்தம் செய்தும், தமிழர் வழக்கங்களைப் பழகி வந்தமையாலும் இவர் தமிழ் மொழியே பேசுபவராயினர். தமிழ் மக்கள் இச்சோனகரை *யவனர்* என்னும் பெயரால் அழைத்துவந்தனர். 'சோனகர் யவனர்' என்பது *திவாகரத்தாலும்,* பத்துப்பாட்டில் 'யவனர்' என்னும் சொல் வருமிட மெல்லாம் நச்சினார்க்கினியர் 'சோனகர்' என உரை கூறிப் போந்ததாலும் விளங்கத்தக்கது.

'பிற்காலத்தில் இச்சோனகர் எல்லாம் தம் பழைய தேசத்தவர் போலவே, இஸ்லாத்தைத் தழுவலாயினர். இவர்களை 'யவனத் துருக்கர்' என்றார் அடியார்க்கு நல்லார். 'யவனர்' என்ற இலக்கியப் பிரயோகம் இஸ்லாமிய அரபிகளைத்தான் சுட்டுவதாக மகாவித்வான் அவர்கள் மேலே கண்டவாறு விளக்கம் கொடுத்துள்ளார்.

ஆசிரியர் பெயர் தெரிந்துகொள்ள இயலாத *பல்சந்தமாலை* பாடல் '...ஏழ் பெருந்தரங்கத்து யவனர், அல்லாவென வந்து...' என, அல்லாஹ்வைத் தொழுகின்ற அரபியர், *யவனர்* என்பதை ஐயமற அறுதியிட்டுக் குறிப்பிடுகிறது.[20] இந்த யவனர் என்ற சொல்லின் பிரயோகம் பதின்மூன்றாம் நூற்றாண்டிற்கு முற்பட்ட இலக்கியங் களில் மட்டும் காணப்படுவதால், இந்த நூலும் அந்த நூற்றாண்டை அல்லது அதற்கு அடுத்த நூற்றாண்டுகளைச் சார்ந்ததாக இருத்தல் வேண்டும். யவனர்கள் தங்கள் வீட்டுச் சாளரங்களுக்கு இட்ட மூடுதிரை போன்ற பட்டுத்திரை திருக்கோயில் கருவறைகளில் பயன் படுத்தப்பட்டது. அதைக் கல்வெட்டுகள் 'யவனிகை' எனக் குறிப்பிடு கின்றன.[21] இதே சொல், பின்னர் 'நமனிகை' என்றுகூட வழக்கு பெற்றது! யமன் என்ற சொல் 'நமன்' என்றாற் போல. இவ்விதம், இஸ்லாமிய அரபிகள் அந்தக் காலகட்டத்தில் தமிழகத்தில் தங்களுடைய இஸ்லாமிய வணிகச்

சாத்துக்களைப் பெருக்கிக் கொண்டதுடன் ஆங்காங்கே நிலையான குடியேற்றங்களை அமைத்துத் தமிழ்ச் சமுதாயத்தின் தவிர்க்க முடியாத அங்கமாகிவிட்டனர் என்பதும் தெளிவாகிறது. தங்களுடைய வளமையான வணிகத்தில் தனித்து நின்றதுடன் தமிழ் மண்ணுக்குரிய தண்ணளியிலும் மிகுந்து நின்றதை, அதே *பல்சந்த மாலையின்* இன்னொரு பாட்டில்,

வானது நாணக் கொடையா லுலகை வளர்த்தருளும்
சோனகர் வாழும் செழும் பொழில் சூழ்ந்து...[22]

என்று ஈதலறத்திற்கு இலக்கணமாகச் சுட்டப்படும் மாரியே நாணுமாறு இஸ்லாமியர்களின் புகழ் வாழ்க்கை அமைந்து இருந்தது சித்திரிக்கப் பட்டுள்ளது.

இங்ஙனம், அரபு இஸ்லாமியருக்கு அடுத்த தாயகமாகத் தமிழ்மண் விளங்கியது. எட்டாம் நூற்றாண்டின் தொடக்கத்தில் இராக் நாட்டு பஸ்ராவின் அதிபதியாக இருந்த ஹஜ்ஜாஜ் இப்னு யூசுப்பின் (ஹிஜ்ரி 41 முதல் 95 வரை) கொடுமைக்கு அஞ்சிய இஸ்லாமியர் பலர், கடல் வழியாக வந்து பாண்டிய நாட்டின் பழம்பெரும் துறையான கொற்கை யில் கரை இறங்கினர். அங்கு ஆட்சி செய்த பாண்டிய மன்னன், அவர்களை ஆதுரத்துடன் வரவேற்றுப் புகலிடம் வழங்கினான். இந்த அகதிகள் கொங்கணக் கரையில் குடியேறியதாகப் பாரசீக நூலாசிரியர் ஒருவர் தெரிவித்துள்ளார்.[23]

இது நிகழ்ந்தது கி.பி.714இல். அன்று முதல் இஸ்லாமியர் கொற்கை யில் நிலைத்து வாழ்ந்து வந்தனர். தங்களுடைய தாயகமான கெய்ரோ வாகவே (பின்னர் காயலான) கொற்கையை 'காயிறூன்' எனவும் வழங்கினர். அங்குள்ள செப்புப் பட்டயமொன்றில் பொறித்துள்ளவாறு அப்பொழுது 226 சோனகர், காயலை வந்தடைந்ததாகத் தெரிகிறது. அவர்களின் விவரம்:

1.	ஹாஷிம் வம்சத்தார்	23 பேர்
	நாச்சியார் பெண்டுகள்	*9*
	அடிமைகள்	*4*
2.	பாரூக் வம்சத்தார்	*43*
	நாச்சியார் பெண்டுகள்	*16*
	பெண்கள்	*9*
	அடிமைகள்	*7*
3.	பாக்கீர் வம்சத்தார்	*39*
	நாச்சியார் பெண்டுகள்	*24*
	அடிமைகள்	*12*

4.	உமையா வம்சத்தார்	14
	நாச்சியார் பெண்டுகள்	5
	அடிமைகள்	5
	இராணுவ வீரர்	16
	சவரகர்	3
	மொத்தம்	229

இந்தச் செய்தியை வரலாற்று ஆசிரியர் கர்னல் வில்க்ஸூம் தமது நூலில் உறுதிப்படுத்தியுள்ளார்.[24] எட்டாம் நூற்றாண்டின் தொடக்கத்தில் இராக் ஆளுநராக பஸ்ராவில் இருந்த ஹிஜாஜ் பின் குஸாம், ஹாஸிம் குலத்தவரைத் தாயகத்தைவிட்டு ஓடி உயிர் தப்பும் அளவிற்குக் கொடுமைப்படுத்தியதாக அந்த நூலில் வரைந்துள்ளார். இவர்களைப் பின்பற்றி, பிறிதொரு அணியினர் அரேபியாவின் அதிபதியாக இருந்த அப்துல்லாஹ் மாலிக் பின் மர்வானின் கொடுங்கோலுக்குத் தப்பி, அரேபியாவின் தென்பகுதி வழியாக இந்தியாவின் மேற்கு, கிழக்குக் கடற்கரையை அடைந்தனர். ஆங்கில கிழக்கிந்தியக் கம்பெனியாரின் இன்னொரு ஆவணத்தின்படி, காயல்பட்டினத்தில் அரபு முஸ்லிம்கள் கி.பி. ஒன்பதாம் நூற்றாண்டில், அரபித் தாயகத்திலிருந்து குடியேறி, அங்கு அறுபத்துநான்கு தொழுகைப் பள்ளிகளை அமைத்தனர் என்றும், தென்னை, பனை மரத் தோப்புகள் பலவற்றை ஏற்படுத்தினர் என்றும் தெரிகிறது. இவர்களும் இவர்களுடைய வம்சாவளியினரும் சோழ மண்டலத்தின் எதிர்க் கரையான ஈழத்துடனும் வணிகத் தொடர்பு களைப் பெருக்கினர். ஈழத்தின் வடக்கு, வடகிழக்கு, தெற்குப் பகுதிகளில் - திருக்கோணமலை, யாழ்ப்பாணம், மாதோட்டம், மன்னார், புத்தளம், கொழும்பு, வேருவிளை, காலி ஆகிய பகுதிகளில் – இஸ்லாமியர்களின் முதலாவது குடியிருப்புகளை நிறுவினர். இவர்கள் ஈழத்தின் முத்துக் களையும் மணிகளையும் பெற்றுக்கொண்டு, தங்கள் நாட்டுத் தங்கம், செம்பு, பட்டு, மட்கலங்கள், குதிரைகள் ஆகியவற்றைப் பண்டமாற்றில் வழங்கியதாக வரலாற்று ஆசிரியர் நிக்கோலஸ் பரணவிதான குறிப்பிட்டுள்ளார்.[25]இன்னொரு நூலாசிரியரான ஜட்ஜ் காசி செட்டியும் இலங்கை முஸ்லிம்களைப் பற்றிக் குறிப்பிடு கையில், அவர்கள் முதலில் குமரிமுனைக்குக் கிழக்கே உள்ள காயல் பட்டினத்தில், எட்டாம் நூற்றாண்டில் குடியேறிய பின்னர் இலங்கைக்கு வந்ததாக வரைந்துள்ளார். இந்த ஊர் முன்னால் சோனகர் பட்டினமாக வழங்கி வந்ததாக டாக்டர் கால்டுவெல் குறிப்பிட்டு உள்ளார்.[26]

3

துலுக்கர்

துலுக்கர்களைப் பிற்காலத் தமிழ் இலக்கியங்கள் சோனகர், துருக்கர், ராவுத்தர் என இனம் பிரித்துக் காட்டியுள்ளன. இந்தச் சொல் தமிழகத்தில் பதினோராம் நூற்றாண்டிலேயே வழக்கில் இருந்தமைக்குச் சான்றாக பதினோராம் நூற்றாண்டு இலக்கியமான ஜெயங்கொண்டாரின் கலிங்கத்துப்பரணி, காஞ்சிபுரம் மாளிகையில், முதற் குலோத்துங்க சோழ மன்னனுக்குத் திறையளந்த நாற்பத்து எட்டுத் தேய மன்னர்களின் பட்டியலில் துருக்கரையும் சேர்த்துள்ளது.[1] அதே மன்னன்மீது புனையப் பட்டுள்ள பிள்ளைத் தமிழில், கவியரசு ஒட்டக்கூத்தரும் துருக்கரைப் பற்றிய குறிப்பைத் தருகிறார்.[2] மகாகவி கம்பனின் இராமாவதாரமும் 'துருக்கர் தரவந்த வயப்பரிகள்...' எனக் குறிப்பிட்டுள்ளது.'[3] துருக்கி நாட்டிலிருந்து வந்த இஸ்லாமியர்கள் என்ற பொருளில் இந்தச் சொல் துருக்கர் என்றும், நாளடைவில் துலுக்கர் எனவும் மருவி வழங்கியுள்ளது. இந்தச் சொல் வடமொழி, தெலுங்கு இலக்கியங்களிலும் கல்வெட்டு களிலும் 'துருஷ்கா' எனப் பயன்படுத்தப்பட்டு உள்ளது. 'சீமத்த சனீகார துலுஸ்க தானுஸ்க' என்பது தாராபுரம் கல்வெட்டுத் தொடரில் உள்ள விருதாவளி (சிறப்புப் பெயர்) ஆகும்.[4] விஜய நகர மன்னர்களுக்கு 'துலுக்க மோகந் தவிழ்ந்தான்', 'துலுக்க தளவிபாடன்' என்பனவும் அவர்கள் விருதாவளி எனத் தெரியவருகிறது.[5] வீரபாண்டிய தேவரின் நிலக்கொடையொன்றில் எல்லை குறிப்பிடும் பொழுது கோவை மாவட்ட பாரியூர் கல்வெட்டு, 'கிழக்குப் புரட்டலுக்கு மேற்கு, துலுக்கன் பட்டி நேற் மேற்கு' என வரையறுத்துள்ளது.[6] கொங்கு நாட்டில், துலுக்கர் பன்னிரண்டாம் நூற்றாண்டில் நிலைத்துவிட்டதை இந்தக் கல்வெட்டு உறுதிசெய்கிறது. மற்றும் தாராபுரம் கல்வெட்டு 'துலுக்கர் பள்ளியாகி தானம் தெரியாமலாகிவிட்ட....'[7] என்ற 14ஆம் நூற்றாண்டின் கல்வெட்டுத் தொடரும், 'முன்னாள் ராஜராஜன் ஸ்ரீசுந்தர பாண்டியத் தேவர் துலுக்கருடன் வந்த நாளையில்...' என்ற திருக்களர் கல்வெட்டும்[8], 'துலுக்கர் பலசேமங்கள் தப்பித்து...' என்ற திருவொற்றியூர் கல்வெட்டுத் தொடரும் துலுக்கர் பற்றிய வரலாற்றுச் செய்திகளைக் குறிப்பிட்டு, துலுக்கர்

தமிழ்மண்ணில் தழைத்துவிட்ட பாங்கைக் கோடிட்டுக் காட்டுகின்றன. இன்றைக்கும் தமிழ்நாட்டில், சில பகுதிகளில் உள்ள சிற்றூர்கள் 'துலுக்கர்' குடியிருப்பைக் குறிக்கும் வகையில் அவற்றின் ஊர்ப்பெயர்கள் அமைந்துள்ளன. அவை,

1. துலுக்கப்பட்டி   - வில்லிப்புத்தூர் வட்டம்
2. துலுக்கப்பட்டி   - சாத்தூர் வட்டம்
3. துலுக்கப்பட்டி   - விருதுநகர் வட்டம்
4. துலுக்கன் குளம்   - நெல்லை வட்டம்
5. துலுக்கன் குளம்   - ராஜபாளையம் வட்டம்
6. துலுக்கன் குளம்   - அருப்புக்கோட்டை வட்டம்
7. துலுக்கன் குறிச்சி - முதுகுளத்தூர் வட்டம்
8. துலுக்க முத்தூர்   - அவினாசி வட்டம்
9. துலுக்க மொட்டை   - கோவை வட்டம்
10. துலுக்கத் தண்டாளம் - காஞ்சி வட்டம்

பன்னிரண்டாவது நூற்றாண்டைச் சேர்ந்த திருப்பத்தூர் கல்வெட்டில் 'துலுக்கராயன் குழி' என்ற நிலஅளவை குறிப்பிடப்பட்டுள்ளது.[9] இதிலிருந்து துலுக்கரில் சிறப்புடையவர் 'துலுக்கராயன்' என அழைக்கப் பட்டார் என்பது புலனாகிறது. மேலும், தமிழகத்தில் இந்தத் துலுக்கர் களின் குடியிருப்பைக் குறிக்க துலுக்கானம் என்ற புதிய சொல் வழக்கில் வந்துள்ளது. இந்தச் சொல்லும் அதே நூற்றாண்டில் உருவானதாக இருக்க வேண்டும். திரிகூடராஜப்பக் கவிராயரின் 'திருக் குற்றாலக் குறவஞ்சியிலும்'[10] இராமநாதபுரம் மன்னர் 'திருமலை சேதுபதி' பற்றிய வண்ணத்திலும்[11] இந்தச் சொல் ஆளப்பட்டுள்ளது. இத்தகைய துலுக்காணத்தில் இருந்த நாயக்கர் ஒருவரின் பெயரில் இந்தச் சொல் ஒட்டிக்கொண்டுள்ளதைப் பதினாறாம் நூற்றாண்டுக் கல்வெட்டுச் செய்திகளில் வெளிப்படுத்தப்பட்டுள்ளது. அவருடைய பெயர் ஏரமஞ்சி துலுக்கான நாயக்கர் என்பதாகும். இவர் பல திருப்பணி களைச் செய்துள்ளார். அதன் காரணமாகச் சேலம் ஆறகழூர் வட்டம் பணத்தளை என்ற ஊர் 'துலுக்கான நாயக்கர் பேட்டை' என்ற புதுப் பெயருடன் வழங்கப்பட்டது.[12]

இவை போன்றே துலுக்கரின் ஆட்சியைக் குறிக்க 'துலுக்காணியம்' என்ற புதுச்சொல் உருவாக்கப்பட்டது. பதினான்காம் நூற்றாண்டில் மதுரையைக் கோநகராகக் கொண்டு ஆட்சி செய்த மதுரை சுல்தான் களின் ஆட்சி 'துலுக்காணியமாக இருந்தது' என மதுரைத் தல வரலாற்றில் குறிக்கப்பட்டுள்ளது.[13] காளையார் கோவிலில் உள்ள கி.பி. 1532ஆம் ஆண்டில் பொறிக்கப்பட்ட கல்வெட்டு, தமிழகத்தில் நிலவிய துலுக்கர்

துலுக்கர் ♦ 21

ஆட்சியைத் 'துலக்க அவாணம்', 'துலுக்க அவாந்தரம்' எனவும் குறிப்பிடுகிறது.[14] இன்னும், 'துருக்கர் ராச்சியமாய் பல சேமங்கள் தப்பித்து' என்ற திருவொற்றியூர் கல்வெட்டுத் தொடரும்[15] துலுக்கர் பற்றிய வரலாற்றுச் செய்திகளைக் குறிப்பிட்டு, துலுக்கர் தமிழ் மண்ணில் தழைத்துவிட்ட விவரங்களைக் கோடிட்டுக் காட்டுகின்றது. இன்னும் துலுக்கர் இனத்தைக் குறிப்பிட, 'துலுக்கு' என்ற சொல்கூடக் கையாளப் பட்டுள்ளது. திருவீழிமழலை திருக்கோயிலில் அர்ச்சகர் ஒருவர் புரிந்த அட்டூழியத்தைத் தத்துவப் பிரகாசர் என்ற புலவர், விஜயநகரப் பேரரசருக்கு ஒரு செய்யுள் மூலமாகத் தெரிவித்தார்.

ஊழித் துலுக்கல்ல, ஒட்டியான் துலுக்குமல்ல
வீழித்துலுக்கு வந்துற்றதே...[16]

என்பது அந்தக் கவியின் பகுதியாகும். இவ்விதம் துலுக்கர் என்ற சொல், 'துலுக்கு' என்று மருவி, பிற்காலத்தில் 'மலுக்கு' என்றுகூட பிரயோகம் பெற்றிருப்பதைப் பல நூல்களில் காணலாம். இன்னும், இந்தத் 'துருக்கர்', 'துலுக்கர்' என்ற சொற்களை வேராகப் பெற்றுப் பல புதிய தமிழ்ச் சொற்கள் தமிழ் வழக்கிற்கு வந்துள்ளன. அவற்றில் சில:

துருக்கம்	- செல்லுதற்கரிய இடம், காடு, மலையரசன்
துருக்கம்	- கஸ்தூரி, குங்குமம்
துருக்க வேம்பு	- மலை வேம்பு
துருக்கற்பொடி	- செம்பிளைக் கற்பொடி
துருக்கமாலை	- குங்கும மலர்மாலை
துருக்கத்தலை	- கரு நிறமுள்ள கடல் மீன் வகை
துலுக்கி	- சிங்காரி
துலுக்கடுவன்	- ஒருவகை நெல்
துலுக்கப்பூ	- துலுக்கச் செவ்வந்தி
துலுக்க மல்லிகை	- பிள்ளையார் பூ என வழங்கப்படும் மலர், செடி
துலுக்கப் பசளை	- கீரை வகை
துலுக்கப் பயறு	- பயறு வகை
துலுக்கக் கற்றாழை	- கரிய பவளம் (நாட்டு மருந்து)

'துருக்கர் நாடு' என்ற நிலக்கூறு இருந்ததைப் பதின்மூன்றாவது நூற்றாண்டு இலக்கிய கர்த்தாவான பரஞ்சோதி முனிவர், தமது *திருவிளையாடல் புராணத்தில்* குறிப்பிட்டுள்ளதும்[17] இங்கு பொருத்த முடையதாக உள்ளது. மற்றும், *ஷர்பத், சிப்பாய், மணங்கு, தர்பார், தைக்கா, வக்கீல், அமீர், உலமா, காஜி, ஜாகிர், ஜமீன்தார்* போன்ற துருக்கி மொழிச் சொற்களும் தமிழ்ச் சொற்களாக வழக்கிற்கு வந்துள்ளன.

4

சோனகர்

இவ்விதம் தமிழகம் போந்த இஸ்லாமிய அரபுகளைத் துருக்கர் என அழைப்பதுடன் *சோனகர்* என அழைக்கும் வழக்கமும் வந்தது. வில்லியம் லோகான் என்ற ஆங்கில நூலாசிரியர், *யவனக* என்ற சொல்தான் சோனகராகிவிட்டதாகக் கருத்துத் தெரிவித்துள்ளார்.[1] 'யோனா' என்ற பிராகிருதச் சொல்லின் மூலமாகப் பிறந்தது 'சோன' என்றும், அத்துடன் தமிழ் 'க' விகுதி சேர்ந்து 'சோனக' எனத் தமிழ் வடிவம் பெற்றுள்ளது எனத் தமிழகத் தொல்பொருள்துறை இயக்குநர் முனைவர் இரா. நாகசாமி அவர்களும் குறிப்பிட்டுள்ளார்.[2] ஆனால் கி.மு. மூன்றாம் நூற்றாண்டில் இருந்த சோனகர் என்ற பௌத்தப் பிக்குவின் குறிப்பை மகாவம்சத்தில் படிக்கும் போது, பாலி மொழி இந்தச் சொல்லுக்கு மூலமாக இருக்கலாம் என்பதும் சிந்திக்கத்தக்கதாக உள்ளது.[3]

ஆதியில் இந்தச் சொல் எட்டாம் நூற்றாண்டு முதல் இஸ்லாமிய அரபிகளைத்தான் குறித்து வந்துள்ளது. பொன்னுக்கு 'சோன' (சொர்ண) என்ற பெயரும் உண்டு. 'பொன்னொடு வந்து கறியோடு பெயரும்' பண்டமாற்று முறையில் பொன்னைக் கொண்டுவந்து, தமிழகம் பொருட்களைப் பெற்றுச் சென்ற காரணத்தினாலும் அவர்கள் சோனகர் என வழங்கப்பட்டு இருக்கலாம். பதினொன்றாம் நூற்றாண்டு முதல், இந்தச் சொல் தமிழ் வழக்கில் இருந்ததை ராஜராஜ தேவனின் தஞ்சைப் பெருவுடையார் கோவில் கல்வெட்டுகள் உறுதி செய்கின்றன. 'சோனகன் சாவூர்' என்பவரும் 'சோனக சிடுக்கு' என்ற அணியும் குறிப்பிடப்பட்டுள்ளன.[4] மற்றும், அந்த மன்னனின் பதினைந்தாம் ஆட்சியாண்டுக் கல்வெட்டு 'சோனக வரி' பற்றிய குறிப்பைத் தருகிறது.[5] இந்த மாமன்னனின் மைந்தனான இராஜேந்திர சோழனின் கோலார் கல்வெட்டில், 'திருமந்திர ஓலை நாயகன் கங்கைகொண்ட சோழபுரத்து ராஜ்ய வித்தியாதரப் பெருந்தெரு சோனகன் சாவூர்' என்பவரைக் குறிப்பிடுகிறது. மதுரைப் பாண்டியரின் வாரிசுப் போரில் பராக்கிரமப் பாண்டியனுக்கு உதவ வந்த சிங்களப் படையை, இராமநாதபுரம் மாவட்டம் செம்பொன்மாரி அருகில், கி.பி.1170இல், பரிசுப்

பொருட்களுடன் அங்கிருந்த சோனகர் வரவேற்று மகிழ்ந்ததாக இலங்கை வரலாற்று நூலான *மகாவம்சத்தை* மேற்கோள்காட்டி பேராசிரியர் எஸ். கிருஷ்ணசாமி ஐயங்கார் வரைந்துள்ளார்.[6] இந்தச் செம்பொன்மாரிக்கு அண்மையில் அரபிகளின் அஞ்சுவண்ணம் அமைந்திருந்ததை ஒருவாறு ஊகிக்க முடிகிறது.

பாண்டியர் கல்வெட்டுகளில் இருந்தும், தமிழகத்தில் சோனகர் பற்றிய விவரங்கள் தெரிய வருகின்றன. பாண்டியரின் மெய்க்கீர்த்திகளில், பல நாட்டவர்களில் ஒருவராக சோனகர் சொல்லப்பட்டு இருக்கின்றனர்.

குச்சரரும் ஆரியரும் கோசலரும் கொங்கணரும்
வச்சிரரும் காசியரும் மாகதரும்
அருமணரும் *சோனகரும்* அவந்தியரு முதலாய...

என்பது சடையவர்மன் சுந்தர பாண்டியன் **(1258-1277)** மெய்க் கீர்த்தியின் ஒரு பகுதியாகும்.[7] பாண்டியன் திருபுவனச் சக்கரவாத்தி சுந்தர பாண்டியனின் கல்வெட்டு ஒன்று 'சோனகற்கு சீவிதமாக அடைந்த நாளில்' என அவர்கள் பாண்டிய நாட்டில் புகலிடம் பெற்றதைக் குறிப்பிடுகிறது.[8] பாண்டியன் கோனேரின்மை கொண்டானது திருப்புல்லாணிக் கோயில் கல்வெட்டு, 'பவுத்திர மாணிக்கப் பட்டினத்து சோனக சாமந்தப் பள்ளிக்கு' சில ஊர்களை இறையிலியாக வழங்கப் பட்ட ஆணையைத் தெரிவிக்கிறது.[9]

இதை, அந்தந்த நூற்றாண்டுகளில் எழுந்த தமிழ் இலக்கியக் குறிப்புகளும் உறுதிப்படுத்துகின்றன. பன்னிரண்டாம் நூற்றாண்டு இஸ்லாமிய இலக்கியமான *பல்சந்தமாலை*, சோனகர் தமிழக வணிகத்தில் வளர்ந்தோங்கி விளங்கியதுடன், தமிழ் மண்ணுக்குரிய தண்ணளியிலும், தாளாண்மையிலும் மிக்கு நின்றதைச் சுட்டிக் காட்டுகிறது.

வானது நாணக் கொடையாலுலகை வளர்த் தருளும்
சோனகர் வாழும் செழும்பொழில்...'

என ஈதல் அறத்திற்கு இலக்கணமான மாரியை நாணுமாறு இஸ்லாமியரின் கொடை வாழ்க்கை அமைந்து இருந்ததைக் கோடிடுகிறது.[10] இத்தகு செழுமையான சமுதாயத்தில், பிற்காலத்தில் ஈந்து சிவந்த இருகரத்துச் சீதக்காதி வள்ளல் தோன்றியதில் வியப்பு இல்லைதான். பன்னிரண்டாம் நூற்றாண்டில் வாழ்ந்தவரான பெரும்பற்றப் புலியூரார் தமது திருவாலவாயுடையார் புராணத்தில் சோனகரைக் குறிப்பிட்டுள்ளார்.[11] பதின்மூன்றாம் நூற்றாண்டுப் பேரிலக்கியமான *இராமாயணம்* யுத்த காண்டம் ஊர்தேடு படலத்தில் சோனகர் மனை பற்றிய குறிப்பு உள்ளது.[12] பதினான்காம் நூற்றாண்டு உரை ஆசிரியரான நச்சினார்க்கினியர், பத்துப்பாட்டில் யவனர் என்ற சொல்லுக்குச் *சோனகர்* என்றே

பொருள் பிரித்துள்ளார். இவரை அடுத்து வாழ்ந்த பரஞ்சோதியாரும் தமது *திருவிளையாடல் புராணத்தில்* திருமணப் படலத்தில் சோனகர் பற்றிப் பாடியுள்ளார்.[13] அதே காலவரையில் படைக்கப்பட்டுள்ள *சூடாமணி, திவாகர நிகண்டுகளில்* சோனகருக்கு விளக்கம் வரையப் பெற்றுள்ளது. தமிழ்மொழி வழங்கிய பதினெட்டுத் தேசங்களில் சோனகமும் ஒன்று என நன்னூலில் ஆசிரியர் பவணந்தியார் குறித்துள்ளார். இவர் பதின்மூன்றாம் நூற்றாண்டில் வாழ்ந்தவர். சென்னைப் பல்கலைக்கழகப் பேரகராதியான லெக்சிகன் 'சோனகம்' இந்தியத் துணைக் கண்டத்திற்கு மேற்கே உள்ள அரேபிய, பாரசீக நாடுகள் எனத் தெளிவுபடுத்தியுள்ளது. சிலப்பதிகார உரையாசிரியரான அடியார்க்கு நல்லார், பழந் தமிழ்நாட்டில், குரவைக்கூத்து, ஆய்ச்சியர் கூத்து போன்று, 'சோனகக் கூத்து' என ஒருவகைக் கூத்து நடிக்கப் பட்டதைத் தமது உரையில் வரைந்துள்ளார். அதைத் 'துஞ்சாத அம்மைப்பூச் *சோனக மஞ்சரி*' எனக் குறிப்பிட்டுள்ளார். கடற்கரைப் பட்டினங்களான தொண்டி, மண்டபம், வேதாளை, கீழக்கரை, தூத்துக்குடி, காயல்பட்டினம், கடலூர் ஆகிய ஊர்களில் வழக்கில் உள்ள *சோனகர் தெரு* என்ற பகுதிகள், பழந்தமிழர்களின் குடியிருப்புக் களிலிருந்து இவர்களுடைய மனைகளை வேறுபடுத்திக் காட்டு வதற்காகவே எழுந்தவையாகும். அவை போன்றே, அவர்களுடைய குடியிருப்புகளில் சில, அவர்களுடைய தொன்மையைச் சுட்டும் வகையில் *சோனகன் பேட்டை* (இராமநாதபுரம் மாவட்டம்) *சோனகன் விளை* (நெல்லை மாவட்டம்) என்ற பழம்பெயர்களுடன் இன்றும் வழங்கிவருகின்றன. இதை 'நெய்தல் சார்ந்த மருதத்தில் நேர்வார் துலுக்கர், சோனகராம்' எனப் பிரபந்தத் திரட்டு சுட்டியுள்ளது.[13] அதே நூலில் இன்னொரு பாடல், பச்சைமலை, கருப்பாறு, வச்சிர வளநாடு, காயல்பட்டினம், ஊர் மாலை, குங்குமம், பசும்புரவி, வெள்ளை யானை, சிங்கக் கொடி ஆகியவை சோனகருக்கு உரியன என்பதாகக் குறிப்பிடுகிறது.[14]

சோனக வாளை, சோனகத் கெளுத்தி என்ற மீன் வகைகளைப் பற்றிய விவரங்கள் பேரகராதியான லெக்சிகனில் கொடுக்கப்பட்டுள்ளன.[15] இன்னும் *சோனகச் சிடுக்கு* என்றதொரு அணியும் தமிழ் மகளிரின் அணிகலன்களில் ஒன்றாக இருந்தது தஞ்சை பெருவுடையார் கோவில் கல்வெட்டுகளில் காணப்படுகின்றது.[16] இவையும், இவை போன்ற ஏனைய வரலாற்று, இலக்கியத் தடயங்களும் வணிகத்திற்காக அரபு நாடுகளில் இருந்து தமிழகம் போந்த இஸ்லாமியர் இந்த மண்ணின் நல்ல மரபுகளுக்கு இயைந்து இஸ்லாமியத் தமிழர்களாகி, துலுக்கராகி, பின்னர் சோனகர் என்ற புதுச்சொல்லாலும் வழங்கப்பட்டு வந்தனர் என்பதை ஒருமுகப்படுத்தி உறுதி சொல்வதற்கு உதவுகின்றன. இவ்விதம் சோனகர் தமிழ்ச் சமுதாயத்தின் பல துறைகளிலும் கலந்து தமிழர்களாகவே

மாறிவிட்ட பொழுதிலும் ஆந்திர மாநிலத்தில் ராஜராஜ சோழனின் ஆட்சிப்பகுதியான திருக்காளத்தியில் நிலைத்திருந்த சோனகர்களிடமிருந்து *சோனக வரி* வசூலிக்கப்பட்ட செய்தியும் நமது வரலாற்றில் உள்ளது.[17]

5

ராவுத்தர்

பத்தாம் நூற்றாண்டின் இறுதியில் எழுந்து, பதினொன்றாம் நூற்றாண்டில் பரந்து விரிந்த சோழப் பேரரசின் நெருக்கம் காரணமாகத் தென்னகத் திற்கும் அரபு நாடுகளுக்குமிடையே நிகழ்ந்த பண்டமாற்று அதுவரை இல்லாத அளவிற்கு விறுவிறுப்பை எட்டியது. அராபிய பாரசீக நாட்டுக் குதிரைகள் அதில் முதன்மை இறக்குமதிப் பொருள்களாய் இருந்தன. கடைச்சங்க நூலான *பட்டினப்பாலை*, 'நீரின் வந்த நிமிர் பரிப்புரவி' நிறைந்த பூம்புகார்த் துறையைச் சித்திரிக்கிறது.[1]

விழுமிய நாவாய் பெரு நீரோச்சுநர்
நனைந்தவை தேஎத்து நன்கலனுய்ம்மார்
புணர்ந்துடன் கொணர்ந்த புரவியோ டனைத்தும்
வைகறொறும் வழி வழி சிறப்பு...

என்று *மதுரைக் காஞ்சி*, புரவிகள் வந்த வழியைச் சிறப்பித்துச் சொல்கிறது.[2]

தறுகண் ஆண்மைய, தாமரை நிறத்தன, தகை சால்
மறுவில்லான் குளம் புடையவன்...

என்றும்,

பீள மா மயிலெருத் தன்னப் பெருவனப்புடையன
மாலை மா ராட்டத் தகத்தன வளரிளங் கிளியே
போது மேனிய ...[3]

எனக் குதிரையின் அழகில் மனதைப் பறிகொடுத்துப் பாடுகிறார் *சீவகசிந்தாமணி* ஆசிரியர்.

குதிரைகள், தமிழ்நாட்டிற்குப் புதுமையானவை அல்ல. குதிரை களின் வண்ணம், வடிவு, தன்மை ஆகிய இயல்புகளைக் கொண்டு அவற்றுக்குப் பாடலம், கோடகம், இவுளி, வண்ணி, பரி, கந்துகம், புரவி, கனவட்டம், துரகம், கற்கி, அச்சுவம், துரங்கம், யவனம், குரகதம், வையாளி எனப் பல பெயர்கள் தமிழ் இலக்கியங்களில் சூட்டப்பட்டுள்ளன. இன்னும் அவற்றின் உடற்கூறு இலக்கணங்களையும் வரையறுத்துப் பல

நூல்களில் விரிவாகக் கூறப்பட்டுள்ளன. பரஞ்சோதி முனிவர், தமது பெருநூலான *திருவிளையாடல் புராணத்தில்* பல வகையான பரிகளையும் அவற்றின் இயல்புகளையும் அவை எந்தெந்த நாடுகளைச் சார்ந்தவை என்பதையும் விவரமாகக் குறிப்பிடுவதுடன், 'யவனம்' என்ற வகைப் புரவி மக்கத்தில் (மக்காவில்) உள்ளவை எனப் பாகுபடுத்திப் பாடியுள்ளார். கடம்பர்களும் பல்லவர்களும் தங்களுடைய ஆட்சியில் குதிரைகளை நம்பி இருந்ததாகப் பேராசிரியர் நீலகண்ட சாஸ்திரிகள் வரைந்துள்ளார்.[4] தொன்றுதொட்டுத் தமிழ்நாட்டின் நால்வகைப் படைப் பகுப்பில் குதிரைப்படையும் ஒரு பிரிவாக இருந்து வந்துள்ளதை யாவரும் அறிவர். அறுபத்து நான்கு கலைகளில் குதிரை ஏற்றமும் ஒன்றாக இருந்தது. போரில் குதிரையின் மறத்தைப் பற்றிப் பாடுவதற்கான துறையொன்று வகுக்கப்பட்டிருந்ததைப் புறப்பொருள் வெண்பாமாலை சுட்டுகின்றது. பத்தாம் நூற்றாண்டில், சோழப் பேரரசுப் பெருக்கத்திற்குக் குதிரைகள் பெருமளவில் தேவைப்பட்டன. இந்த உண்மையை அந்தக் காலத்து இலக்கியங்களான *கலிங்கத்துப்பரணி, குலோத்துங்கச் சோழன் பிள்ளைத் தமிழ், மூவருலா, முத்தொள்ளாயிரம்* ஆகிய இலக்கியங்களில் சோழர்களின் வெற்றியுடன் குதிரைகள் பற்றிய புகழ்ச்சியும் புனைந்து ஆங்காங்கே குறிப்பிடப்படுகிறது. பாரசீக, அரபு நாடுகளில் இருந்து, சோழநாட்டில் குதிரைகள் இறக்குமதி செய்யப்பட்ட பொழுது அரபு முஸ்லிம்களும் தமிழகத்திற்கு உடன் வரவேண்டிய நிர்ப்பந்தமும் ஏற்பட்டது. தொடக்கத்தில், குதிரைகள் பெரும்பாலும் கொங்கண, கேரளக்கரைப் பட்டினங்களில் கரை இறக்கப்பட்டு, கொங்கு நாட்டு வழியாகச் சோழ நாட்டிற்குள் கொண்டு வரப்பட்டன. இன்னும், கோழிக்கோடு நகரில் குதிரை வட்டம் என்ற பகுதியும், கோயம்புத்தூர் மாவட்டத்தில் குதிரைப்பாளையம் என்ற ஊரும் இருப்பது இங்கு நினைவுகூரத்தக்கது. இத்தகைய வணிகத்தில் ஈடு பட்டுள்ளவர்களைக் 'குதிரைச் செட்டிகள்' எனக் கல்வெட்டுகளும் இலக்கியங்களும் குறிப்பிடுகின்றன.[5]

அரபுக்குடா நாட்டுக் குதிரைகளின் நடமாட்டமும் வணிகமும், பிற்காலப் பாண்டியப் பேரரசுக் காலத்திலும் தொடர்ந்து விறுவிறுப்பாக நடைபெற்றன. ஆண்டுதோறும் பதினாயிரம் குதிரைகள் பாண்டிய நாட்டுப் பெருந்துறைகளான காயல்பட்டினம், தேவிப்பட்டினம் ஆகிய துறைகளில் கரை இறக்கப்பட்டன.[6] அங்கிருந்து, அவை முறையே நெல்லைக்கும் மதுரைக்கும் நடத்திக் கடத்திச் செல்லப்பட்டன. அந்த வழிகளில் ஒன்று இன்னும் முதுகுளத்தூர் வட்டத்தில் 'குதிரை வழிக்காடு' என்று வழங்கப்படுகிறது. அந்த வழியைத் தொடர்ந்து திருச்செந்தூர் பரமன்குறிச்சியில், 'குதிரை வழிக்குளம்' இருந்து வருவது ஆராயத்தக்கது. இந்தக் குதிரைகளைப் பாண்டியனுக்காகப் பெற்றுவரச்

சென்ற வாதவூரர், திருப்பெருந்துறையில் திருப்பணி செய்து தீட்சை பெற்று மாணிக்கவாசகரான கதையைத் திருப்பெருந்துறைப்புராணம், 'கோட்டமிலா மாணிக்கவாசகர் முன் குதிரை ராவுத்தனாக' இறைவன் வந்து நின்றதாகக் குறிப்பிடுகிறது.[7] அந்தத் திருப்பெருந்துறையில் உள்ள ஆலயத்தின் முகப்பு மண்டபம், குதிரை வீரர் சிற்பங்களுடன் அமைக்கப் பட்டு இருப்பதுடன், 'ராவுத்தர் மண்டபம்' என வழங்கப்படுதலும் ஈண்டு குறிப்பிடத்தக்கது. மதுரை *திருவிளையாடல் புராணத்தில்*, பரஞ்சோதி முனிவர், குதிரை வணிகராக வந்த கூடல்மாநகர இறைவனை,

இன்னெறி மன்னர் மன்னர்
இனிமை கர்ந்து இராவுத்தற்கு
நன்மை கூர் வரிசைத் தூது
நல்குமென்று...

எனவும் பெரும்பற்றப்புலியூரார்,

துய்ய பேரூலஇற் கெல்லாம் துலங்கிய ராவுத்தராயன்

எனவும் பாடுகின்றார்.[8] பதினைந்தாம் நூற்றாண்டு இலக்கியங்களான கலிவெண்பாவிலும், கந்தர் அலங்காரத்திலும் அருணகிரிநாதர் தாம் வழிபடும் முருகவேளை,

'சூர்க்கொன்ற ராவுத்தனே!'

'மாமயிலேறும் ராவுத்தனே'

எனக் குதிரை ராவுத்தனாகவே கற்பனை செய்து பாடியுள்ளார்.[9] பாரசீகக் குடா நாடுகளான கிஷ், ஹொர்முஸ், குரோஷான், காத்திப், லஹ்ஸா ஆகிய இடங்களிலிருந்து ஆண்டொன்றுக்கு ஐயாயிரம் முதல் பதினாயிரம் குதிரைகள் பாண்டியப் பேரரசினால் வரவழைக்கப் பட்டனவென்றும் ஒவ்வொரு குதிரைக்கும் இருநூற்று இருபது தீனார் (செம்பொன்) வழங்கப்பட்டதென்றும் வரலாற்று ஆசிரியர் வஸ்ஸாப் வரைந்துள்ளார்.[10]

இவற்றில், பாரசீக நாட்டில் இருந்து வரப்பெற்ற குதிரைகள் 'பரி' என்றும், துருக்கி நாட்டுக் குதிரைகள் 'துரகம்' என்றும், மத்திய ஆசியா கொராஸன் பகுதி குதிரைகள் 'கோரம்' என்றும் வழங்கப்பட்டன.[11] இவற்றிலும், சேர மன்னர் குதிரை 'பாடலம்' என்றும் சோழனது குதிரை 'கோரம்' என்றும் பாண்டியரின் பரி 'கனவட்டம்' என்றும் இலக்கியங்களில் குறிப்பிடப்படுகின்றன. 'கோரத்துக் கொப்போ கனவட்டம் அம்மானை...' என்பது கவியரசர் ஒட்டக்கூத்தர் வாக்கு.[12] குதிரையைக் குறிக்கும் 'பரி' என்ற சொல்லும் far என்ற பாரசீகச் சொல்தான். இந்தத் திசைச் சொற்களை ஒட்டிக் குதிரை தொடர்பான சேணம் (Cenam), லகான் (Lakan), சவுக்கு (Cavukka), சவாரி (Safari) என்ற பாரசீகச் சொற்கள் தமிழில் கலந்து தமிழாகவே வழக்கில் உள்ளன.

அரபு நாட்டுக் குதிரைகள் பதினான்காம் நூற்றாண்டில் தமிழகம் வருதல் (திருப்புடைமருதூர் கோயில் கோபுர வண்ண ஓவியம்)

இன்னும் கடிவாளம், மொக்கனி என்பன இத்தகு தொடர்புடைய தமிழ் வழக்காகும்.

அரபுநாட்டுக் குதிரைகளும் அரபியரும் பெரும் மரக்கலங்களில் நமது கடற்கரைக்கு வந்து சேரும் நிகழ்ச்சி வண்ண ஓவியமாக திருப்புடை மருதூர்க் கோபுரத்தளத்தில் தீட்டப்பட்டுள்ளது.[13] அந்த ஓவியத்தை உற்று நோக்கியபின் இந்தப் பாடலைப் படித்துப் பாருங்கள்:

இருங்கழிச் செறுவில் தீம்புளி வெள்ளுப்புப்
பரந்தோங்கு வரைப்பின் வன்கைத் திமிலர்
கொழுமீன் குறைஇய துடிக்கண் துணியல்
விழுமிய நாவாய் பெருநீ ரோச்சுநர்
நனந்தலை தேஎத்து நன்கலன் உய்ம்மார்
புணர்ந்துடன் கொணர்ந்த புரவியொ டனைத்தும்...

– மதுரைக் காஞ்சி *318-323*

இதை ஒருமுறை மீண்டும் படித்துவிட்டு ஓவியத்தை உற்று நோக்குங்கள். இந்தப் பாடல் அப்படியே தூரிகையால் தீட்டப் பட்டுள்ளது போன்று தெரியவரும். இந்த ஓவியம் பதினான்காம் நூற்றாண்டைச் சேர்ந்ததாகும். இந்தக் குதிரை வணிகம் இருநாடுகளின் உறவுநிலையில் ஒரு புதிய திருப்பத்தை ஏற்படுத்தியதுடன், தமிழகத்தில் பல்லாயிரம் அரபு இஸ்லாமியர் வந்து தங்குவதற்கான பொன்னான வாய்ப்புக்கும் வாழ்க்கை நிலைக்கும் உதவின. தமிழ்மண்ணில் வந்து இறங்கிய அரபுக் குதிரைகளைப் பழக்கி, தமிழ்நாட்டு முறையில் பயிற்சி அளிக்கவும், அவற்றுக்கு ஏற்ற உணவு வகைகளைக் கொடுத்துப் பராமரிக்கவும், வைத்திய உதவி வழங்கவும், அரபிகளின் பணி தேவைப் பட்டது. குதிரை வளர்ப்பில் பழக்கமும் திறமையும் மிக்கவர்கள் அன்றைய தமிழகத்தில் அரிதாக இருந்தனர்.[14] பதினைந்தாம் நூற்றாண்டு வரை தொடர்ந்த இந்த வணிகத்தைப் பற்றிப் பல வரலாற்று ஆசிரியர்கள் விவரமாக வரைந்துள்ளனர். இந்த நூற்றாண்டு இறுதியில் பாரசீக நாட்டில் இருந்து குதிரை வியாபாரிகளாக வந்த சுல்தான் குலி என்பவர் கி.பி. *1518*இல் ஐதராபாத் சமஸ்தானத்தில் (ஆந்திராவில்) குதுப் ஷாஹி பரம்பரையை ஏற்படுத்தியவர் என்பது குறிப்பிடத்தக்கது.[15] அத்துடன் இந்தக் குதிரை வணிகத்தால் தமிழ்நாட்டு அரசு வருவாய் இனங்களில் மூன்று புதிய இனங்கள் ஏற்பட்டன. அவை, குதிரை வரி, குதிரைக் காணிக்கை, குதிரைப் பந்தி என்பவையாகும்.[16] பாண்டியர்களின் ஆட்சியின் முடிவு வரை இவை நடைமுறையில் இருந்ததைப் பல கல்வெட்டுகளில் இருந்தும் செப்பேடுகளில் இருந்தும் தெரிந்துகொள்ள முடிகிறது. மற்றும் நாயக்கர்களின் ஆட்சியின்பொழுது 'குதிரைக் கொடை' என்ற சிறப்பும் வழக்கில் இருந்தது தெரியவருகிறது.[17]

இவ்விதம் ஒரு கால கட்டத்தில் தமிழக அரசியலில் பிரதான அங்கமாக அரபு நாட்டுக் குதிரைகள் விளங்கியதுடன் அவற்றைக் கொணர்ந்து பழக்கி, பேணி, தமிழ் மன்னர்களுக்குப் பயன்படச் செய்த அரபிகள், ராவுத்தர்களெனப் பெயர் பெற்றதும், தமிழர்களுடன் மணவுறவு கொண்டு தமிழ்க் குடிகளாகவே மாறிவிட்டதும் நமது வரலாற்றில் சிறப்பான அம்சங்களாகும்.

தொன்மைக் காலங்களில், தமிழக இஸ்லாமிய அரபிகளுக்கு ராவுத்தர் என்ற சிறப்புப் பெயர் வழங்கப்பட்டது. நாளடைவில் குதிரை வணிகம் மட்டுமல்லாமல், அரசு சேவையில் குதிரை வீரராகவும், குதிரை அணியின் தளபதியாக விளங்கியவர்களைக் குறிக்கவும் இந்தச் சொல் பயன்பட்டுள்ளது. திருப்பெருந்துறையில், குதிரை வணிகராக வந்து, தனது துயர் களைந்த இறைவனை, 'துய்ய பேருலகிற்கெல்லாம் துலங்கிய ராவுத்தராயன்' என வாயார வாழ்த்துகிறார் வாதவூர் அடிகள். இராமய்யன் அம்மானை குதிரையணி தளபதியை 'ராவுத்த கர்த்தன்' எனக் குறிப்பிடுகிறது.[18] 'ராவுத்தராயன்', 'ராவுத்த கர்த்தன்' என்ற வழக்குகளும் இஸ்லாமியத் தமிழர்களைச் சுட்டுவதற்காக எழுந்த சொற்களாகும். இந்தச் சொற்களுக்கான வேர், எந்த மொழியில் ஒட்டியுள்ளது என்பது ஆய்வுக்குரியதாகும். *ராபித்தூ* என்ற அரபிச் சொல், தமிழில் விகாரமடைந்து 'ராவுத்த' ஆகியிருக்கலாம் எனச் சிலர் கருதுகின்றனர். எதிரியை எதிர்க்கச் சித்தமாக இருப்பவன் என்பதே *ராபித்தூ*. தமிழில் மட்டுமல்லாமல், 'ராவுத்தர்' தெலுங்கு மொழியிலும் 'ராவுத்' எனச் சற்றுக் குறுகலான வடிவில் வழக்கில் இருந்து வருகிறது. குதிரை வீரன் என்ற பொருளில், 'இம்மாடி ராகுத்தராயன்', 'ராகுத்தராயன் சிங்கப்ப நாயக்கன்' போன்ற தெலுங்கு மன்னர்களின் பெயர்கள் திருப்பதி – திருமலை கல்வெட்டுகளில் காணப்படுகின்றன.[19]

ஈரோடு கல்வெட்டு ஒன்று, தெலுங்கு ஆளுநரான 'பர்வத் ராகுத்தன்' என்பவரைக் குறிப்பிடுகிறது.[20] ராஜராஜ சோழனின் விருதுகளில், 'ராகுத்தமிண்டன்' என்ற சொல்லும் வழங்கி வந்துள்ளது. வடஆற்காடு மாவட்டம், காவேரிப்பாக்கம் கல்வெட்டுகளில் கி.பி. 1509இல் சிங்கய ராவுத்தன் தங்கல் என்ற கிராமமும், 1530இல் காமாட்சி ராவுத்தன் தங்கல் என்ற கிராமமும் குறிப்பிடப்பட்டுள்ளன.[21] சேலம் மாவட்டம் ஆறகழூர் கல்வெட்டு ஒன்றில் ஹொய்சால ராமதேவரின் பதின் மூன்றாவது ஆட்சியாண்டில், நாட்டமங்கலம் என்ற கிராமம் 'ராகுத்த ராயன் இறையிலி தேவதான'மாக வழங்கப்பட்ட செய்தி குறிப்பிடப் பட்டுள்ளது.[22] மதுரை சொக்கேசர் ஆலயத் திருப்பணி செய்தவர்களில் திம்மு ராவுத்தர் என்பவர் குறிப்பிடப்படுகிறார்.[23] அவருடைய காலம் கி.பி.1564ஆம் ஆண்டு என்றும் தெரிய வருகிறது. அவரைத் 'தண்டமிழ்க் கச்சி வளம்பதி வாழுஞ்சதுரன்' என்றும், 'திண்டருங் கீர்த்திமிக்க சுவப்

பையன் திம்மு ராவுத்தனே' என்றும் புகழ்ந்து உரைப்பவை திருப்பணி மாலையில் உள்ள தொடர்கள்.

பெரும்பாலான முஸ்லிம்கள், இன்றும் 'ராவுத்தர்' என்ற விகுதியைத் தங்கள் பெயருடன் சேர்த்துக்கொள்வது போல தமிழ்நாட்டில் உள்ள தெலுங்கு மொழி பேசும் நாயக்கர்களில் ஒரு சிறு பிரிவினர் தங்கள் பெயருடன் 'ரவத்' என்ற விகுதியையும் இணைத்து வழங்குகின்றனர். தென்னகத்தில் நிலவும் சாதிகளையும் குடிகளையும் முழுமையாக ஆய்வு செய்து பல தொகுதிகளாகத் தமது ஆய்வைத் *தென்னிந்திய குலங்களும் குடிகளும்* என்னும் நூலாக எழுதிய எட்கர் தர்ஸ்டன், ராவுத்தர் என்பவர்கள், இஸ்லாமிய மக்களான லெப்பை, மரக்காயர் மற்றும் சோனகர் பயன்படுத்தும் விருதுப்பெயர் என்றே குறிப்பிட் டுள்ளார்.[24] பிற்கால இலக்கியமான *பிரபந்தத் திரட்டு*, தமிழகத்தில் வசித்து வரும் பல்வேறு சாதிகளில் ராவுத்தரும் ஒரு பிரிவினர் எனத் தொகுத்துள்ளது.[25]

தங்களுடைய தொன்மையை இவ்விதம் நினைவுகூரும் வகையில் தமிழக ராவுத்தர் இன்றும் மணவிழாக்களின் பொழுது, மணமகனை நன்கு அலங்கரித்து குதிரைமீது ஏற்றி வைத்து, மணமகள் இல்லத்திற்கு அழைத்துச் செல்லும் வழக்கம் உடையவர்களாக இருக்கின்றனர். இந்தப் பழக்கம், தமிழக இஸ்லாமியர்களிடையே நானூறு ஆண்டு களுக்கு முன்னரும் இருந்து வந்தது என்பது பெரும் புலவர் உமறுவின் பாடல்களில் இருந்து புலப்படுகிறது. இறைமறையை வெளிப்படுத்தி இஸ்லாத்தைப் பரப்பிய நபிகளாரின் வாழ்க்கையை விவரிக்கும் சீறாப்புராணக் காவியம், தமிழ்நாட்டில் இயற்கைப் பின்னணி, பழக்க வழக்கங்கள், மரபுகள் ஆகியவற்றை உள்ளடக்கியதாகப் புனையப்பட்டு உள்ளது. மணமகனாகிய முஹம்மது நபி (ஸல்) அவர்கள் மணக்கோலத் துடன் பரியில் அமர்ந்து பவனியாக மணமகள் இல்லம் சென்றதை,

> தாவிய பரி மேற் சேனைத் தளத் தொடும் வீதி வாயின்
> மேவிய வள்ளலார் தம் மெய் எழில் நோக்கி...
> கடுநடைப் புரவி மேலாய் கவிகை மாநிழற்ற வந்த
> வடிவுடை முகம்மதின் தன் வனப்பலால் வனப்புமில்லை ...
> திரையின்றி பிறந்த மொழியார் செழுமணித் தீபங்களேந்த
> இருபுற நெருங்கி அயினிநீர் சுழற்ற வெண்ணில ஆலத்தி எடுப்ப
> பாவையின் மறையில் குரவையுஞ் சிலம்ப பரியை
> விட்டிரங்கின என்றே

எனவும் அவர் பாடியுள்ளார்.[26] பாய் பரியினரான இஸ்லாமியரைப் போன்று தமிழகத்தில் 'நகரத்தார்', 'நாட்டுக் கோட்டையார்' என்று சிறப்புடன் அழைக்கப்படுகின்ற செட்டி மக்களின் மணவினையில் முதல் அங்கமாக, இவுளி குதிரைமீது மணமகன் இவர்ந்து மணமகள் இல்லம் சென்று மணவினை மேற்கொள்வது இன்றளவும் இருந்து வருவது

குறிப்பிடத்தக்கது. அத்துடன் இந்திய நாட்டின் பிற மாநிலங் களான காஷ்மீர், ராஜஸ்தான், பஞ்சாப், உத்திரப்பிரதேசம், மத்திய பிரதேசம் ஆகிய மாநிலங்களிலுள்ள மக்களிடமும் இந்தப் பழக்கம் இருந்து வருகிறது. இதை, அங்கு 'பராத்' (பவனி) என அழைக்கின்றனர். இன்னும் விஞ்ஞானத்தில் மிகமிக வளர்ச்சியுற்ற சோவியத் யூனியனில் கூட கஜகிஸ்தானில் மணமகன், மணமகளைத் தனது குதிரையில் ஏற்றிக்கொண்டு ஊரும்கிளையும் உடன்வர, மணவினைப் பதிவு அலுவலகத்திற்குச் செல்வது இன்றளவும் வழக்கமாக இருந்து வருகிறது.

இவ்விதம், தமிழகத்தில் அரபிக் குதிரைகளுடன் வந்து தங்கி நிலைத்த தமிழக இஸ்லாமியரான ராவுத்தர்களின் உறைவிடம், 'ராவுத்தர்' என்ற விகுதியுடன் பல ஊர்களாய் அமைந்து உள்ளன. அவற்றில் சில:

ராவுத்த நல்லூர்	- கள்ளக்குறிச்சி வட்டம்
ராவுத்த நல்லூர்	- காஞ்சிபுரம் வட்டம்
ராவுத்தன்பட்டி	- குளித்தலை வட்டம்
ராவுத்தன்பட்டி	- திருமங்கலம் வட்டம்
ராவுத்தன் வயல்	- பட்டுக்கோட்டை வட்டம்
ராவுத்தர் பாளையம்	- திருநெல்வேலி வட்டம்
ராவுத்தர் சாயபு தர்கா	- அறந்தாங்கி வட்டம்
ராவுத்த ராயன் குப்பம்	- திருக்கோயிலூர் வட்டம்
ராகுத்த ராய நல்லூர்	- ஈரோடு வட்டம்

இவை அனைத்தும் இஸ்லாமியத் தமிழர்களின் தொன்மையான இருப்பிடங்கள் என்பதில் ஐயமில்லை. மேலும், ராவுத்தருக்கும் குதிரைக்கும் உள்ள தொடர்பைத் தெரிவிக்கும் 'குதிரைக்காக ராவுத்தர் கொக்காகப் பறந்தார்' என்பது இராமநாதபுரம் மாவட்டத்தில் இன்றும் வழக்கில் உள்ளது. ஆனால் தமிழகமெங்கும் உள்ள ராவுத்தர் வழியினரிடம் இன்று குதிரையும் இல்லை; குதிரைச் சேவகமும் தொழிலாக இல்லை என்பது யாவரும் அறிந்த உண்மை.

6
மரைக்காயர்

தமிழக இஸ்லாமியர்களில் இன்னொரு பிரிவினர் மரக்கலராயர் என்ற மரைக்காயர்கள். பதினைந்தாம் நூற்றாண்டில், போர்ச்சுகல் நாட்டுப் பரங்கிகளின் கடல் வலிமையினால் அரபிக்கடல்வழி பாதிக்கப்பட்டு, கொள்ளையர் வழியாக மாறியது. அரபிக்குடா நாடுகளில் நிலவிய பலமற்ற அரசியல், அரபுகளின் வெளிநாட்டு வணிகத்திற்கு முற்றுப்புள்ளி வைத்தது. அவர்கள் தமிழகத்தில் குடியேறி, தமிழ்ச் சமுதாயத்தின் ஒரு பகுதியாக நிரந்தரமாகத் தமிழ்மண்ணில் நிலைகொள்வதற்கான நிர்பந்தத்தை ஊக்குவித்தது. இதனால், போர்ச்சுகீசியருடன் போரிட்டும் அவர்களுடைய கீழைநாட்டு வணிகத்தில் போட்டியிட முடியாத தமிழக இஸ்லாமியர் கடலோர உள்நாட்டு வணிகத்தில் கவனத்தைச் செலுத்தினர். அத்துடன், வங்காளம், இலங்கை, பர்மா ஆகிய அண்டை நாடுகளுடன் அரிசி, தேக்குமரம், கைத்தறித்துணி, ஆடு மாடுகள் ஆகியவற்றைத் தங்கள் மரக்கலங்களில் எடுத்துச் சென்று விற்றனர். மேலும், அவர்கள் மேற்கொண்டிருந்த பல்வகைப்பட்ட தொழிலைக் பின்வரும் பழம் பாடல்[1] விவரிக்கின்றது:

நீரோட்டஞ் சங்கெடுத்தல், நித்தில சலாப,
நீந்தி நீர்க் குளித்தல், வலையின் மீன் இழுத்தல்
பார்நீட்ட மறிதல், மீன் உலத்தல், மீன் விற்றல்,
பாறு முதற்பி ளோப்பல், வெளிருப்புப் படுத்தல்,
காரோட்டங் காணல், மீன் கோட் பறையோடத்தி
கண்டை கோட்டல், வலை பாட்டு கழற ம்பியோட்டல்
சூழ்காட்டல், பிறர்தேசம் புகுதல்...

பெரும்பாலும் கிழக்குக் கடற்கரையோரப் பட்டினங்களான நாகப் பட்டினம், அதிராம்பட்டினம், பாசிப்பட்டினம், தொண்டி, தேவிப் பட்டினம், பாம்பன் இராமேஸ்வரம், வேதாளை, பெரிய பட்டினம், கீழக்கரை, தூத்துக்குடி, காயல்பட்டினம் ஆகிய ஊர்களிலுள்ள இஸ்லாமியர் இந்தத் தொழில்களில் அண்மைக் காலம்வரை ஈடுபட்டு இருந்தனர். இவர்கள், தோணி, டிங்கி, சாம்பான் என்ற வகையான மரக்கலங்களைத் தங்கள் தொழிலுக்குப் பயன்படுத்தினர். அவர்கள்

'மரைக்காயர்' (மரக்கலராயர்) எனவும் வழங்கப்பட்டனர். மரக்கலம் என்ற பொருளைத் தருகிற 'மர்க்கப்' என்ற அரபுச் சொல்லின் தமிழ் ஆக்கமே மரைக்கார் என்பது பேராசிரியர் முஹம்மது ஹுஸைன் நயினார் அவர்களுடைய முடிவு. தமிழக இஸ்லாமியரின் ஒரு பிரிவினரை, தங்களுக்கு ஒப்பாரும் மிக்காருமின்றிக் கடல் வணிகத்தில் ஈடுபட்டிருந்த இஸ்லாமியரைக் குறிக்கப் பயன்படுத்தப்பட்ட தமிழ்ச் சொல்லே மரைக்காயர் என்பது. மரக்கலராயர் என்ற நல்ல தமிழின் திரிபுதான் மரைக்கார் அல்லது மரைக்காயர். குதிரைப் படையின் தளபதியைக் குறிக்க வழங்கிய ராகுத்தராயன் என்ற சொல் ராவுத்தன் எனத் திரிந்தாற் போல மரக்கலங்களின் தலைவன் என்ற பெயரில் மரக்கலராயர் எனப் புனையப்பட்டுள்ள பிற்காலத் தமிழ்ச் சொல் இங்ஙனம் திரிபு பெற்றுள்ளது.* இதைப் போன்று மரக்கலம் தொடர்புடைய இஸ்லாமியரைக் குறிக்க 'ஓடாளி' (ஓடாவி) என்ற பெயரும் உள்ளது. ஆனால் இந்தச் சொல் கீழக்கரை, தொண்டி போன்ற பழமையான கடற்கரை ஊர்களில் 'ஓடாளி' (ஓடாவி) என ஓடத்தை ஆள்பவன் என்ற பொருளில் வழக்கு பெற்றுள்ளது.

அண்டை நாடான இலங்கையில், இஸ்லாமியர்களைச் சிங்கள மொழியில் 'மரக்கல மினிக' என்றே வழங்குகின்றனர்.[2] மரக்கலத்தில் வந்த (வணிக) மக்கள் என்னும் பொருளில் தமிழ்ப் பதமான மரக்கலம், சிங்களத்திலும் திசைச் சொல்லாக வழங்குகிறது, 'கட்டு மரம்' என்ற தனித்தமிழ்ச் சொல், ஆங்கில மொழியில் *கட்டமரான்* (catamaran) என்றானது போல். இத்தகைய வணிகத்தில் பயன்படுத்தப் பட்டுள்ள மரக்கலத்திற்கு ஒரு வகையான இறை விதிக்கப்பட்டது. செக்கிறை, தறிஇறை போன்று மரக்கலக் காணம் என்பதே அந்த வரியாகும். இதே சொல் பிற்காலத்தில் மரக்காணம் என மருவியுள்ளது. செங்கை மாவட்டத்தில் சென்னைக்கு அருகில் உள்ள கடல்துறை ஒன்றினுக்கு மரக்காணம் என்ற பெயரே நிலைத்து விட்டது. இந்த ஊரைப் போன்று, இராமநாதபுரம் மாவட்டத்தில் 'மரைக்காயர்' என்ற பெயருடன் கடல்துறை ஒன்று மண்டபத்திற்கு அண்மையில் 'மரைக்காயர் பட்டினம்' என வழங்கி வருகிறது. கீழக்கரையில் வணிகச் செல்வாக்கில் மிகுந்து நின்ற ஹபீபு மரைக்காயர் என்பவர் நினைவாக எழுந்தது இந்த ஊர். மேலும் புதுக்கோட்டை மாவட்டத்தில் உள்ள பதினைந்தாம் நூற்றாண்டுக் கல்வெட்டு ஒன்றில் 'மரக்கலச் சுதந்திரம்' என்றதொரு தொடர் காணப்படுகிறது.[3] மரக்கலங்கள் அமைக்கத் தகுந்த மரங்களைக் காடுகளில் இருந்து வெட்டிக்கொள்ளும் உரிமைதான் இங்ஙனம் குறிக்கப்பட்டுள்ளது.

* இதே சொல் அண்டை நாடுகளான இலங்கையிலும் கேரளத்தில் சில பகுதிகளிலும் உள்ள இஸ்லாமியரைக் குறிக்கும் இனப்பெயராகவும் வழங்கப்பட்டு வருகின்றது.

இந்த மரைக்காயரில் ஒரு பிரிவினர் 'தண்டல்' என அழைக்கப்பட்டு வந்தனர். இதனுடைய நேரடியான பொருள் படகுத் தலைவன் என்பதாகும். இது தமிழில் மட்டும் அல்லாமல் தண்டல் (சிங்களம்), தண்டெலு (தெலுங்கு), தந்தல் (மலையாளம்), தண்டேல் (உருது), (அரபு) ஆகிய பிறமொழிச் சொற்களிலும் வழங்கப்படுவது இங்கு சிந்திக்கத்தக்கது. கடல்வணிகத்தின் பிறிதொரு பகுதியான மீன் வணிகத்தில் ஈடுபட்டுள்ள இன்னொரு பிரிவினர் 'சம்மாட்டி' என்றும் அழைக்கப்படுகின்றனர். மீன் பிடித்தலுக்குப் பயன்படும் நடுத்தர வகையான *சாம்பான்* என்ற வள்ளத்தை இயக்குபவர் என்ற பொருளில் சாம்பான் ஓட்டி காலப்போக்கில் *சம்மாட்டி* ஆனதாகத் தெரிகிறது. இராமநாதபுரம் கடற்கரைப் பகுதிகளில் உள்ள இந்து, இஸ்லாமியர் ஆகிய இருபிரிவு மீன் வணிகர்களும் சம்மாட்டி என்றே குறிக்கப் படுகின்றனர். சித்தூர் தர்ஷணப் பள்ளியின் கி.பி. 1409ஆம் ஆண்டுக் கல்வெட்டிலும் பரமக்குடி வட்டம் எமனேஸ்வரம் கிராமத்து 1567ஆம் ஆண்டுக் கல்வெட்டிலும் 'சம்மாட்டி' என்ற சொல் ஆளப்பட்டுள்ளது.[4] எதிர்க்கரையான ஈழத்தில் வணிகர்களைக் குறிக்க 'சம்மாங்காரர்' என்ற வழக்கு உள்ளது. 'சம்மாந்துறை' என்ற ஊரும் அங்கு கிழக்கு மாகாணத்தில் உள்ளது. மலேசிய மொழியிலும் வணிகர்கள் 'ஹம்மங் கராய' எனப்படுகின்றனர்.

இந்த மூன்று சொற்களுக்கும் வணிகம் என்ற பொருளில் தொடர்பு உள்ளது.[5] காரணம் இந்த நாடுகளுடன் தமிழக இஸ்லாமியர்கள் வணிகத் தொடர்புகளுடன் மண உறவுகளும் கொண்டிருந்தது இதற்குக் காரணமாக இருக்கலாம். இந்த இஸ்லாமியர், ஈழத்தில் 'மரிக்கார்' என்ற பிரிவினராக வழங்கப்படுகின்றனர். ஆனால், பர்மா, மலேசியா நாடுகளில் இவர்கள் 'சோழிய முஸ்லிம்கள்' என்று அழைக்கப் படுகின்றனர். பதினோராம், பன்னிரண்டாம் நூற்றாண்டுகளில் தமிழகம் முழுதும் சோழர்களின் செங்கொற்றக்குடையின் கீழ் இருந்ததால், தமிழகத்தின் கிழக்குக் கடற்கரை முழுவதும் சோழ மண்டலக் கரை என்றே குறிக்கப்பட்டது. (இந்தச் சொல்லைப் பிற்கால ஆங்கிலேயரும் சோழ மண்டலக்கரை முழுவதையும் 'கோரமாண்டல் கோஸ்ட்' எனப் பெயரிட்டு அழைத்தனர்.) இந்தக் கரையிலிருந்து அந்த நாடுகளுக்குச் சென்று குடியேறிய முஸ்லிம்கள் என்ற காரணத்தினால் 'சோழிய' (சோழ நாட்டு) என்ற சொல் சேர்க்கப்பட்டுள்ளது. ரங்கூனிலும் (பர்மா) பினாங்கிலும் (மலேசியா) சோழிய முஸ்லிம் பள்ளிகளும், சங்கங்களும், வீதிகளும் இருந்து வருவது இங்குக் குறிப்பிடத் தக்கது.

மரைக்காயர் பற்றிய விவரங்களைக் குறிப்பிடும் போது மரைக் காயரில் பதினேழாம் நூற்றாண்டின் பிற்பகுதியில், செம்மாந்து நின்ற

சீதக்காதியின் புகழ்வடிவு நம் மனத்திரையில் வரைபடமாக வளர்ந் தோங்கி விளங்குகிறது. கீழக்கரையைத் தாயகமாகக் கொண்ட வள்ளல் ஷெய்கு அப்துல் காதிர் மரைக்காயர் தம்மை நாடி வந்தவர் களுக்குப் பொன்னும் பொருளும் ஈந்து தமிழ் வள்ளல்கள் வழியிலே தமிழ் மரபு காத்தார். எழுவானையும் தொடுவானையும் தொடர்ந்து சென்ற அவருடைய நாவாய்கள் சுமந்துவந்த செல்வமனைத்தும் ஈதல் அறத்திற்கு ஈடாக நின்றன. பெரும் புலவர்களான படிக்காசுத் தம்பிரானும் நமச்சிவாயப் புலவரும் உமறுப் புலவரும் இயற்றிய பாக்கள் அவருடைய வள்ளண்மைக்குக் காலமெல்லாம் கட்டியங்கூறி, அவருடைய புகழைப் போற்றி வருகின்றன.[6] வள்ளல் அவர்களுடைய வணிகச் சிறப்பைப் பெரும் புலவர் உமறின் 'சீதக்காதி திருமண வாழ்த்து' பாக்கள் வழி காணலாம். திரிகாலமும் உணர்ந்த தவச்செல்வர் ஞானி சதக்கத் துல்லாவை ஆசானாகவும், வணங்காமுடி வேந்தரான விஜய ரகுநாத (கிழவன்) சேதுபதியை உடன்பிறவாச் சகோதரராகவும் கொண்டிருந்த இந்த வள்ளலை, தமிழ் வழங்கும் ஐந்திணையெங்கும், 'செத்தும் கொடை கொடுத்த சீதக்காதி' என, சென்ற இருநூறு ஆண்டுகளுக்கும் மேலாக முழங்கி வருவதே அவருடைய நல்லியல்புகளுக்கு நிலையான சான்றாகும்.

7

லெப்பை

இங்ஙனம், தமிழ்ச் சமுதாயத்தினரான இஸ்லாமியர் நாளடைவில் துருக்கர், சோனகர், ராவுத்தர், மரைக்காயர் என்று பிரிவினைப் பெயர்களால் அழைக்கப்பட்டனர். பிற்காலங்களில் லெப்பை, நயினார், தரகனூர் முதலியார், அம்பலம், சேர்வை என்ற பெயர் விகுதிகளை இணைத்துக் கொண்டனர். அவர்கள் வாழ்ந்த அந்தந்தப் பகுதியில் உள்ள இதர பிரிவினர்களின் பெயராலே இவர்களுடைய அந்தப் பெயர் விகுதிகளும் அமைந்தன. லெப்பைகுடிக்காடு (திருச்சி மாவட்டம்) நயினார் கோவில், நயினார் பேட்டை (இராமநாதபுரம் மாவட்டம்) நயினார்புரம் (சிவகங்கை மாவட்டம்) நயினார் அகரம் (நெல்லை மாவட்டம்) என்று அவர்களுடைய ஊர்ப் பெயர்களும் அந்த மக்களின் விகுதிப் பெயருடன் வழங்கப்படுவது ஈண்டு குறிப்பிடத் தக்கனவாகும். 'லெப்பை' என்ற சொல் தமிழகத்தின் எல்லாப் பகுதி களிலும் பரந்து வாழும் இஸ்லாமியரைக் குறிப்பிடும் பொதுச் சொல்லாக உள்ளது. அரபுத் தாயகத்திலிருந்து வந்து நாளடைவில் தமிழ் முஸ்லிம் களாக மாறிய பொழுதும், அவர்களுடைய தலையாய கடமை திருமறையை ஓதுவதும் பிறருக்கு ஓதுவித்து உணர்த்துவதுமே என்றாலும், இவர்களுடைய வாழ்க்கைநிலை, நெசவாளியாக, விவசாயியாக, கடல் தொழிலாளியாக இருந்து வந்தது. ஆனால், இவர்கள் பதினேழாம், பதினெட்டாம் நூற்றாண்டுவரை லெப்பைகள் என்ற பொதுப் பெயரிலேயே வழங்கப்பட்டனர். யாக்கோபுச் சித்தரின் பாடல் ஒன்றில் 'சொல்லவே நால்வேத லெப்பைமார்' எனக் குறிப்பிடப்பட்டுள்ளது, மார்க்கப் பணியில் முனைந்து இருப்பவர்கள் என்ற பொருளில்.[1]

*1881*ஆம் ஆண்டு ஆங்கிலேயரின் மக்கள் கணக்கு அறிக்கை, லெப்பைகள் பற்றிக் குறிப்பிடும்பொழுது, 'அவர்கள் தஞ்சை, மதுரை, இராமநாதபுரம் உள்ளிட்ட மாவட்டங்களில் பிரதானமாக வாழ்ந்து வருவதாகவும்', மேற்குக்கரை முஸ்லிம் 'மாப்பிள்ளைகளைப் போல இவர்களும் சோழ மண்டலக்கரை மாப்பிள்ளை' என வர்ணித்துள்ளது. அரபு இரத்தக் கலப்புடன்கூடிய மதம் மாறிய திராவிடர்களும்

இந்துக்களுமான இவர்கள் சுறுசுறுப்பும் முன்னேற்ற மனப்பாங்கும் மிக்க வியாபாரிகள் எனவும் அந்த அறிக்கை குறிப்பிடுகிறது. இவர்களில் பெரும்பான்மையினர் வணிகத்திலும், கொடிக்கால் விவசாயத்திலும், சிலர் நெசவு, சங்கு, முத்துக்குளித்தல், சமயப்பணி ஆகிய தொழில்களிலும் ஈடுபட்டுள்ளதாகவும் அறிவிக்கிறது.[2]

இந்த அரசு அறிக்கையை அடுத்து வெளிவந்துள்ள *மதுரை கெஜட்டீர்,* 'லெப்பைகள் நேர்த்தியான, உறுதியான, செயல்திறம் மிக்க மக்கள் என்றும், எந்தச் சூழ்நிலையையும் சமாளித்து நடந்துகொள்ளக் கூடியவர்கள்' என்றும் புகழுரை வழங்கியுள்ளது.[3] இவர்களில் பெரும் பான்மையினர் வணிகத்திலும், சிறிதளவினர் கைவினைக் கலைகள், கடல் தொழில் போன்ற துறைகளிலும் ஈடுபட்டிருப்பதாகக் குறிப்பிடப் பட்டுள்ளது. தொண்டைமண்டலத்தில் உள்ள லெப்பைகள் வெற்றிலைக் கொடிக்கால் விவசாயிகளாகவும், தோல் வியாபாரிகளாகவும், சிறு தொழில் வணிகர்களாகவும் அவர்களுடைய பெண் பாலர், பாய் நெசவுத் தொழிலில் திறமை உள்ளவர்கள் என்றும் தென் ஆற்காடு மாவட்டம் கெஜட்டீர்[4] குறிப்பிடுகிறது. வடஆற்காடு மாவட்ட லெப்பைகள் வசதி உள்ளவர்களாகவும் திருமறைப்படி வாழ்வியலில் வாழ்வாங்கு வாழ்பவர்களாகவும் வட ஆற்காடு மானுவலில் ஆசிரியர் ஸ்டூவர்ட் குறிப்பிட்டுள்ளார். இராமநாதபுரம் மாவட்டக் கிழக்குப் பகுதியில் லெப்பைகள் நெசவிலும் விவசாயத்திலும் மிகுந்து இருப்பதாக இராமநாதபுரம் மானுவலில் வரையப்பட்டுள்ளது.[5] சித்தார்கோட்டை, எக்ககுடி, பனைக்குளம், பேரையூர், கமுதி, அபிராமம் ஆகிய ஊர்களில் அவர்கள் முன்னர் நெசவில் ஈடுபட்டிருந்ததைக் குறிக்கும் 'பாவோடி'கள் இன்றும் உள்ளன. மேலும் அருப்புக்கோட்டை, கடையநல்லூர், புளியங்குடி முஸ்லிம்கள் நெசவில் மிகுதியாகத் தொடர்ந்து ஈடுபட்டி ருப்பது இந்தக் கூற்றை வலியுறுத்துவதாக உள்ளது.

'நயினார்', 'முதலியார்' விகுதிகளையுடைய இஸ்லாமியப் பெயர்கள் திருநெல்வேலி மாவட்டத்திலும், 'தரகனார்' என்ற சொல் குமரி மாவட்டத்திலும், 'அம்பலம்', 'சேர்வை' விகுதிகளையுடைய இஸ்லாமியப் பெயர்கள் இராமநாதபுரம், சிவகங்கை, மதுரை மாவட்டங் களிலும் இன்றளவும் வழக்கில் உள்ளன. சிவகங்கை மாவட்டத்தில் திருப்பத்தூர், இளையாங்குடி போன்ற ஊர்களிலும், இராமநாதபுரம் மாவட்டத்தில் ராஜசிங்கமங்கலம், இராமநாதபுரம், கீழக்கரை, பெரிய பட்டினம், மண்டபம், தொண்டி ஆகிய ஊர்களிலும், மதுரை மாவட்டத்தில், திண்டுக்கல், பழநி, வெத்திலைக்குண்டு (வத்தலக்குண்டு) ஆகிய ஊர்களிலும் 'அம்பலம்' என்ற சொல் இஸ்லாமியப் பெயர்களுடன் இணைந்து ஒலிக்கின்றன. மற்றும் மதுரை, மேலூர்ப் பகுதிகளில் 'நாட்டாண்மை' என்ற பெயர் வழக்கில் உள்ளது. இராமநாதபுரம் சேது

மன்னரின் சேவையில் சிறந்து பணியாற்றிய அபிராமம் நூர்முஹம்மது என்பவருக்கு சேதுபதி மன்னர் சிறப்புகள் செய்து கௌரவித்ததுடன் ‘விஜயன் அம்பலம்’ என்ற விருதுப் பெயரையும் வழங்கினார். இந்த நிகழ்ச்சி நடைபெற்று இருநூறு ஆண்டுகளாகின்றன. அவருடைய வழி வந்த வள்ளல் ஒருவரைப் பாட்டுடைத் தலைவராகக் கொண்டு மதுரைத் தமிழ்ச் சங்கப் புலவரான சோதுகுடி அப்துல்காதர் ராவுத்தர் என்பவர் ‘அகப்பொருள் கோவை’ ஒன்றைப் பாடி உள்ளார்.[6]

பரமக்குடி, முதுகுளத்தூர் வட்டாரங்களில் இஸ்லாமியர் சிலர் தங்கள் பெயருடன் ‘சேர்வை’ என்ற சொல்லையும் இணைத்துப் பயன்படுத்துகின்றனர். மொத்தத்தில் ‘அம்பலம்’, ‘சேர்வை’ ஆகிய இரு சொற்களும் அந்தந்த ஊர்களில் சமூகத் தலைவர் என்ற பொருளில் தான் பிரயோகிக்கப்படுகின்றன. மதுரை மாவட்டத்தில் ஏனைய இந்து சமூகத் தலைவரைப் போன்று இஸ்லாமிய சமூகத் தலைவரும் ‘நாட்டாண்மை’ என வழங்கப்படுகின்றனர். இந்தச் சொற்களின் வழக்கு பற்றித் தீவிரமாகச் சிந்தித்தால், இந்தத் தமிழ் மண்ணில் இஸ்லாம் எவ்வளவு ஆழமாக வலுவாக வேர் பரந்துள்ளது என்பது விளங்கும். தமிழ்நாட்டில், முதன்முதலில் இராமநாதபுரம், நெல்லை, மதுரை மாவட்டங்களில் அரபிகளின் பூர்வக் குடியேற்றங்கள் ஏற்பட்டதால், அந்த இஸ்லாமியர்கள், அங்குள்ள மக்களுடன் நாளடைவில் நெருக்க் மான தொடர்பும் தோழமையும், உறவும் கொண்டு, தமிழ்ச் சங்க அமைப்பில் உறுதியாக ஊடுருவி, இணைந்து இன்றளவும் நிற்பதுவே இத்தகைய அரபுத் தமிழ்ப் பெயர்கள் இணைப்பிற்குக் காரணம் என்பதும் புரியும். கடந்த சில நூற்றாண்டுகளில், அரசியல், பொருளா தாரச் சூழ்நிலை காரணமாகப் போர்ச்சுகீசியர், டச்சுக்காரார், ஆங்கிலேயர், பிரெஞ்சுக் காரர் போன்ற பிற நாட்டவர் தமிழ்நாட்டிற்கு வந்துள்ளனர். தமிழ்ச் சமுதாயத்தில் கலந்தும் இருக்கின்றனர். ஆனால், அரபு நாட்டு இஸ்லாமியர்களைப் போன்று, இந்த மண்ணின் மாட்சியை, பாரம்பரிய விழுதுகளை என்றென்றும் வலுவாகப் பற்றி நிற்கும் பெற்றி, பண்பாடு, உள்ளப்பாங்கு அவர்களுக்கு அமையவில்லை என்பது வரலாறு உணர்த்தும் உண்மை யாகும்.

8

தக்னிகள் - பட்டாணிகள்

இதுவரை அரபு நாடுகளில் கடல்வழியாகத் தமிழகம் போந்த இஸ்லாமியர்களைப் பற்றிய விவரங்களைக் கண்டோம். இவர்களைப் போன்றே அரபு நாடுகளில் இருந்தும், ஆப்பிரிக்கா, அபிஸீனியா, பாரசீகம், மத்திய ஆசியா ஆகிய பிறநாடுகளில் இருந்தும், கடல் வழியாகவும், நிலம் வழியாகவும், இந்தியாவின் பிற மாநிலங்களுக்குள் புகுந்து குடியேறியவர்களும் உண்டு. குறிப்பாகச் சிந்து, குஜராத், மராட்டம், உத்திரப்பிரதேசம் ஆகிய மாநிலங்களில் படையெடுப்பு களின் மூலமும் சமயப் பணியின் நிமித்தமும், இஸ்லாமியர் வந்து தங்கி, இந்தியப் பெண்களை மணந்து நிலைத்து நின்றனர்.[1]

அரேபியாவில் இருந்து சமயப் பிரச்சாரம் செய்வதற்காக ஹிஜிரி 160இல் அல் அஸதி அல்பஸரி வந்து சிந்துவில் தங்கினார். கி.பி.1067இல் ஏமன் நாட்டில் இருந்து போரா முஸ்லிம்களின் தலைவரான பாபா சத்ருதீன் குஜராத்தில் தங்கி மார்க்கப் பணியில் ஈடுபட்டார். மத்திய ஆசியாவில் இருந்து வந்த புனித காஜா முயினுத்தீன் ஷிஸ்தி கி.பி.1197இல் அஜ்மீருக்கு வந்து அங்கேயே தங்கி விட்டார். இன்னும், சையித் ஜலாலுத்தீன் புகாரி கி.பி. 1244இல் வடநாட்டிலும், சையித் முஹம்மது கேசுதராஸ் பதினான்காம் நூற்றாண்டில் பூனா-பெல்காம் பகுதியிலும், அதேசமயம் கட்ச் குஜராத் பகுதியில் இமாம் ஷாவும் வந்து தங்கி சமயப்பணியில் ஈடுபட்டனர். அரபுத் தளபதியான முஹம்மது பின் காசிமின் முதலாவது இந்தியப் படையெடுப்பை (கி.பி. 712இல்) தொடர்ந்து தில்லியில் கஜினி முஹம்மது, அடிமை வம்சத்தினர், கில்ஜிகள், துக்ளக், முகலாயர், பாமனி சுல்தான்கள் எனப் பல்வேறு இஸ்லாமிய மன்னர்களின் ஆட்சி, பல நூற்றாண்டுக் கால இந்திய வரலாற்றுக்குள் இடம் பெற்றுள்ளது. ஆனால், இறுதியாக முகலாய மன்னராக அவுரங்க ஜேப்பின் தென்னிந்தியப் படையெடுப்பின் பொழுதும் அதைத் தொடர்ந்து அவருடைய அரசப் பிரதிநிதிகளான நிஜாம், நவாப்களின் காலத்தில் வடக்கே வாழ்ந்த இவர்களில் ஒரு பகுதியினர் தமிழகத்திற்கு வந்து நிலையாகத் தங்க வேண்டிய சூழ்நிலை ஏற்பட்டது.

பெரும்பாலும் அரசுப்பணியை (போர்ப்பணி) மேற்கொண்டிருந்த அவர்கள் எட்டு ஆண்டுகளுக்கு அதிகமாக நீடித்த செஞ்சிப் போர் போன்று *(1689-1697)* பல போர்கள், அரசிறை வசூல் போன்ற காரணங்களால் தமிழகத்தில் நிலைத்து, நாளடைவில் இந்தச் சமுதாயத்தில் கலந்துவிட்டனர். அன்று இந்திய அரசின் ஆட்சி மொழியாக இருந்த பார்ஸி, இந்துஸ்தானி ஆகிய மொழிகளின் கலப்பினால் தோன்றிய உருது மொழியை அவர்கள் தாய்மொழியாகக் கொண்டிருந்த போதிலும், தமிழக மக்களின் பொது மொழியான தமிழை விழைந்து கற்கவும் தமிழில் புலமை பெறவும் அவர்கள் தயங்கவில்லை.

அவர்களின் வழியினர் இன்றும் செங்கல்பட்டு, வடஆற்காடு, தென்னாற்காடு, தஞ்சாவூர், திருச்சிராப்பள்ளி, மதுரை, இராமநாதபுரம், மாவட்டங்களில் சிறுபான்மையினராக இருந்து வருகின்றனர். இவர்கள் பட்டாணியர் என்றும் தக்கனிகள் என்றும் பிற்கால இலக்கியங்களிலும் வழக்கிலும் குறிப்பிடப்பட்டுள்ளனர். குறிப்பாக *சீதக்காதி நொண்டி நாடகம், இராமப்பய்யன் அம்மானை* ஆகிய நூல்களில் பட்டாணியர் என்ற சொல் பல இடங்களில் பயன்படுத்தப்பட்டுள்ளது. ஆனால், தமிழக இஸ்லாமியரின் ஒரு பிரிவினரைக் குறிக்க இந்தச் சொல்லைப் பயன்படுத்தி இருப்பது பொருத்தமற்றதாகும். காரணம் முந்தைய இந்தியாவின் (தற்பொழுது பாகிஸ்தான்) வடமேற்கு எல்லைப்புற மாநிலத்தில் புஷ்து மொழி பேசும் இந்து-முஸ்லிம் இரு சமயத்தவரையும் குறிப்பது பதான் (Pathan) என்ற இனச் சொல்.[2] அந்த 'பதான்' என்ற சொல்லின் திரிபுதான் பட்டாணி என்பதாகும். உடல்வாகிலும் செயல் திறத்திலும் சிறந்தவர்களைக் குறிக்க எழுந்த சொல் போலத் தோன்றுகிறது. தமிழ்நாட்டின் வணிகக் குலமான ஆயிர வைசியரில் சிலர்கூட, இந்தப் பெயரினால் பட்டாணிச் செட்டியார் என அழைக்கப் படுகின்றனர். மேலும் இன்னொரு பிரிவினரான வாணியச் செட்டியார் குலத்திலும் 'பட்டாணி' என்ற பெயர் இணைத்து வழங்கப்படுகிறது. இவர்கள் விருதுநகர் (ராஜபாளையம்), மதுரை (பெரியகுளம்), நெல்லை (கம்பங்குளம்) ஆகிய மாவட்டங்களில் தொகுதியாக வாழ்ந்து வருகின்றனர். இவர்களுடைய குல தெய்வம் குதிரையில் அமர்ந்த வீர உருவம்; கொடி பச்சை இளம்பிறைக் கொடியாகும். மேலும் அந்தத் தெய்வத்தின் கோயிலை 'பட்டாணிக் கோவில்' என வழங்கி வருவதும் இங்குக் குறிப்பிடத்தக்கது. தமிழ்நாட்டில் பல ஊர்களில் 'பட்டாணி' 'பட்டாணி சாயபு' என்று இறைநேசர்கள் சிலரின் அடக்கத்தலங்களும் உள்ளன. அவை இஸ்லாமியரின் மண்ணறை போன்ற வடிவில் உள்ளன.

தக்னி என்பது *டெக்கானிஸ்* (Deccanese) என்ற ஆங்கிலச் சொல்லின் திரிபு. பீஜப்பூர், பீடார், பேரார், பாமினி, கோல்கொண்டா என்ற ஐந்து

தக்கணப் பகுதி இஸ்லாமியத் தன்னரசுகளின் பணியில் இருந்து அவை சிதைந்த பிறகு தெற்கே தமிழகத்தில் குடி புகுந்தவர் என்ற கருத்தில் அவர் தம் தொன்மையைச் சுட்டும் சொல்லாக அமைந்துள்ளது பொருத்த மானது. அவர்கள் அனைவரும் ஆற்காட்டு நவாப்புகளின் ஆட்சியில், அரசியல் சலுகைகளும், வாழ்க்கை வசதிகளும் பெற்றுப் பயனடைந்தவர்கள். ஆனால், கால மாறுதலால் இவர்களில் பெரும் பாலோர் பொருளாதார வீழ்ச்சியுற்றுத் தோல் பதனிடும் தொழிலிலும் பீடி, சுருட்டு, ரொட்டி தயாரித்தல் போன்ற சிறு தொழில்களிலும், விவசாயத்திலும், காவல்துறை போன்ற அரசுப் பணிகளிலும் ஈடு பட்டுள்ளனர். இவர்களும், இன்றைய தமிழ்ச் சமுதாயம் என்ற பேரணியில் உள்ள சிறுபான்மையினராக, தமிழக இஸ்லாமியர் என்ற சிறுபிரிவிற்குள் அடங்கியவர்கள். அவர்களுடைய தாய்மொழி, தமிழ்-உருது என வேறுபட்டு இருந்தாலும், இவர்கள் அனைவரையும் தமிழ்நாடு அரசு, கல்வி, பொருளாதார நிலைகளில் பின்னடைந்துள்ள 'பிற்பட்டவர்' எனப் பாகுபாடு செய்துள்ளது.[3] தமிழக இஸ்லாமியர் என்ற பெருவட்டத்தில் இவர்கள் அடங்கியவராவர்.

9
வணிகம் வந்த வழியில்

தமிழகத்திற்கும் அரபு நாடுகளுக்கும் வணிகப் பண்டமாற்றத்திற்குப் பயன்பட்ட பாய்மரக்கலங்கள், அரபு இஸ்லாமியர் தமிழகத்திற்கு வந்து செல்லும் போக்குவரத்துச் சாதனமாகவும் பயன்பட்டன. இன்றைய குமரி மாவட்டக் குளச்சலிலிருந்து ஆந்திரக் கரையிலுள்ள முத்துப்பள்ளி வரையான வங்கக் கடலின் விரிந்த கடற்கரையில் பல இடங்களில் அவர்களுடைய கலங்கள் நங்கூரமிடப்பட்டு நின்றன. இந்தப் பகுதி அரபு மொழியில் *மாபார்* என அழைக்கப்பட்டது.[1] கடந்து செல்லும் பகுதி என்ற பொருளுடைய இந்தப் பகுதி, நாளடைவில் அவர்கள் விரும்பி வாழும் நாடாக மாறியது வியப்பிற்குரியது. அவர்களுடைய கலங்களில் ரோம, எகிப்து, பாரசீக நாட்டுப் பண்டங்களுடன், குதிரைகளும் கரை இறக்கப்பட்டதுடன் நீண்ட அங்கியும் வண்ண முண்டாசுகளும் அணிந்த, இனிய தோற்றமுடைய ஃபக்கீர்களும் (முஸ்லிம் நாடோடிகளும்) தொண்டர்களும் கரை இறங்கும் காட்சி பல நூற்றாண்டுகளுக்கு முன்னர் தமிழகக் கடற்கரைப் பட்டினங்களில் ஆங்காங்கே காணக் கூடியதாக இருந்தது.

ஏற்கனவே, தமிழ்ச் சமுதாயத்திற்கு அறிமுகமாகி, அஞ்சு வண்ணங் களில் வணிகச் சாத்துக்களுடன் நிலைத்துவிட்ட அரபு இஸ்லாமியர் களின் நேர்மையான வணிகத்திலும் வாழ்க்கை நெறிகளிலும் ஈர்க்கப் பட்டிருந்த தமிழ் மக்கள், இந்த ஃபக்கீர்கள், தொண்டர்கள் ஆகியோரின் பேச்சுக்குத் தங்கள் செவிகளைத் தாழ்த்தத் தயங்கவில்லை. ஏக இறைக்கொள்கையை அடிப்படையாகக் கொண்டு நபிகளார் அரபி மக்களிடம் போதித்த போதனைகளையும் எய்திய சாதனைகளையும் அவர்கள் எடுத்துக்காட்டி, தமிழ் மக்கள் உலகம் தழுவிய அந்த ஒற்றுமை அணியில் சேர்ந்து, இம்மை மறுமைக்கான இனிய பணிகளில் ஈடுபட வேண்டுகோள் விடுத்தனர். அவர்களுடைய இனிய பேச்சும் இறைக் கொள்கை விளக்கங்களும், ஏழை எளியவர்களிடம் ஈடுபாடு கொண்டு செய்த சேவையும், தமிழ் மக்களின் சமய வாழ்வில் புதிய உணர்வையும் சிந்தனைத் தெளிவையும் தந்தன. அத்துடன், இடையோடிகள் இல்லாத அவர்களுடைய எளிய இறைவழிபாடும்

இனிய நடைமுறைகளும் யாவரையும் கவர்ந்தன. குறிப்பாக நடுத்தர அடித்தள மக்களிடையே விழிப்பை ஏற்படுத்தின.

இத்தகைய மனமாற்றத்திற்குப் பல காரணங்கள் இருந்தன. அன்றையத் தமிழ்ச் சமுதாயம், சமய மோதல்கள், சமயக் காழ்ப்பு, சமூகக் கொடுமைகள், பகுத்தறிவுக்கு ஒவ்வாத பழக்க வழக்கங்கள், உயர்வு தாழ்வு, ஆண்டான் அடிமை நிலைகள் ஆகியவை விஞ்சி நின்றதாகும். 'பிறப்பொக்கும் எல்லா உயிர்க்கும்' என்ற பேருண்மை எங்கேயோ மறைத்து வைக்கப்பட்டிருந்தது. 'ஒன்றே குலம் ஒருவனே தேவன்' என்ற உயரிய கொள்கை உருமாறி, பல நூற்றாண்டுகளாகி இருந்தன. இந்த நிலை, இந்து சமயத்தில் சீர்திருத்தம் கோரிய பௌத்தக் கொள்கையைப் பலவீனமடையச் செய்தது. சமணம் கொல்லாமையைக் கோடிட்டது; அதைச் சீர்குலைத்தது சைவம். பழமையையும் பல தெய்வ வணக்கத்தையும் கொண்ட சைவத்தையும் சமாளித்து நின்றது வைணவம். இவையனைத்தும் ஆரிய இனக் கொள்கை என்ற ஒரு தாயின் பிள்ளைகள். தமிழகச் சமய வாழ்விலும் சமுதாய முன்னேற்றத்திலும் சிறப்பாக எதையும் சாதித்துவிடவில்லை. எட்டாம், ஒன்பதாம் நூற்றாண்டுகளில் தமிழ்ச் சமுதாயத்தின் நிலை இதுவே. இந்தப் பின்னணியில், அரபு நாட்டு இறைநேசர்களும் தொண்டர்களும் தூவிய புனித இஸ்லாம் என்ற வித்து, நமது தமிழ்மண்ணில் வேரூன்றி வளர்ந்து தழைத்துப் பூத்தது. அதனுடைய மோகனத் தோற்றத்தையும், மென்மையான சுகந்தத் தையும் கண்டு உணர்ந்தவர்கள் அதை வேற்று நாட்டு மலர் என வேறுபாடு கொள்ளவில்லை.

இந்தப் புதிய சமயப் பணிக்கு, செயற்கரிய சாதனைக்கு, தமிழ் மண்ணில் தங்கள் உழைப்பையும் உயிரையும் வழங்கிய இஸ்லாமிய உத்தமர்கள் அனைவரையும் கடந்த காலம் இனங்காட்டத் தவறி விட்டது. அவர்களில் சிலரைப் பற்றிய வாழ்க்கைக் குறிப்புகள் அங்கும் இங்குமாகக் கிடைத்துள்ளன (அவர்களுடைய பெயர்ப்பட்டியல் ஒன்று இணைப்பில் கொடுக்கப்பட்டுள்ளது). அவை வரலாற்று ஆய்விற்கு வழி துலக்குவதாக இல்லை. தமிழ்நாட்டின் காடுமேடுகளில், சாலை, சோலையில் பெயர் தெரியாத அடக்கத்தலங்களில் தங்களை முடக்கி அருந்துயில் கொள்ளும் அரபு, துருக்கி, சிரிய, பாரசீக நாட்டு மேதைகளே அவர்கள். அவுலியாக்கள், மஸ்தான்கள், மலுங்குகள், பீர்கள், ஃபக்கீர்கள், சூஃபிகள், ஷைகுகள், தர்வேஸ்கள், ஆலிம்கள் என்று மட்டுமே அவர்களை இனம் தெரிந்துகொள்ள முடிகிறது. அவர்கள் அனைவரும் நபிகளாரின் வழியில் வாழ்ந்தவர்கள். அவருடைய வழியில் வாழும்படி வழிகாட்டியவர்கள். அந்தப் பணியில் கண்ட இன்னலை, கனிந்த கன்னலாக ஏற்று மகிழ்ந்தவர்கள். இவற்றுக்கு மேலாக அவர்களைப் பற்றித் தெரிந்துகொள்ள வேறு வாய்ப்பு இல்லை.

குறிப்பாக, திருச்சிராப்பள்ளியில் மோனத்துயில் கொள்ளும் தப்லே ஆலம் நத்ஹர் வலி பாபா பத்தாம் நூற்றாண்டில் சிரியா நாட்டிலிருந்து சமயப் பணிக்கென அப்பொழுது அரசியல் சிறப்புற்று இருந்த தமிழகத் திற்கு வந்தவர் உறையூரில் தங்கி, தம்முடைய இஸ்லாமியப் பணி யைத் தொடங்கினார்.[2] இன்று திருச்சி, தஞ்சை மாவட்டங்களில் உள்ள முஸ்லிம்களின் முன்னோர்கள் பெரும்பாலும் பாபாவின் போதனைக்குப் பணிந்து இஸ்லாத்தில் இணைந்தவர்கள். இத்தகைய மகானுடைய மகத்துவங்களைத் தவிர்த்து அவர்களுடைய வரலாற்றுக் குறிப்புகள் எதுவும் கிடைக்கவில்லை. இவர்களைப் போன்று, மதுரை, நெல்லை, இராமநாதபுரம் மாவட்டங்களில் இஸ்லாத்தைப் பரப்பிய முன்னோடிகள் யார் எனத் தெரியவில்லை. ஆனால் கி.பி. 1050இல் மாலிக்-உல்-முல்க் என்பவர் தலைமையில் தொண்டர் பலர் மதுரையில் இஸ்லாமியப் பணியில் ஈடுபட்டிருந்தனர். அந்தக் குழுவில் சையத் அலியார் ஷா என்ற இறைநேசரும் இருந்தார் எனத் தெரிகிறது.[3] மாலிக்குல் முல்க் அப்பொழுது மதுரை ஆளுநராக இருந்தார் என மதுரைச் சீமை வரலாற்று ஆசிரியர் வரைந்துள்ளார்.[4] அந்தப் புனிதரைப் பற்றி வேறு தடயங்கள் எதுவும் இல்லை.

கி.பி. 1182இல் மதீனத்திலிருந்து பாண்டியநாடு போந்த சுல்தான் ஸையது இப்ராஹீம் (இறைநேசர்) பணியை நெல்லை மாவட்டத்தில் தொடங்கினார். அப்போது பாண்டிய நாடு மூன்று பகுதிகளாக மூன்று பாண்டிய மன்னர்களின் ஆட்சியில் இருந்தது. காயலைக் கோநகராகக் கொண்டு குலசேகர பாண்டியனும், மதுரையில் திருப்பாண்டியனும், கிழக்குச் சீமை பவுத்திர மாணிக்கப்பட்டணத்தில் விக்ரம பாண்டியனு மாக மூவர் ஆட்சி பீடங்களில் இருந்தனர். பாண்டியர்களிடையே பட்டத்திற்குரியவர் மட்டுமல்லாது, இளவல்களும், பேரரசர்களுக்குச் சமமாக அரசியல் சம்பிரதாயங்களுடன் பல பகுதிகளில் ஆட்சிப் பொறுப்பைக் கவனித்து வரும் பழக்கம் அப்போது பாண்டிய நாட்டில் இருந்தது. இவ்விதம் ஐவர் பாண்டிய நாட்டை ஆட்சி செய்ததையும் இதனால் பாண்டியர்களுக்கு 'பஞ்சவர்' என்ற பெயர் இருந்ததும் இலக்கியங்களில் காணப்படுகின்றன.[5] சமுதாய வளர்ச்சிக்கு உதவு வதற்காக, அரசியல் அதிகாரங்களைப் பரவலாக்கும் வகையில் இந்த முறை, கடைப்பிடிக்கப்பட்டு இருந்தாலும் பாண்டியர்களிடையே போட்டியும் பொறாமையும் வளர்ந்ததைத்தான் வரலாறு காட்டுகிறது.

சுல்தான் ஸையது இப்ராஹீம் அவருடைய திரளான தொண்டர் களும் தமிழகப் பயணத்தை மேற்கொண்டிருப்பது, ஏக தெய்வ வணக்கத்தையும் இறைவனின் சன்மார்க்கத்தையும் மக்களிடம் விளக்கும் பிரச்சார நோக்கம் கொண்டது என்பதைக் காயலில் இருந்த குலசேகர பாண்டியன் புரிந்துகொண்டவுடன் அவர்களுடைய பணி

தொடர்வதற்குத் தடங்கல் எதுவும் ஏற்படுத்தவில்லை. ஆனால் மதுரை, இராமநாதபுரம் பகுதியில் இருந்த பாண்டியர்கள் அவர்களுடைய பணிக்கு இடையூறு செய்தமையும், அதனை எதிர்த்து முறியடித்த போரில் அவர்கள் தங்களுடைய இன்னுயிரைத் தியாகம் செய்த விவரங்களையும் *ஷஹாதத் நாமா* என்ற பாரசீக நூலை ஆதாரமாகக் கொண்டு வரையப் பெற்ற ஷஹீது சரிதை தெரிவிக்கிறது.[6] சுல்தான் சையது இப்ராஹீம் பாண்டிய நாட்டில் கிழக்குக் கடற்கரையில் அமைந்து இருந்த பவுத்திர மாணிக்கப்பட்டினத்தில் பன்னிரண்டு ஆண்டுகள் ஆட்சிப் பொறுப்பை ஏற்று இருந்ததால் அவருடைய வாழ்நாளிலேயே நெல்லை, மதுரை, இராமநாதபுரம் மாவட்ட மக்களில் ஒரு பகுதியினர் இஸ்லாத்தை ஏற்றனர், அவர்களுடைய சந்ததிகளும் தொண்டர்களும் பாண்டிய நாட்டில் பல பகுதிகளில் சன்மார்க்க சேவையைத் தொடர்ந்தனர். இவர்களுடைய புனிதப் பணியின் காரணமாக பாண்டிய நாட்டில் ஒருசிறு பிரிவு மக்கள் தொகையினராக முஸ்லிம்கள் வாழ்ந்து வந்ததை மார்க்கோ போலோவின் பயணக் குறிப்புகளில் இருந்து ஊகித்து அறிய முடிகிறது. பாண்டிய மக்களின் உணவுப் பழக்கங்களை விவரிக்கும் மார்க்கோ போலோ, அந்த மக்கள் விலங்குகள், பறவைகள் ஆகியவற்றை நேரடியாகக் கொன்று தின்பது கிடையாது; அவற்றின் ஊனைப் பெற்று உண்டனர் என்ற குறிப்பிலிருந்து, முஸ்லிம்கள் பயன்படுத்திய ஹலாலான ஊனை அந்த மக்களும் உண்டனர் என்பது பெறப் படுகிறது.

பன்னிரண்டாம், பதின்மூன்றாம் நூற்றாண்டுகளின் பிற்பகுதியில், பாண்டிய நாட்டு இஸ்லாமியர்களுக்கு அரசியலில் செல்வாக்கும் அரசின் மத சகிப்பும் இருந்ததால் சோழ நாட்டின் தென்பகுதி உட்பட்ட தமிழகத்தில் இஸ்லாம் பரவுவதற்கு ஏற்ற சூழ்நிலை இருந்தது. அப்பொழுது ஹஸரத் அலீயுத்தீன் அவர்களும் ஹாஜி சையித் தாஜுதீன் என்பவரும் மதுரையில் இஸ்லாமிய சேவையில் ஈடுபட்டனர்.[7] இவர்கள் யாவர், இவர்களுடைய பணியின் விவரம் என்ன என்பன போன்ற வினாக் களுக்கு விடை தரும் வரலாற்று ஆவணங்கள் இல்லை.

மதுரைச் சீமை வரலாற்று ஆசிரியருக்குக் கிடைத்த ஆவணங்களின்படி ஹஜரத் அலீயுத்தீன் கி.பி. 1290இன் இறுதியில் மதுரை வந்தவர் என்பது மட்டும் புலனாகிறது.[8] இன்னொரு வரலாற்றுக் குறிப்பிலிருந்து மதுரையின் தென்பகுதியிலுள்ள 'காஜி மொகல்லா' என வழங்கப் படும் காஜியார் தெருக் குடியிருப்பு ஏற்பட்டதும் அதை ஏற்படுத்திய காஜி தாஜுத்தீன் மதுரை வந்ததும் இந்த நூற்றாண்டில்தான் என்பது புலனாகிறது.[9] வைகை ஆற்றங்கரையின் தென்பகுதியில் ஏற்பட்ட இக்குடியிருப்பைப் போன்று வடகரையிலும் இஸ்லாமியரின்

குடியிருப்பு ஒன்று வளர்ச்சி பெற்றது. பன்னிரண்டாம் நூற்றாண்டின் இறுதியில் டில்லியைக் கைப்பற்றி ஆட்சி செய்த முஹம்மது கோரியின் பெயரால் கோரிப்பாளையம் என அந்தக் குடியிருப்பு இன்றளவும் வழங்கி வந்தாலும் அதைத் தோற்றுவித்தவர் யார், எப்போது தோற்றுவிக்கப்பட்டது என்பதைத் தெரிந்துகொள்ள இயலவில்லை. அதே கால கட்டத்தில், தென்பாண்டிச் சீமையில் (இன்றைய நெல்லை, குமரி மாவட்டங்களில்) அரபு நாடுகளில் இருந்து ஏராளமான இஸ்லாமிய வணிகர்கள் தமது குடும்பங்களுடன் குடியேறினர். குறிப்பாக கிஸ்நாட்டு அதிபதி சையது ஜமாலுத்தீன் தலைமையில் பல அரபுக் குடும்பங்கள் காயல் வந்து சேர்ந்தன.[10] இங்ஙனம் பன்னிரண்டாம் நூற்றாண்டின் முடிவிற்குள், அரபு இஸ்லாமிய வணிகர்களும் தொண்டர்களும், தமிழகத்தைப் புதிய தாயகமாகக் கருதி, குடியேறி, தங்கி வாழ்ந்ததுடன் தமிழ் மக்களுடன் மண உறவுகள் கொண்டு தங்கள் சந்ததியினரைப் பெருக்கிக் கொண்டனர். இந்தத் தமிழ் மண்ணின் மைந்தர்களாகவே மாறி இருந்தனர். தமிழ்ச் சமுதாய அமைப்பில் கணிசமான எண்ணிக்கையுடன் அவர்கள் ஒரு புதிய அங்கமாக விளங்கினர். அதனால் அன்றைய ஆட்சியாளர் அவர்களை மதித்துச் சிறப்புடன் நடத்தினர்.

10

அரசியல் முதன்மை

மூவேந்தர்களின் ஆட்சியில் தமிழகத்தில் உள்நாட்டு, வெளிநாட்டு வணிகர்களுக்கு ஆதரவும் ஊக்குவிப்புகளும் இருந்துவந்தன. கொடுமணம், பந்தர், முசிறி, கொற்கை, புகார் போன்ற பட்டினங்களின் செல்வச் சிறப்பிற்கு ஆதாரமான வணிகத்தைப் *பதிற்றுப்பத்து*, *பட்டினப் பாலை*, *பத்துப்பாடல்* ஆகிய சங்க இலக்கியங்கள் சான்று பகர்கின்றன. கல்வெட்டுகளிலும் அந்த வணிகச் சாதியினர் மணிக்கிராமம், அஞ்சு வண்ணம், நானா தேசிகள், திசையாயிரத்து ஐந்நூற்றுவர், வலஞ்சியர் எனக் குறிப்பிடப்பட்டுள்ளனர். அவர்களுடைய வணிகம் தங்கு தடையின்றி நடைபெற அரசியலார் அவர்களுக்கு எல்லாவித வசதி களையும் வழங்கியதுடன் அரச அவைகளில் எட்டி, ஏனாதி ஆகிய சிறப்பு விருதுகளையும் வழங்கி அவர்களைப் பெருமைப்படுத்தினர். அதன் காரணமாக வெளிநாட்டு வணிகர்கள் அரசியலில் தீவிரப் பங்கு கொள்ளும் வாய்ப்பும் ஏற்பட்டது.

இத்தகைய வணிகரில் ஒருவரான துருக்கன் அகமது முதல் ராசராசனின் அவைக்களத்தை அலங்கரித்த முக்கியமான இஸ்லாமிய அரசியல் தலைவர் என்பது ஆனைமங்கலச் செப்பேட்டில் குறிக்கப்பட்டுள்ளது.[1] இவரைப் போன்றே கங்கைகொண்ட சோழபுரத்து ராஜராஜ வித்யாதரப் பெருந்தெருவைச் சேர்ந்த சோனகன் சாவூர் முதலாம் ராஜேந்திர சோழனின் திருமந்திர ஓலை நாயகனாக விளங்கியதைக் கோலார் கல்வெட்டு மூலம் தெரிந்துகொள்ள முடிகிறது. மேலும், அதே மன்னனின் இருபத்து நான்காவது ஆட்சியாண்டைக் குறிக்கும் மன்னார் கோவில் கல்வெட்டு, அந்தப் பெருமகனை 'ராஜேந்திர சோழ கந்தர்வப் பேரரையன்' எனப் பெருமிதத்துடன் சுட்டுகிறது.[2] இங்ஙனம் சோழப் பேரரசின் அரசியலில் முதன்மை பெறத் தொடங்கிய இஸ்லாமியர் என்ன காரணத்தினாலோ குலோத்துங்கனின் ஆட்சியில் வெறுப்பையும் வீழ்ச்சியையும் பெற்றதைச் சிதம்பரம் கோயில் கல்வெட்டுகளில் இருந்து ஊகிக்க முடிகிறது. அந்தக் கோயிலின் திருப்பணிகளைத் திறம்பட நிறைவேற்றிய சோழ சேனாதிபதி நரலோக வீரனைப் பற்றிய புகழ்ச்சிக்

குறிப்புகளில் ஒன்று, அவனுடைய கொல்லம் படையெடுப்புப் பற்றியதாகும். இந்த நிகழ்ச்சி குலோத்துங்கச் சோழனின் இருபத்து எட்டாவது ஆட்சி ஆண்டில் (கி.பி. 1096இல்) நிகழ்ந்தது.[3] அன்று வேணாடு என வழங்கப்பட்ட கொல்லம், சோழப் பேரரசின் ஒரு பகுதியாக விளங்கியது என்பதும், அங்கு இஸ்லாமியர்கள் அப்பொழுது பெரும் எண்ணிக்கையில் இருந்தனர் என்பதும் தெளிவு. இந்தப் படை யெடுப்பின் காரணத்தை வரலாறு வழங்காவிட்டாலும் அதனால் என்ன விளைவு ஏற்பட்டது என்பதை அதே கல்வெட்டு கூறுகிறது.[4] '...பஞ்ச பாண்டியர்களை அடக்கி ஒடுக்கிய புகழ் வாய்ந்த குலோத்துங் கனின் பெரும்படை இந்தப் போரில் (கொல்லம்) எதிரிகளை சிதறி யோடச் செய்த வெற்றிச் சிறப்பை எதிர்கரையில் உள்ள பாரசீகர் நாட்டு இளம் பெண்களும் பரவிப் பாடுவர்.' இந்த நிகழ்ச்சிக்குப் பிறகு கி.பி. 1323இல் மதுரையில் நிறுவப்பட்ட இஸ்லாமியர் ஆட்சி யைக் குறிப்பிடும் மதுரைத் தல வரலாறு, '... கொல்லம் அழிந்து 226 ஆண்டுகளுக்குப் பிறகு, அதாவது சகம் 1246 (கி.பி. 1324)இல் ருத்ரோகரி ஆனி மாதம், பராக்கிரம பாண்டியன் என்பவர் ஆட்சி செலுத்தும் பொழுது நேமி என்று அழைக்கப்பட்ட டில்லி ஆதி சுல்தான் முல்க் நாட்டைக் கைப்பற்றினார்...' எனத் தொடர்கிறது.[5]

இந்த நிகழ்ச்சி சாலிவாகன சகாப்தம் இன்ன வருடம், இன்ன மாதம் இன்ன நாளில் என்று மட்டும் குறிப்பிடாமல் 'கொல்லம் அழிந்த 227 ஆண்டுகளுக்குப் பிறகு' என்று விளக்கம் கொடுப்பதிலிருந்து இஸ்லாமியர்கள் மதுரையைக் கைப்பற்றிய இந்நிகழ்ச்சிக்கு முன்னதாக இஸ்லாமியர்கள் கொல்லத்தைக் கைப்பற்றி இருந்தனர் என்பதை சூசகமாகக் குறிப்பிடும் நோக்கத்துடன்தான் 'கொல்லம் அழிந்த 227 ஆண்டுகளுக்குப் பிறகு' என்ற தொடரும் இந்த வரலாற்றுக் குறிப்பில் சேர்க்கப்பட்டுள்ளது.[6] பாண்டிய மன்னர்களின் தலைநகரான மதுரை யில் இஸ்லாமியர்களின் செல்வாக்கு அரசியலில் மிகுந்து வந்தது. கி.பி. 1182இல் மதீனத்திலிருந்து பாண்டியநாடு வந்த இஸ்லாமியப் பிரச்சாரகரான ஸையது இப்ராஹீம் (ஷஹீது) அவர்களுக்கு கொற்கை யில் ஆட்சி புரிந்த குலசேகர பாண்டியன் எல்லா வசதிகளையும் வழங்கிய துடன், தனது ஆட்சிக்குக் குந்தகம் விளைவித்துக் கொண்டிருந்த தனது தாயாதிகளை அடக்குவதற்கு உதவுமாறு கேட்டுக்கொண்டான். இதை அறிந்த மன்னன் திருப்பாண்டியன், அஞ்சியவனாக மதுரையை விட்டே ஓடிவிட்டான். புனிதர் சையது இப்ராஹீமும் அவருடைய தொண்டர்களும் மதுரையைக் கைப்பற்றினர். மதுரைக் கோட்டையும் அதன் சுற்றுவட்டாரத்துச் சீமையும் தளபதி அமீர் இஸ்கந்தர் என்பவரின் நிர்வாகத்தில் பல ஆண்டுகள் இருந்து வந்தன.[7] திருப்பரங்குன்றத்தில் மலையின் உச்சியில் உள்ள பள்ளியின் பக்கத்தில் இவரது அடக்க இடம்

அமைந்துள்ள காரணத்தினால் மக்கள் அந்த மலையை சிக்கந்தர் மலையென்றும் அங்குள்ள பள்ளியைச் சிக்கந்தர் பள்ளி என்றும் வழங்கி வருகின்றனர். ஆனால் வரலாற்று நூலாசிரியர் டாக்டர் ஹுசைனி, மதுரை சுல்தான்களில் இறுதியாக கி.பி. 1372-73இல் அரியணை ஏறியவரும் விஜயநகர இளவல் குமார கம்பணனால் கொல்லப்பட்டவருமான சுல்தான் சிக்கந்தர் ஷாவின் அடக்கத்தலம் அது எனக் குறிப்பிட்டுள்ளார்.[8] இந்த அடக்கத்தலத்தை கி.பி. 1762இல், மதுரை ஆளுநராக இருந்த கம்மந்தான் கான் சாஹிப் (கான் சாயபு) அழகிய தர்காவாக அமைத்து உதவினர்.[9] அத்துடன் அதற்கு அண்மையில் உள்ள தணக்கன் குளம் கிராமமும் இந்தத் தர்காவின் பராமரிப்பிற்குத் தானமாக வழங்கப்பட்டது.

அந்தக் காலகட்டத்தில், கிழக்கு இராமநாதபுரம் சீமையின் தென்கிழக்குப் பகுதியை ஷஹீது அவர்கள் விக்கிரமப் பாண்டியனிடமிருந்து கைப்பற்றி, தமிழகத்தில் முதன்முறையாக, இஸ்லாமியக் கோட்பாடுகளுக்கிணங்க மக்கள் ஆட்சியை நிறுவினார். இந்த ஆட்சி நீண்டகாலம் நீடிக்கவில்லை. வடக்கே ஓடிப்போன திருப்பாண்டியன் பன்னிரண்டு ஆண்டுகளுக்குப் பிறகு தனது தாயாதிகளுடைய படை பலத்துடன் நாடு திரும்பினான். புனித ஷஹீது முதுமை அடைந்தவராய் இருந்தார்; திருப்பாண்டியனைச் சமாளிக்கும் வகையில் அவரிடம் போதிய படைபலமும் இல்லை. என்றாலும், ஏறுபதி அருகே நடந்த வீரப்போரில் ஷஹீது அவர்கள் பாண்டியனை வெட்டி வீழ்த்தியதுடன் தாமும் வீரமரணம் எய்தினார். இந்த வரலாற்றுச் சிறப்புமிக்க போர் கி.பி.1196இல் நடைபெற்றது.[10] தமிழக வரலாற்று ஆசிரியர்களின் வரலாற்று நூல்களில் இந்தப் போர் பற்றிய சிறு குறிப்பைக்கூடக் காணமுடியவில்லை. இத்தகைய இருட்டடிப்பிற்குக் காலம்தான் பதில் அளிக்க வேண்டும். ஆனால் பெரியபட்டினம், வாணி, வைப்பாறு, வாலிநோக்கம், காட்டுப் பள்ளிவாசல், புல்லந்தை, ஏறுபதி ஆகிய ஊர்களில் தொடர்ச்சியாகக் காணப்படும் நூற்றுக்கணக்கான மீஸான்களுடன் கூடிய அடக்கத்தலங்களும் ஷஹீது அவர்கள், அவர்களுடைய தொண்டர்கள் குறிப்பாக அப்பாஸ், ஷம்ஸுத்தின், உமையா, இஸ்ஹாக் (ஷஹீதின் மகன்) இம்ரான் ஆகியோரின் அடக்கத்தலங்களும் எழுச்சி மிக்க அந்த இறைநேசர்கள் தங்களுடைய தியாகத்தால் வரைந்த தமிழக வரலாற்றை மக்களுக்கு என்றும் நினைவூட்டுவனவாக உள்ளன. இந்தத் தியாகிகளின் புகழ் வாழ்க்கையை மீசல் வண்ணக் களஞ்சியப் புலவர், காலத்தால் வாடாத கவி மலர்களாகப் பாடியுள்ளார்.[11] தமிழகத்தில், ஷஹீது அவர்கள் மிகவும் குறுகிய காலம் வாழ்ந்தபோதிலும் அவருடைய தொண்டும் அரசியலும், தமிழ் மக்களையும் பிற்காலத் தமிழக ஆட்சியாளர்களையும் மிகவும் கவர்ந்துவிட்டன. அதன் விளைவு

தமிழகத்தில் இஸ்லாம் பரவுவதற்கு நல்ல வாய்ப்பும் சூழ்நிலையும் ஏற்பட்டன. மதமாச்சரியங்களுக்கு அப்பாற்பட்டு, இஸ்லாமியர் அல்லாதவரும் ஷஹீது அவர்களை ஆத்ம சுகம் வழங்கக்கூடிய ஞான குருவாகக் கருதி, காலமெல்லாம் போற்றி வருகின்றனர். இதை அடுத்து, இஸ்லாமியத் தலைவர்களைத் தங்களுடைய ஆட்சிக்கு அரண் செய்யும் அமைச்சர்களாக, தளபதிகளாக, அரசியல் தூதுவர்களாக வரித்துக் கொள்ளும் வாய்ப்பும் தமிழகத்தில் வலுப்பெற்றன.

பதின்மூன்றாம் நூற்றாண்டின் தொடக்கம் சோழப் பேரரசின் வீழ்ச்சிக்குக் கோடிட்டது. பராந்தகச் சோழன் முதல், மூன்றாம் குலோத்துங்கன்வரையான சோழ மன்னர்கள் – இரண்டு நூற்றாண்டு களுக்கு மேலாகப் பாண்டியர்களுக்கிழைத்த பெரும் பழியை நீக்கினான் முதலாவது மாறவர்மன் சுந்தரபாண்டியன் (1216-1238). இவனுடைய ஆட்சிக்காலத்தில் பாண்டியப் பேரரசு வடக்கே வாரங்கல் நாட்டிலிருந்து தெற்கே திருவிதாங்கூர்வரை பரவியது. ஆட்சியின் வளர்ச்சிக்கும் பராமரிப்பிற்கும் குதிரைப்படை இன்றியமையாததாக இருந்ததால் பாரசீக வளைகுடா நாடுகளில் இருந்து ஆண்டுதோறும் குதிரைகள் ஆயிரக்கணக்கில் வரவழைக்கப்பட்டன. அதே மன்னனின் ஆட்சிக் காலத்தில் சீனத்தில் இருந்து இலங்கை வழியாக, பாண்டியநாடு போந்த உலகப் பயணி மார்கோ போலோவின் பயணக் குறிப்புகளும் இதை உறுதிப்படுத்துகின்றன.[12]

11
இஸ்லாமிய அமைச்சர்கள்

அரபு நாட்டுக் குதிரைகள் பத்திரமாகக் கொண்டுவரப்பட்டு, பாண்டிய நாட்டின் அன்றைய துறைமுகங்களான கபில் (காயல்), பத்தன் (பெரியபட்டினம்), மாலிபத்தன் (தேவிப்பட்டினம்) ஆகிய கடற்துறை களில் கரை இறக்கப்பட்டன. இதைக் கண்காணிப்பதற்கான அமைச்சு ஒன்று இயங்கி வந்தது.[1] இந்த வணிகத்தில் பெரிதும் ஈடுபட்டிருந்த கிஸ்நாட்டு அதிபதியான ஜமாலுத்தீன் என்பவர் மாறவர்மன் குலசேகரப் பாண்டியரின் பெருமதிப்பிற்குரியவராக விளங்கினார். இவர் தமது ஒன்றுவிட்ட தமையனாரான ஜக்கியுத்தீனை வணிகத்துறை அமைச்சராகப் பணி புரியும்படி ஏற்பாடு செய்தார். இவர்களுடைய குடும்பத்தினரும், கிளையினரும் பாண்டிய நாட்டு அரசியலில் தொடர்ந்து பல்லாண்டு காலமாகப் பெரும் பங்கு பெற்று இருந்தனர். மூவாயிரம் மைல் தொலைவில் உள்ள வளைகுடா நாட்டில் இருந்து தமிழகம் வந்த இஸ்லாமியர், தமிழ்ச் சமுதாயத்தில் அரசியல் நிர்வாகத்தில், எத்தகைய சிறந்த, உயர்ந்த, நம்பிக்கைக்குரிய பொறுப்புகளுக்கு உரியவர்களாய் உயர்த்தப்பட்டிருந்தனர் என்பதை வரலாற்று ஆசிரியர் வஸ்ஸாப், ரஷீதுத்தின் ஆகியோரின் குறிப்புகளைப் படிக்கும் பொழுது வியப்புதான் விஞ்சி நிற்கிறது.

சுல்தான் ஜக்கியுத்தீன் அப்துர் ரஹ்மான் என்ற மதீனத்துப் பிரமுகர் பாண்டியனின் பிரதம அமைச்சராக விளங்கினார். அவருடைய நல்ல பண்புகளும், செயல்முறைகளும், தீர்க்கமான தீர்ப்புகளும் பாண்டிய நாட்டுப் பெருந்தலைவர்களின் புகழ்ச்சிக்கும் பாராட்டுதலுக்கும் உரியவையாகப் பல காலம் நிலைத்து நின்றன.[2] காயலில், அவருடைய பெயரைக் குறிப்பிட்டு வெள்ளிக்கிழமைத் தொழுகையின் போது, குத்பாப் பேருரை நிகழ்த்தப்பட்டது. கி.பி. 1293இல் பாண்டிய மன்னன் இறந்தபிறகு, அவர் தொடர்ந்து பிரதம அமைச்சராக விளங்கினார். இதனால் அவர் சில காலம் அந்தப் பகுதியில் மன்னராக இருந்தார் என வரலாற்று ஆசிரியர் வஸ்ஸாப் மிகைப்பட வரைந்துள்ளார். அதன் காரணமாக அவருடைய சிறப்பும் செல்வாக்கும் ஆயிரம் மடங்கு

அதிகரித்து விட்டதாகவும் அவர் குறித்துள்ளார். இதற்கான வேறு ஆதாரம் எதுவும் இல்லை. அப்பொழுது பாண்டியனின் சிறப்பான துறைமுகங்களான காயல்பட்டினம், பெரியபட்டினம், தேவிப்பட்டினம் ஆகிய மூன்று துறைகளின் செயல்பாடுகள் இந்த அமைச்சரின் பொறுப்பில் இருந்தன. சீனம், ஸயாம் நாட்டுப் புதினப் பொருட்களும் இந்துஸ்தானத்தின் கைவண்ணமிக்க பொருட்களும் நிறைக்கப்பட்ட பெரிய கலங்கள், இறக்கைகள் பொருத்தப்பட்ட சிறிய குன்றுகளைப் போன்று நீரில் மிதந்தவாறு இந்தத் துறைகளுக்கு வந்து போய்க் கொண்டிருந்தன.

சுல்தான் ஜக்கியுத்தீனின் ஒன்றுவிட்ட தமையனாரான மாலிக்குல் இஸ்லாம் சுல்தான் ஜமாலுத்தீன், தொடக்கத்தில் ஆண்டுதோறும் தம்மிட முள்ள புகழ்வாய்ந்த இனக் குதிரைகளுடன் கிஸ் நாட்டில் இருந்து கப்பலேறிப் பாண்டிய நாடு வந்துபோய்க் கொண்டிருந்தார். ஆண்டு தோறும் இறக்குமதியாகும் பதினாயிரம் குதிரைகளில் அவருடைய சொந்தக் குதிரைகள் மட்டும் ஆறில் ஒரு பகுதியாகும். நாளடைவில் இவரும் பாண்டிய நாட்டில் நிலையாகத் தங்கிவிட்டபொழுதும், அவரைச் சார்ந்த வணிகர்கள், பாரசீக நாட்டைச் சேர்ந்த காத்தீப், லஹ்ஷா, பஹ்ரைன் ஹீர்முஸ், குல்கத்து ஆகிய ஊர்களிலிருந்து குதிரைகளையும், அவற்றைப் பத்திரமாகப் பாதுகாத்துக் கரை இறக்கப் பழக்கப்பட்ட அரபிகளையும் தமிழ்நாட்டிற்கு அனுப்பி வைத்தனர்.[3]

அவ்விதம் வரவழைக்கப்பட்ட குதிரை ஒன்றின் கிரயத் தொகை 220 தீனார் பொன்னாகும். பயணத்தின் பொழுது இந்தக் குதிரைகளுக்குக் காயம் ஏற்பட்டாலும், சாவு சம்பவித்தாலும் அதற்கான கிரயம் பாண்டியனின் கருவூலத்திலிருந்து வழங்கப்பட வேண்டும் என்பது தான் ஒப்பந்த நிபந்தனை. பொதுவாக இந்தக் குதிரைகள், இந்து அற நிலையங்கள், ஆலயங்களுக்கு நிறுவப்பட்ட அறக்கொடைச் சொத்துக் களிலிருந்து கிடைக்கும் மேலதிக வருமானத் தொகை யிலிருந்தும், அந்தச் சொத்துக்களைச் சார்ந்தோர் செலுத்தும் இறைகளில் இருந்தும் வாங்கப்பட்டன. அரசாங்கத்தின் செலவில் இந்த இனம் சேர்க்கப்பட வில்லை.[4]

இந்தக் குதிரை ஒன்று ஐந்நூறு தீனார் பொன் வீதம் வாங்கப்பட்டதாக உலகப் பயணி மார்க்கோ போலோ வரைந்துள்ளார். பன்னிரண்டாம் நூற்றாண்டின் இறுதியில் பாண்டிய நாட்டிற்கு வந்த அந்தப் பயணி காயலுக்கு வருகை தந்தார். அங்குள்ள பாண்டிய மன்னருக்கு நான்கு சகோதரர்கள் இருந்ததாகவும், அவர்களும் பாண்டிய நாட்டில் பல பகுதிகளில் ஆட்சி புரிந்ததாகவும் குறிப்பிட்டுள்ள அவர் காயல் மன்னன் தமது சகோதரர்களைப் போன்றே ஆண்டுதோறும் இரண்டாயிரத்துக்கும் அதிகமான குதிரைகளை வாங்கினார் என்றும் வரைந்துள்ளார்.

ஆனால் ஆண்டு முடிவில் நூறு குதிரைகள்கூட எஞ்சி இருக்காது என்றும் அவர் குறிப்பிட்டுள்ளார்.[5] காரணம் நிர்வாகக் குறைபாடும் குதிரைகளை அக்கறையுடன் சிறப்பாகப் பராமரிக்கத் தவறியதும் ஆகும். குதிரைகளுக்கு இலாடம் பூட்டும் பணியாளர்கூட அப்பொழுது தமிழ்நாட்டில் இல்லை என்பதாக அவருடைய குறிப்புகள் தெரிவிக்கின்றன. ஆனால் ஆசிரியர் வஸ்ஸாப் சொல்லும் காரணம்:

> ... இந்தக் குதிரைகள் கரை இறக்கப்பட்டவுடன் அவற்றுக்குப் பார்லி தானியத்தை அப்படியே கொடுப்பதற்குப் பதிலாக அதனை வறுத்துத் தயிருடன் சேர்த்துக் கொடுத்தனர். சூடான பசும்பாலும் கொடுத்தனர். இலாயத்தில் நாற்பது நாட்கள் கட்டிப் போட்டு அவற்றைக் கொழுக்கச் செய்தனர். பிறகு, அவற்றுக்குப் போதுமான பயிற்சி அளிக்காத நிலையில் போர் வீரர்கள் அவற்றின்மீது பிசாசு களைப் போல் ஏறி அமருவர். இந்தக் காரணங்களினால் மிகவும் வலுவான வேகமான, துடிப்பான குதிரைகூடச் சிறிது காலத்திற்குள் பலவீனமாகவும், சோம்பலுடையதாகவும், பயனற்றதாகவும் மாறி விடுகின்றன. இந்த நாட்டுக் கால நிலையில், சாட்டையின் சாடுதல் இல்லாமல், பாய்ந்து செல்லக்கூடிய வன்மைமிக்க இந்தக் குதிரை களை, இலாயத்தில் நிழலான இடத்தில் நிறுத்தி வைக்க வேண்டிய நிலை ஏற்பட்டால், அவை பலவீனமுற்று, சவாரிக்குத் தகுதியற்றதாகி விடுகின்றன. இதன் காரணமாக ஆண்டு தோறும் புதிய குதிரைகளுக் கான தேவை எழுகிறது. இஸ்லாமிய நாட்டு வணிகர்கள் அவற்றைக் கொண்டு வருகின்றனர்.[6]

சுல்தான் ஜமாலுத்தீன் வளம் சேர்க்கும் வணிகத்தில் மட்டுமல்லாமல், அஞ்சாமை, ஈகை, அறிவு, ஊக்கம் ஆகியவை எஞ்சாதிருக்கும் அரசியலிலும் சிறப்புற்று விளங்கினார். 'தம்மில்பெரியார் தமரா ஒழுகுதல் வன்மையில் எல்லாம் தலை' என்ற பொதுமறைக்கேற்ப, பாண்டியன் குலசேகரன் சுல்தான் ஜமாலுத்தீனிடம் அரசியல் பணிகளில் உதவிகளை அவாவினார். அப்பொழுது ஈழத்திற்கு அனுப்பப்பட்ட பாண்டியப் படையணிக்குத் தலைமை தாங்கும் பொறுப்பு அவருக்கு அளிக்கப் பட்டது. ஈழத்திலிருந்து தமிழர் தளபதிகளான காலிங்கராயர், சோழகங்கன் ஆகியோரும் பாண்டிய நாட்டுக் கரையிலிருந்து எதிர்க் கரையான ஈழ நாட்டிற்கு இயல்பாகச் சென்ற தமிழர்களைத் துரத்தி யடித்த சிங்கள அரசர் புவனேக பாகுவைப் பொருதுவதற்காகப் பாண்டிய நாட்டுப் படைகளும், கிழக்குக் கடற்கரைப் பட்டினம் ஒன்றி லிருந்த கப்பல்களில் புறப்பட்டனர். அவர்கள் ஈழத்தை அடைவதற் குள்ளாக மன்னர் புவனேகபாகு இறந்துவிட்டார். நாட்டில் அராஜகமும் பசிப்பிணியும் நிலவின. இந்தச் சூழ்நிலையில் சுல்தான் ஜமாலுத்தீன் ஈழத்தின் உறுதிமிக்க சுபகிரி கோட்டையைக் கைப்பற்றி அதனை

நாசமுறச் செய்ததுடன் அங்கு புனிதப் பொருளாகக் காக்கப்பட்டு வந்த புத்தபிரானின் பல்லையும் ஏனைய கொள்ளைப் பொருட்களையும் கவர்ந்து வந்து பாண்டியனிடம் ஒப்படைத்தார். பாண்டியனும் 'கதிரவனைக் கண்ட தாமரை போல மகிழ்ச்சி அடைந்ததாக' இலங்கை வரலாறான மகாவம்சம் விவரித்துள்ளது. அத்துடன், சுல்தான் ஜமாலுத்தீன் ஆரியச் சக்கரவர்த்தி எனவும் தமிழர்களில் தலைசிறந்தவர் என்றும் அந்நூலில் குறிப்பிடப்பட்டுள்ளார்.[7]

'ஆரியச் சக்கரவர்த்தி' என்ற விருது, அந்தக் கால கட்ட அரசியலில் தளபதிகளுக்கு வழங்கப்பட்ட சிறப்புப் பட்டமாகும். இதை, 13ஆவது, 14ஆவது நூற்றாண்டைச் சேர்ந்த திருப்புல்லாணித் திருக்கோயில் கல்வெட்டுகள் தெரிவிக்கின்றன.[8] சுல்தான் ஜமாலுத்தீனுக்கும் இந்த விருது வழங்கப்பட்டிருந்தது என்பது தெளிவாகிறது.[9] கல்வெட்டு ஒன்றில் பாரசீக மன்னர் ஷாவிற்கு 'ஆரியா' என்ற பட்டம் இருந்தது இங்கு நினைவுகொள்ளத் தக்கது. பாண்டியப் பேரரசர் குலசேகரனிடமிருந்து இந்த ஆரியச் சக்கரவர்த்தி, ஆணையொன்றைப் பெற்றது விவரிக்கப்பட்டுள்ளது. இன்னொரு இலங்கை வரலாற்று நூல், இந்த ஆரியச் சக்கரவர்த்தி, பாண்டிய நாட்டில் இராமேஸ்வரத்தை அடுத்த பகுதியை ஆண்ட குறுநில மன்னர் எனவும் பெரிதுபடுத்திக் குறித்துள்ளது.[10] வணிகத்தின் மூலம் எய்திய செல்வத்தைத் தவிர்த்து கீழ்க்கோடி நாடான சீனத்திலிருந்தும், இந்துஸ்தானத்தின் வடபகுதிகளிலிருந்தும் 'மாபார்' என வழங்கப்பட்ட தென் தமிழகத்தின் தேவைக்கு எந்தவிதமான பொருட்கள் இறக்குமதி செய்யப்படல் வேண்டும் என்பதற்கான கட்டளைகளை சுல்தான் ஜமாலுத்தீன் வழங்கி வந்தார். வரவழைக்கப்பட்ட பொருட்களை அவருடைய முகவர்கள் முதலில் தேர்வு செய்த பிறகே எஞ்சியவற்றை மற்றவர்கள் விலைக்கு வாங்க இயலும்.

அவ்விதம் தேர்வு பெற்ற பொருட்களை அவருடைய கப்பல்களில் அல்லது பிறரின் வணிகக் கலங்களின் மூலம் மேற்கு நாடுகளுக்கு அனுப்பப்பட்டன. இதைப் போன்றே மாபாரின் பண்டங்களும் மாலிக்குல் இஸ்லாமினால் தேர்வு செய்யப்பட்டு எஞ்சியவை கிழக்கு, மேற்கு நாடுகளுக்கான கப்பல்களில் ஏற்றுமதி செய்யப்பட்டன. அவற்றின் மூலம் சம்பாதிக்கப்பட்ட செலாவணியைக் கொண்டு உள்நாட்டுச் சந்தைக்குத் தேவையான பொருட்கள் அந்த நாடுகளில் வாங்கப்பட்டன. உலகின் கடைக்கோடி நாடான சீனத்தின் பொருட்கள் மேற்குக் கோடி மூலையில் உள்ள நாடுகளில் பாவிக்கப்பட்டன. இத்தகைய முறையான தொடர் வணிகம் அதுவரை யாராலும் திறம்பட மேற்கொள்ளப்படவில்லையென வஸ்ஸாப் வரைந்துள்ளார்.[11] கிழக்கும் மேற்கும் கொண்டிருந்த இத்தகைய உலகளாவிய கடல் வணிகத்திற்கு

வித்திட்டவர்கள் இந்தத் தமிழ்நாட்டு அரபு முஸ்லிம்கள் என்பதை யாரும் மறுக்க முடியாது. அவர்களின் வழித்தோன்றல்கள் இந்த வணிக முறையைப் பதினெட்டாம் நூற்றாண்டின் தொடக்கப்பகுதிவரை மேனாட்டாரும் வியக்கும் வண்ணம் காயல், கீழக்கரை, தொண்டி, தேவிப்பட்டினம், நாகப்பட்டினம் ஆகிய துறைகளில் தொடர்ந்து ஒழுகி வந்தனர். இவர்களில் சிறந்து விளங்கிய செம்மல்களான சீதக்காதி மரைக்காயர், அப்துல் காதிர் மரைக்காயர், ஹபீப் மரைக்காயர் பற்றி வணிக வளம், வள்ளண்மை, வாழ்க்கை ஆகியவை வரலாற்று இதழ்களில் வாடாத மலர்களாக இடம் பெற்றுள்ளன.

இந்நிலையில் சீனத்தில் சிறப்புடன் ஆட்சிபுரிந்த பேரரசர் குப்ளாய்கானின் அரசவைக்கு அரசியல் தூதுவராகச் செல்ல வேண்டிய சூழ்நிலை சுல்தான் ஜமாலுத்தீனுக்கு ஏற்பட்டது. அன்புடைமை, ஆன்ற குடிப்பெருமை, வேந்தன் விரும்பும் அன்புடைமை ஆகிய தூதுக்குரிய இலக்கணம் அனைத்தும் அவரிடம் அமைந்து இருந்ததை நன்கு உணர்ந்த பாண்டியன் மாறவர்மன் குலசேகரன், இந்த வணிகப் பெருமகனை நகச்சொல்லி நன்றி பயக்கும் தூதாகக் கொண்டதில் வியப்பில்லை. கி.பி. *1279*இல் சீனம் சென்ற இவர் பேரரசர் குப்ளாய்கானின் விருந்தோம்பலில் திளைத்தவராகப் பத்து மாதங்கள் தங்கிவிட்டுக் காயல் திரும்பினார். தொடர்ந்து அவருடைய மக்களும் இந்தப் பணியில் பாண்டியனுக்கு உதவியதை *யுவாங்ஷிங்* என்ற சீன நூல் வரைந்துள்ளது.[12] இவர்களுடைய பணியில் பாண்டியனைப் போன்று மகிழ்ச்சியும் மனநிறைவும் கொண்டார் பேரரசர் குப்ளாய்கான். இதனால் தனது 'மருமகன்' என்று பொருள்படும் 'பூ-மா' என சீன மொழியில் பாண்டியனை உறவு கொண்டாடி வந்தார்.[13] இவ்விதம் சீனமும் தமிழகமும் அரசியலுக்கு அப்பாற்பட்டு, அன்று நெருக்கமான, இயல்பான மனித உணர்வுகளுடன் இணைக்கப்பட்டிருந்ததை எண்ணும் போது நமது நெஞ்சம் நெகிழ்வு பெறுகிறது. பதின்மூன்றாம் நூற்றாண்டில் எய்திய சாதனையை இருபதாம் நூற்றாண்டு அரசியலில் எய்த இயல வில்லை!

பாண்டிய நாட்டிலிருந்து அரசியல் தூதுக்குழுக்கள் கி.பி. *1279, 1280, 1282, 1283, 1284, 1286, 1288, 1290, 1301, 1314* ஆகிய ஆண்டுகளில் சீனம் சென்று வந்தன.[14] *1301*இல் சுல்தான் ஜமாலுத்தீனின் மகன் பக்ருதீன் அகமது என்பவர் சீனம் சென்று நான்கு ஆண்டுகள் தூதுவராகப் பணியாற்றிய பிறகு தாயகம் திரும்பினார். வழியில், கரையை எட்டுவதற்கு இரண்டு நாட்கள் பயணத் தொலைவில் கப்பலில் இறந்து போனார். கிழக்கு இராமநாதபுரம் கடற்கரையில் சுந்தரமுடையான் என்ற கிராமத்திற்கு அருகில் உள்ள சீனியப்பா தர்கா என்ற தலம் அவருடைய அடக்கத்தலமாக இருக்க வேண்டுமென

ஊகிக்கப் படுகிறது.[15] இவருடைய மைந்தர் நிஜாமுத்தீன் **1341**இல் பாண்டிய நாட்டின் கடைசித் தூதுவராகச் சீனத்திற்கு அனுப்பப் பட்டார். அவருடைய இன்னொரு மைந்தரான சிராஜ் தக்கியுத்தீன் பத்தனில் (பெரியபட்டினம்) பெரும் வணிகராகவும், பாண்டிய மன்னரின் வணிகப் பிரதிநிதியாகவும் இருந்துவந்தார். இஸ்லாத்தில் நிர்ணயிக்கப் பட்டுள்ள ஐம்பெரும் கடமைகளில் ஒன்றாகிய ஜகாத்தை (தானம்) – மொத்த இருப்புச் சொத்தின் பெறுமானத்தில் இரண்டரை சதவீத மதிப்புத் தொகையை–ஆண்டிற்கு ஒருமுறை வழங்குவதற்குப் பதிலாக ஒவ்வொரு மாதமும் வழங்கி வந்தார் என பாரசீகக் காப்பியம் ஒன்றில் குறிப்பிடப்பட்டுள்ளது.[16] சிறப்பான வகையில் செல்வமும் செல்வாக்கும் பெற்றிருந்தும், சமயத்தைப் பேணுவதிலும், 'அன்றறிவாம் எண்ணாது அறஞ் செய்யும்' ஆற்றலும் பெற்றிருந்த அவருடைய அரிய பண்பை யாரும் பாராட்டாமல் இருக்க முடியாது. அதை அடுத்து சகோதர சண்டைகளால் பாண்டியப் பேரரசு பலவீனமடைந்தது. ஏறத்தாழ நாற்பது ஆண்டுகளுக்கு மேலாகத் தமிழக அரசியலில் ஏற்பட்டிருந்த இஸ்லாமியரின் நெருக்கமும் பிடிப்பும் தளர்ந்தன. தில்லிப் பேரரசின் தலையீடு அதை உறுதிப்படுத்தியது.

12

தில்லியும் தமிழ்நாடும்

பாண்டியப் பேரரசைத் தொடர்ந்து நாற்பது ஆண்டுகளுக்கு மேலாக ஆட்சி செய்த முதலாவது மாறவர்மன் குலசேகரப் பாண்டியன் கி.பி. 1310இல் அவனுடைய மக்களால் கொலையுண்டான். மதுரை, கொங்கு ஆகிய பகுதிகளில் முழு உரிமையுடன் ஆட்சி புரிந்த பாண்டிய இளவல்கள், பேரரசுக் கட்டிலில் அமர்வதற்குப் போட்டியும் பூசலும் விளைவித்தனர். தமது குறிக்கோளை எய்துவதற்கு அந்நியர் தலையீட்டையும் உதவியையும் எதிர்பார்த்தனர். இன்றைய கர்நாடகப் பகுதியான துவார சமுத்திரத்தில் ஆட்சிபுரிந்த ஹொய்சால மன்னன் மூன்றாவது வீர பல்லவனின் நட்பை வீரபாண்டியன் நாடினான். இன்னொரு இளவலான சுந்தர பாண்டியன், தில்லியில் அரசாண்ட அலாவுதீன் கில்ஜியின் உதவியைக் கோரினான். இதைத் தஞ்சை மாவட்ட திருக்களர்க் கல்வெட்டு 'முன்னால் ராசராசன் சுந்தர பாண்டியன் துலுக்கருடன் வந்த நாளிலே, ஒக்கருடையாரும் இவருடைய தம்பிமாரும் அனைவரும் அடியாரும் செத்தும் கெட்டும் போய் அவருடைய ஊரும் வெள்ளத்தாலும் கலகத்தாலும் பாழாய் இருக்கிற அளவிலே...' என்று விவரிக்கிறது.[1] முடிவு பாண்டியர்கள் தங்களுடைய ஒற்றுமைக் குறைவாலும் திறமையற்ற நிர்வாகத்தாலும் சிறுகச் சிறுக அழிந்தார்கள்.

இவர்களுடைய பூசலில் தலையிட்ட தில்லித் தளபதி மாலிக் காபூர், அவர்களுடைய பலவீனத்தைப் புரிந்துகொண்டு, அவர்களைப் புறக்கணித்தவனாக இராமேஸ்வரம் வரை ஊடுருவிச் சென்று தமிழகத்தில் ஸ்ரீரங்கம், சிதம்பரம், மதுரை, இராமேஸ்வரம் ஆகிய கோயில்களின் கொள்ளைப் பொருட்களுடன் கி.பி. 1311இல் தில்லி திரும்பினான். அப்பொழுது அவனுடைய சிறிய படையணியொன்று மதுரையில் தளம் கொண்டிருந்தது.[2] ஊர் இரண்டு பட்டால் கூத்தாடிக்குத்தானே கொண்டாட்டம். மீண்டும் 1318இல், தளபதி குஸ்ராகான் தலைமையில் தில்லிப் படையொன்று தமிழகத்தைச் சூறையாட வந்தது. பாண்டிய நாட்டுப் பெருநகரான பத்தனி (பவித்திர மாணிக்கப்பட்டினத்தி)லிருந்து பாண்டியனும் அவனுடைய ராஜகுருவும் பயந்து பட்டினத்தை விட்டு

மறைவிடங்களுக்கு ஓடினர். அப்பொழுது பாண்டியனின் அமைச்சராக இருந்த பெருவணிகர் சுல்தான் சிராஜ் தக்கியுதீன் மட்டும் கொள்ளைக் காரன் குஸ்ராகானுக்கு அஞ்சாமல் பத்தனில் இருந்தார். அவர் ஓர் அரபு முஸ்லிம் என்பதைக்கூட கருதாமல் கொடியோன் குஸ்ரு அவரைக் கைது செய்து அவருடைய பெருஞ் செல்வத்தைக் கொள்ளைகொண்டான். பிறகு அந்தக் கல்நெஞ்சன் அவரைக் கொலை செய்துவிட்டான் என வரலாற்று ஆசிரியர் சாகிருத்தீன் பர்ணி குறித்துள்ளார்.[3] ஆனால் இன்னொரு வரலாற்று ஆசிரியரான அமீர் குஸ்ருவின் குறிப்புகளில் கொள்ளையன், சுல்தான் சிராஜுத்தீனின் அழகிய மகளைத் தனக்கு மணமுடித்துத் தருமாறு கட்டாயப்படுத்தினான் எனவும், அதனால் மனமுடைந்த சுல்தானும் அவருடைய அழகு மகளும் விஷம் அருந்தி தற்கொலை செய்துகொண்டனர் எனவும் வரையப்பட்டுள்ளது. இந்த நிகழ்ச்சிக்குப் பத்து ஆண்டுகளுக்குப் பிறகு, தமிழகம் வந்த பாரசீகக் கவிஞர் இஷமி, இந்தச் சோக நிகழ்ச்சியை ஒரு சிற்றிலக்கியமாகவே பாடியுள்ளார்.[4]

பாண்டிய நாட்டில் எழுந்த சீரழிவு, குழப்பம் ஆகியவற்றின் பின்னணியில் தமிழகம் தில்லிப் பேரரசுடன் கி.பி. 1323இல் இணைக்கப் பட்டது.[5] தில்லிப் படையின் ஓர் அணி தொடர்ந்து மதுரையில் செயல்பட்டு வந்தது. அன்றையக் கால நிலையில் மதுரை தில்லியுடன் தொடர்புகொள்ளப் பத்து மாதங்கள் ஆகின. 1320இல் ஆட்சிக்கு வந்த கியாஸுதீன் துக்ளக் ஆட்சி நீடிக்கவில்லை. அவருடைய வாரிசான முஹம்மது பின் துக்ளக் 1323இல் பதவி ஏற்றபொழுது, மாபார் என அரபு வணிகர்களால் அழைக்கப்பட்ட தமிழகம் தில்லிப் பேரரசின் இருபத்து மூன்று மாநிலங்களில் ஒன்றாக இருந்து வந்தது. அவருடைய குழப்பமான அரசியல் முடிவுகளும், மக்களின் மனநிலையைப் பிரதிபலிக்காத அவருடைய நடைமுறைக் கொள்கைகளும், தில்லித் தலைநகரை மாற்றும் திட்டமும் அவருக்குப் பல புதிய பிரச்சினை களைத் தோற்றுவித்தன. சில அரசியல்வாதிகள் இதைத் தமக்குச் சாதகமாகப் பயன்படுத்திக் கொண்டனர். தமிழகத்திற்கு வடக்கே இருந்த தில்லிப் பேரரசின் மாநிலங்களான காம்பிளி, திலாங் ஆகியவை தில்லிப் பேரரசில் இருந்து விடுபட்டுத் தன்னாதிக்கம் பெற்றன. இதனால் மாபார் தில்லியில் இருந்து துண்டிக்கப்பட்டது. துக்ளக்கின் ஆட்சி முறையை எதிர்த்தனர். அவர்களில் ஒருவரான அவருடைய உறவினரும் மதுரை ஆளுநருமான செய்யத் ஜலாலுத்தீன் அஸன் தன்னாட்சி பெற்ற தனி மன்னராக, மாபாரின் சுல்தானாக 1333இல் மதுரையில் ஆட்சி பீடமேறினார்.[6] அவரைத் தொடர்ந்து எட்டு சுல்தான்கள் மதுரை மன்னர்களாக 1378ஆம் ஆண்டுவரை ஆட்சிபுரிந்தனர். அவர்களின் பெயர்களும் ஆட்சிக்காலமும் வருமாறு:

1.	ஜலாலுத்தீன் அஸன்ஸா	1333-1340
2.	அலாவுதீன் உத்தொஜி	1340-1341
3.	குத்புதீன்	1341 (40 நாட்கள்)
4.	கியாஸுத்தீன் தமகானி	1341-1344
5.	நஸிருத்தீன்	1344-1355
6.	ஆதில் ஷா	1356-1358
7.	பக்ருத்தீன் முபாரக் ஷா	1359-1371
8.	அலாவுதீன் சிக்கந்தர் ஷா	1372-1378

இவர்கள் வெளியிட்ட வெள்ளி, செம்பு நாணயங்களின் படங்கள் அடுத்த பக்கத்தில் கொடுக்கப்பட்டுள்ளன. அவை மதுரை, பெரிய பட்டினம், அழகன்குளம், ஏர்வாடி ஆகிய ஊர்களில் அகழ்ந்து எடுக்கப்பட்டவை. மேலும், புதுக்கோட்டை மாவட்டத்தில் உள்ள பனையூர், ராங்கியம் ஆகிய ஊர்களில் கி.பி. 1332, 1341 ஆண்டு ஆட்சிக்காலக் கல்வெட்டுகளிலும் சிவகங்கை மாவட்டம் திருக்கோலக்குடி, கண்டதேவி ஆகிய ஊர்களில் கி.பி. 1358, 1368ஆம் வருட ஆட்சிக்கால நிகழ்ச்சிகளைக் குறிப்பிடும் கல்வெட்டுகளும் கிடைத்துள்ளன.[7] இவற்றைத் தவிர இந்த சுல்தான்களின் ஆட்சி விவரங்களை அறிவிக்கக் கூடிய வரலாற்று ஆவணங்கள் எதுவும் இல்லை. அத்துடன் மதுரை சுல்தான்களின் ஆளுகைக்கு உட்பட்ட பகுதி பற்றிய சரியான விவரங்களும் இல்லை. எனினும் சுல்தான்களின் ஆட்சியை அகற்றிய குமார கம்பணனின் மனைவி கங்காதேவியின் *மதுரை விஜயம்* என்ற நூலில் இருந்து, சிதம்பரத்திற்குத் தெற்கே உள்ள தமிழகம் முழுவதும் மதுரைக்கு உட்பட்டு இருந்தது என்ற குறிப்புக் கிடைக்கிறது.[8] சோழ மண்டலக்கரையையொட்டிய தஞ்சை, திருச்சிராப்பள்ளி, இராமநாதபுரம், திருநெல்வேலிச் சீமைகளுடன் மதுரையும், தென்ஆற்காட்டில் ஒரு பகுதியும் இணைந்த பகுதி என டாக்டர் ஹுசேனி கருத்துத் தெரிவித்து இருக்கிறார்.[9] சுல்தான் கியாஸுதீன் தமகானி ஆட்சியின் பொழுது மதுரைக்கு 1344இல் வருகை தந்த துனிஷிய நாட்டுப் பயணியான இப்னு பதூதாவின் பயணக் குறிப்புகள் சில விவரங்களைத் தருகின்றன. மதுரை சுல்தான் ஈவு இரக்கம் இல்லாமல் தனது எதிரிகளை அழித்து ஒழித்த கொடுஞ் செயல்கள், கண்ணனூர் கொப்பம் போர், அங்கு சிறைபிடிக்கப்பட்ட ஹொய்சால நாட்டு மன்னன் (வீரபல்லாளா) கொல்லப்பட்டது, தில்லி நகர அமைப்பில் மதுரை நகரம் அமைக்கப் பட்டு இருப்பது ஆகியவை பற்றிய விவரங்கள் அவை.

சிறிது காலம் கழித்து இப்னு பதூதா மீண்டும் பத்தனுக்கு வந்து அங்கிருந்து ஏமன் நாட்டிற்குப் புறப்பட்டுக் கொண்டிருந்த எட்டுக் கப்பல்களில் ஒன்றில் பயணமாகி, கொல்லம் போய்ச் சேர்ந்தார்

மதுரை சுல்தான்களின் ஆட்சிக் காலத்தில் வெளியிடப்பட்ட நாணயங்கள்

என்றாலும், இந்த சுல்தான்களின் ஆட்சி, தமிழகத்தில் எந்தவிதமான புதிய சாதனையையும் ஏற்படுத்த இயலவில்லை என்பதை மட்டும் ஊகிக்க முடிகிறது. அன்றைய கால கட்டத்தில் தமிழக அரசியலில் நிலவிய பிரிவினை சக்திகளின் ஓர் அங்கமாகவே தனிமையுற்று அந்த ஆட்சி தோற்றமளித்தது. காரணம், மதுரை அரசை எந்தச் சூழ்நிலைகளிலும் கைப்பற்றி தங்கள் அரசுடன் இணைப்பதற்கு மதுரை சுல்தான்களின் எதிரிகள் தயாராக இருந்தனர். வடக்கே தொண்டை மண்டலத்தை ஆண்ட ராஜ கம்பீரச் சம்புவராயர்கள், வடமேற்கே கொப்பத்தையும் அடுத்து திருவண்ணாமலையையும் கோநகர்களாகக் கொண்டு ஆட்சி செய்த ஹொய்சால மன்னர்கள், திருவிதாங்கூரில் ஆட்சி செய்த மன்னர் ரவிவர்ம குலசேகரன், ஆங்காங்கு சில பகுதிகளில் ஆட்சி செய்த பாண்டிய இளவல்கள் ஆகிய அனைவரையும் அடிமைப்படுத்தி 'இந்து ராஜ்யம்' என்ற சமயப் பூச்சில் தென்னகம் முழுவதையும் ஆந்திர ஆதிக்கத்தில் கொண்டுவர முயன்றான் குமார கம்பண்ணன். இந்த இக்கட்டான சூழ்நிலையை மதுரையில் மலர்ந்த இஸ்லாமியரின் புரட்சி அரசு சமாளித்து நின்றது. கி.பி. 1342இல் மதுரை சுல்தான் மூன்றாவது வீரபல்லாளனைக் கொப்பம் போரில் முறியடித்தார்.[10] தெற்கே தனது கண்ணோட்டத்தைக் கொண்டிருந்த குமார கம்பணன் ஹொய்சால அரசு வீழ்ச்சியைத் தனக்குச் சாதகமாகப் பயன்படுத்தி, தொண்டை நாட்டு சம்புவரையர்களை 1347இல் வென்றான். அடுத்து அவனுடைய படைகள் குழப்பத்திலிருந்த தமிழகத்தை ஊடுருவி, சேது மூலம் வரை சென்று திரும்பின. இந்தப் படையெடுப்பிற்கான நியாயத்தை அவனுடைய மனைவி கங்காதேவி சமஸ்கிருதத்தில் எழுதிய *கம்பராயன சரித்திரம்* அல்லது *மதுரை விஜயம்* என்ற கற்பனைக் காவியத்தில் குறிப்பிடுகின்றார்.[11]

'பாண்டிய நாட்டு ஆலயங்களில் வழிபாடுகள் நடைபெறவில்லை. தாமிரபரணி ஆறு, பசுக்களின் இரத்த ஆறாக ஓடியது. தமிழ்நாடு அடுக்களைகளில் சமைக்கப்படும் இறைச்சியின் மணம் எங்கும் பரந்து வீசியது. முந்தைய பாண்டியர்களுக்கு அகத்திய முனிவரால் வழங்கப் பட்ட வீரவாள் மூலையில் கிடந்தது. அதைச் சுமங்கலியான பெண் ஒருத்தி கம்பணனிடம் கொடுத்துத் துலுக்கர்களை வெற்றி கொள்ளுமாறு வேண்டினாள்.' இப்படித் தொடர்கிறது அந்தக் கற்பனைக் காவியம்! கணவனைப் புகழ்ந்து பாடும் மனைவியின் பாடல்கள் வேறு எப்படி இருக்கும்? இஸ்லாமியர்களுக்கு எதிராக இதைவிட மோசமான கற்பனையை அந்த அம்மையார் செய்ய இயலாது! இது ஒருதலைப் பட்சமான மிகைப்படுத்தப்பட்ட வர்ணனை. இதை உறுதிப்படுத்தும் வேறு ஆதாரம் எதுவும் கிடைக்கவில்லையென்றாலும், மதுரை மீதான குமார கம்பணனின் மின்னல் தாக்குதல் கற்பனையல்ல. இந்தத் தாக்குதலுக்கு இருபது ஆண்டுகளுக்குப் பிறகும், மதுரை சுல்தான்களின் ஆட்சி தொடர்ந்ததை வரலாற்றுச் சான்றுகள் உறுதிப்படுத்துகின்றன. மேலும் மதுரையிலும் பெரியபட்டினத்திலும் கிடைத்த மதுரை சுல்தான் களின் காசுகள் அவர்களுடைய ஆட்சிக்கால வரம்பைத் தெளிவாகத் தெரிவிப்பனவாக உள்ளன.[12] தொடர்ந்து குமார கம்பணனின் வெற்றி தென்னகத்திலும் விஜயநகரப் பேரரசு உருவாகும் ஒரு புதிய திருப்பத்தின் முன்னறிவிப்பாக அமைந்தது.

பாமர மக்களின் மத உணர்வுகளைக் கூர்மைப்படுத்தி அந்நியர்களாக, தமது மதவிரோதிகளாக, மதுரை சுல்தான்களைத் தமிழ் மக்களிடம் அறிமுகப்படுத்தி, அவர்களைத் தனிமைப்படுத்தி, முடிவில் அவர் களுடைய அரசை கி.பி. 1378இல் கம்பணன் அகற்றினான். ஆனால், தலைமுறை தலைமுறையாகத் தென்னகத்தை ஆண்ட பாண்டிய மன்னர்களின், தமிழ் வேந்தர்களின் வழித்தோன்றல்களிடம் இந்த மன்னர்களிடம் அவர்கள் இழந்த ஆட்சியை மீண்டும் கொடுக்கவில்லை. மாறாகத் தமிழ் மண்ணில் வடுகரின் பாளையப்பட்டு ஆட்சியும், தல, தேச, திசை காவல் முறைகளும் அவர்களுடைய கலாச்சாரமும் ஆந்திர நாட்டிற்குத் தெற்கே தமிழகம் முழுவதும் அரசியல் மூலமாகப் பரவுவதற்கு வழி வகுத்தன. வெகு தொலைவில் உள்ள தில்லி யுடன் இணைக்கப்பட்டிருந்ததற்குப் பதிலாக அதைவிட குறைவான தொலைவில் உள்ள விஜயநகரத்துடன் மதுரை இணைக்கப்பட்டது. இஸ்லாமிய ஆளவந்தார்களுக்குப் பதில் வடுகர், தொடக்கத்தில் விஜயநகரப் பேரரசின் நேரடி ஆட்சியிலும், அடுத்து, அவர்களுடைய ஆளுநர்களால் தொடங்கப்பட்ட மதுரை, மைசூர், தஞ்சை, செஞ்சி நாயக்கர்களின் பரம்பரை ஆட்சியிலும் ஏறக்குறைய முந்நூறு ஆண்டுகள் தமிழகம் இறுக்கமாகப் பிணைக்கப்பட்டது.

இவர்களுடைய ஆட்சியின் விளைவு என்ன என்பதைப் பற்றிய பலதரப்பட்ட கருத்துகள் வரலாற்று ஆசிரியர்களால் வெளியிடப் பட்டுள்ளன. அவற்றில், 'அந்த அரசின் செல்வமும் சிந்தனையும் ஆலயங்களாகவும் சிற்பங்களாகவும் வெளிப்படுத்தப்பட்டன. அந்த அரசு தனது முழுவளத்தையும் மக்களுக்குச் செலவிடச் சித்தமாக இருந்ததை அப்பொழுது நிறைவு செய்யப்பட்ட நீர்ப்பாசனத் திட்டங் களின் எண்ணிக்கையையும் இயல்பையும் கொண்டும், மனநிறைவு பெற்று மலர்ச்சியடைந்த மக்களைக் கொண்டும் உணரலாம்' என்பது திருநெல்வேலி மாவட்ட மானுவல் நூலாசிரியர் ஏ.ஜே. ஸ்டூவர்ட்டின் கணிப்பு ஆகும்.[13] ஆனால் அவருக்குக் காலத்தால் முற்பட்ட மதுரைச் சீமை வரலாற்று ஆசிரியர் நெல்சனோ 'நாயக்கர் ஆட்சியின் முடிவு மதுரைக்கு ஒரு பெரிய வரப்பிரசாதமாகும். காரணம் அந்த ஆட்சி எல்லாவிதமான முன்னேற்றத்திற்கும் முட்டுக்கட்டையாக இருந்த துடன், பலதரப்பட்ட மக்களுக்கும் – செல்வந்தர், ஏழை உயர்ந்தவர், தாழ்ந்தவர் ஆகிய அனைவருக்கும் – அந்த ஆட்சியின் முடிவு உண்மை யான மகிழ்ச்சியைத் தந்தது' என மிகவும் தெளிவாகத் தமது கருத்தை வெளியிட்டுள்ளார்.[14]

நெல்லை மாவட்ட வரலாற்று ஆசிரியரான புனிதத் தந்தை கால்ட்வெல், 'மேலைநாட்டு நாகரிக முறைப்படி அல்லது நல்லது கெட்டது என முடிவு செய்யப்படும் முறை அல்லது இந்து இஸ்லாமிய நெறிமுறைகளின் அடிப்படையில் ஆய்வு செய்தால்கூட நாயக்க மன்னர்கள், தங்களுடைய கடமையில் இருந்து நழுவியுள்ளனர் என்றே முடிவு செய்யப்பட வேண்டியுள்ளது. அவர்களுடைய ஆட்சி விபச்சாரம், பாதகங்கள், கொள்ளை, கொடுமைகள், கொலைகள், பொதுமக்களுக்கு எதிரான செயல்களின் பட்டியலாகவும் இழிசெயல் களின் பதிவுகளுமாக இருந்தது. அர்ச்சகர்களுக்கும் ஆலயங்களுக்கும் அன்பளிப்புகளை வழங்கியதன் மூலம் அவர்களுக்குச் சாதகமாக விளம்பரம் செய்யுமாறு செய்து பொதுமக்களை அவர்களுடைய அக்கிரம ஆட்சியில் வாயடைத்துப் போகுமாறு செய்தனர்' எனத் தமது திருநெல்வேலிச் சீமை வரலாற்றில் கருத்து தெரிவித்துள்ளார்.[15]

இந்தக் காலகட்டத்தில் வடுகர் ஆந்திர மாநிலத்திலிருந்து கணிசமான எண்ணிக்கையில் புலம்பெயர்ந்து வந்தனர். தமிழகத்தில் வேலூர், செஞ்சி, தஞ்சை ஆகிய இடங்களிலும் மதுரை நாயக்க அரசுப் பகுதியிலும் நிலையாகக் குடியேறினர். ஆங்காங்கு அவர்களுக்குப் பாளையப்பட்டுக்களில் நிர்வாகம் ஒப்படைக்கப்பட்டது. மிகவும் சிறுபான்மையரான அவர்களுக்கு சிறப்பான சலுகைகள் அளிக்கப் பட்டன. அரசுப் பணிகளிலும் தலைமைப் பொறுப்புகள் வழங்கப் பட்டன. மொழி, கலை, பண்பாடு, இனம் ஆகியவற்றில் தம்மோடு

இணக்கமுள்ள குடிகளுக்கு அந்த அரசு அரசியல் ஊக்குவிப்புகள் அளித்தது இயல்புதான். ஆனால், எந்தக் குடிமக்களின் நலனுக்காகக் கோலோச்சியதாகப் பெருமைப் பட்டார்களோ அந்தக் குடிமக்களின், தமிழர்களின் மொழி, கலை ஆகிய முன்னேற்றத்திற்கு எவ்வித முனைப்பும் கொள்ளவில்லை என்பது வரலாறு. அவர்களுடைய ஆட்சிக் காலங்கள் கி.பி. 1736ஆம் ஆண்டுவரை. இந்த அரசர்களின் அவையில் எந்தத் தமிழ்ப் புலவர்களும் பாராட்டப்படவில்லை. இந்த நெஞ்சை நெருடும் நிலையை, 'கனத்த சிராப்பள்ளிதனில் வடுகர் கூத்து கட்டியாளுவதாச்சு, தஞ்சாவூரோ, முனைத்த மராட்டியக் காடு மிஞ்சிப் போச்சு...' என்ற தனிப்பாடல் தெளிவாகச் சுட்டுகிறது.

13

நாயக்கர்களின் நேயம்

நாயக்கர்களின் ஆட்சியில் அரசியலில் தமிழக இஸ்லாமியர்களின் பங்கு மிகவும் குறைவு. வடக்கே இருந்த பாமினி சுல்தான்களுக்கும் நாயக்கர் களுக்கும் கடுமையான பகை உணர்வுகள் நிலவி வந்தபொழுதும் தமிழக அரசியலில் அதன் பிரதிபலிப்புகள் இல்லையென்னும் அளவிற்கு அமைதியான போக்கு காணப்பட்டது. நாயக்கர்களின் படைப்பிரிவு களில் தமிழக இஸ்லாமியர்கள் படை வீரர்களாகவும் பொறுப்புள்ள பணிகளிலும் சேவை செய்தனர். அதன் காரணமாக இராமராயர் போன்ற நாயக்க மன்னர்கள், இஸ்லாமியர்களின் மத உணர்வுகளை மதித்துப் போற்றிய சம்பவங்கள் வரலாற்றில் குறிக்கப்பட்டுள்ளன. மன்னருக்கு ராஜ விசுவாசம் தெரிவித்தல் போன்ற நிகழ்ச்சிகளில்கூட, இஸ்லாமியர்கள் அரசருக்கு முன்னே வந்து தலை தாழ்த்தி அடிபணிந்து விசுவாசப் பிரமாணம் செய்வதற்குப் பதிலாக அவர்களுடைய திருமறையான திருக்குர்ஆன் முன்னால் விசுவாசப் பிரமாணம் எடுத்துக் கொண்டால் போதும் என நாயக்க மன்னர் ஆணை பிறப்பித்து இருந்ததாகத் தெரிகிறது.[1] மதுரை, திருச்சி, தஞ்சை போன்ற புகழ் வாய்ந்த கோட்டைகளில் முழுப் பொறுப்பு (கிலேதார் பதவி) இஸ்லாமியருக்கு வழங்கப்பட்டிருந்தது. மேலும், முக்கியமான படைப் பிரிவுகளையும் இஸ்லாமியர் இயக்கி வந்தனர். கி.பி. 1639இல் திருமலை மன்னர் இராமநாதபுரம் சேதுபதி மன்னரை ஜெயித்துவரத் தனது தளபதி இராமப்பய்யன் தலைமையில் பெரும் படையணியை அனுப்பி வைத்தார். அந்தப் படையெடுப்பின் வர்ணனையைப் படிக்கும் போது, இந்த உண்மையை உணர முடிகிறது. நாயக்க மன்னருக்கு உதவ அவருடைய எழுபத்து இரண்டு பாளையபட்டுகளில் இருந்து பெரும் படை புறப்பட்டது. என்றாலும் நாயக்க மன்னரின் தனிப்படைப் பிரிவுகளை நடத்தியவர்கள் யார் தெரியுமா?

உச்சிமியாவும் உகர்ந்த பெருந்தளமும்
சவ்வாசு கானும் தன்மாவு அத்தனையும்
வாய்பூசு கான் தளமும் வாய்த்த புரவிகளும்

வாவுகான் தன்படையும் வாய்த்த பரிகளும்
சின்னராவுத்தர் சேர்ந்த புரவிகளும்
மூஸாகான் குதிரையுடன் முற்று முதலியாரும்
காதிரு சாயிபு கன்னம் புரவிகளும்
சூரன் தாவூது ராவுத்தன் தன் புரவி அத்தனையும்
மீரா சாகிபும் வேந்தன் பெரும்படையும்
ஆதிரு சாயிபும் அடர்ந்து வரும் சேனைகளும்
மகமது சாகிபு மன்னன் புரவிகளும்
படேகான் கிலிசும் வாய்த்த புரவிகளும்
மகமது கான் கிலிசும் வாய்த்த புரவிகளும்...

என இராமப்பய்யன் அம்மானை இனம் சுட்டிப் பாடுகிறது. நாயக்க மன்னர்களின் ஆட்சியின் போது பல போர்கள் நடை பெற்றன. மக்கள் அமைதியான சூழ்நிலையில் வாழ்வதற்கான வாய்ப்பு மிகவும் குறைவு. மன்னார் வளைகுடாவில் இருந்து தெற்கே தூத்துக்குடி வரையான கடற்பகுதியில் போர்த்துகீசியர் **1502** முதல் செல்வாக்கு எய்தினர். அவர்களிடம் சிறந்த கப்பல்படை இருந்தது. இதற்கும் மேலாக எதிரிகளை ஈவு இரக்கம் இல்லாமல் அழித்து ஒழிக்கும் 'நல்ல' மனமும் அவர்களுக்கு இருந்தது. ஏற்கனவே இந்தப் பகுதியிலிருந்த இஸ்லாமியரின் இறுக்கமான பிடிப்பிலிருந்த பரவர்கள், எளிதில் போர்த்துகீசியரின் கிறிஸ்தவ மத மாற்றம் பெற்றதுடன் போர்ச்சுகல் நாட்டு மன்னரின் குடிமக்களாகவும் மாறினர். தூத்துக்குடி, புன்னைக்காயல், மணப்பாடு, வேம்பாறு, வைப்பாறு, வீரபாண்டியன் பட்டினம் ஆகிய ஊர்களும் அவர்களுடைய செல்வாக்கில் இருந்தன. போர்ச்சுக்கல் நாட்டு அரசியல் முறையிலான ஆட்சிக் குழுக்கள் அங்கு நிர்வாகத்தை இயக்கி வந்தன.[2] பெயரளவில் அவை நாயக்கர்களின் சீமை என்பதற்கு அடையாளமாக போர்த்துகீசியர் மதுரை நாயக்கருக்கு ஆண்டுதோறும் ஒரு சிறிய தொகையை மட்டும் அன்பளிப்பாக அளித்து வந்தனர். அவர்களுடைய வளமையான வணிகத்துடன் மன்னார் வளைகுடா முத்து சிலாபத்திலும் பெரும் தொகை லாபமாகக் கிடைக்கும் பொழுது ஒரு சிறு தொகையைக் கப்பமாகச் செலுத்துவதில் அவர்களுக்கு எவ்வித சிரமும் இருக்கவில்லை.[3]

என்றாலும், அந்நிய ஆதிக்கம் மிகுந்த இத்தகைய சூழ்நிலை தெற்குக் கடற்கரையில் உருப்பெறுவதை உணர்ந்தார் திருமலை மன்னர் **(1623-59)**. கடல் வலிமையிலும் வணிகத்திலும் போர்த்துகீசியருக்குத் தக்க போட்டியாளராக விளங்கிய காயல் நகர இஸ்லாமியர்களை அணுகினார். காயலை மீண்டும் சிறந்த துறைமுகமாக நிலைபெறச் செய்யுமாறு கேட்டுக்கொண்டதுடன் அதற்கு ஆவன அனைத்தையும் உதவினார். இதனால் மகிழ்ச்சியடைந்த இஸ்லாமியர், பெருமளவில்

அங்குப் குடிபுகுந்தனர். கடற்கரை முழுவதும் அவர்களுடைய பல்வகை யான கலங்கள் நிலைகொண்டன. பிள்ளை மரைக்காயர் என்ற தமிழக இஸ்லாமியக் குடிமகன் அரசாங்கப் பிரதிநிதியாக அந்தப் பகுதிக்குத் திருமலை மன்னரால் நியமனம் பெற்றார். அவருடைய கௌரவப் பணிக்குத் திங்கள் தோறும் அறுபது சக்கரம் பணக்கொடை வழங்கவும் மன்னர் ஏற்பாடு செய்தார். யாழ்ப்பாணத்திலும் தூத்துக்குடியிலும் போர்த்துகீசியரின் குடியிருப்பிற்கு அண்மையில் தங்கி வாழவும் மன்னார் வளைகுடாவில் முத்து விளையும் பகுதிகளைக் கண்காணித்து வரவும் ஏற்பாடு செய்தார்.[4] நாயக்க மன்னரின் அரசியல் சேவையில் இஸ்லாமியரின் ஈடுபாட்டிற்கு இதைவிட வேறு சான்று என்ன வேண்டும்?

மேலும் மதுரைக் கோட்டையின் முதன்மையான காவல் பொறுப்பை ஏற்றுக் கொண்டிருந்தது ஷெய்கு ஹஸீன் என்ற கிலேதார். அவருடைய இயற்பெயர் ஷெய்கு முஹம்மது ஷா ஆகும். பணியிலிருந்து விலகி, ஞான மார்க்கத்தில் ஈடுபட்டு, கீழைக் கடற்கரையில் கோட்டைப் பட்டினத்தில் அடக்கம் பெற்றார். அந்த மகானைத்தான் இன்று மக்கள் மரியாதையுடன் 'ராவுத்தர் சாகிப்' என அழைத்து வருகின்றனர்.

மன்னார் வளைகுடாவில் முத்துக்குளிக்கும் உரிமை நெடுங்காலமாக மதுரை நாயக்க மன்னருக்கும் இராமநாதபுரம் சேதுபதி மன்னருக்கும் இருந்து வந்தது. ஆனால், காயல்பட்டினம் பிள்ளை மரைக்காயருக்குத் தமது உரிமையிலிருந்து பத்துக்கல் விட்டுக் கொடுத்தார் திருமலை மன்னர்.[5] மரைக்காயரிடம் கொண்டிருந்த தனியான மதிப்பிற்கு இந்த நிகழ்ச்சி ஓர் எடுத்துக்காட்டாக இருக்கிறது. இன்னும் ஒரு சிறப்பான செய்கை, தமிழக இஸ்லாமிய வீரர்களைத் தமது நம்பிக்கைக்குரிய அந்தரங்க மெய்க்காப்பாளராக அவர் அமர்த்தி வைத்து இருந்தது.[6] மதுரைக் கோட்டையில் வாயில் பாதுகாப்பிற்கு, அவருடைய ஆட்சியில் இருந்த எழுபத்து இரண்டு பாளையக்காரர்களை நியமித்து இருந்தார். அவர்கள் பெரும்பாலும் 'மணவாடுகள்' - நாயக்கர்களும் கம்பளத்தார் களும். ஆனால் அவருடைய மாளிகையில் காவலுக்கும் சொந்த உடைமை களுக்கும், உயிருக்கும் பொறுப்பாக இருந்தவர்கள் இஸ்லாமியர்களே.[7] இஸ்லாமியரிடம் இமயமலை போன்ற இணையற்ற நம்பிக்கை வைத்து இருந்தார் மதுரை மன்னர். அவரை அடுத்து நாயக்க மன்னராகப் பட்டமேறிய சொக்கநாத நாயக்கர், மதுரையிலிருந்து தமது தலைநகரை திருச்சிராப்பள்ளி கோட்டைக்கு மாற்றியவுடன், அந்தக் கோட்டை யின் முழுப் பொறுப்பையும் ருஸ்தம்கான் என்ற இஸ்லாமியரிடம்தான் கொடுத்து இருந்தார்.[8]

மேலும் அறக்கொடைகளையும் இஸ்லாமிய நிறுவனங்களுக்கு நாயக்க மன்னர்கள் வழங்கியுள்ள விவரமும் தெரியவருகிறது. தளவாய்

கம்பணன் என்ற நாயக்க ஆளுநர் கி.பி. 1624இல் நெல்லை மாவட்டப் பணங்குடியிலுள்ள புத்தாமியான் பள்ளிவாசலுக்கு பணங்குடி கிராமம் முழுவதையும் கொடையாக வழங்கினார். 1712இல் விஜயரங்க சொக்கநாதர் திருநெல்வேலியில் உள்ள ஒரு பள்ளிவாசலுக்கு ஈழம்பூர், ரஹ்மத்பூர், லக்ஷ்மிபூர், அணைக்கரை, அந்தராயம், நெல்லையம்பலம் ஆகிய ஆறு ஊர்களைப் பள்ளிவாசல் தருமமாகக் கொடுத்தார். அந்த மன்னர், 1633இல் கீழப்புலியூர் சையது ஃபக்கீர்தீன் தர்காவிற்கும் 1692இல் திருநெல்வேலியில் உள்ள இன்னொரு பள்ளிக்கும் நிலக் கொடைகள் வழங்கியுள்ளார்.[9] மதுரை மன்னர் சொக்கநாதரின் மனைவி ராணி மங்கம்மாள் திருச்சியில் மோனத்துயில் கொள்ளும் நத்தர் (இறைநேசர்) அவர்களிடம் மிகுந்த ஈடுபாடு கொண்டு அவருடைய தர்காவின் பராமரிப்பிற்காகச் சில நிலங்களை 1701இல் தானமாக வழங்கினார். இந்த அரசியார், பெனுகொண்டாவில் உள்ள பாபா தர்காவிற்கும் நிலக்கொடைகள் வழங்கி உள்ளார். இவரைப் போன்று ராணி மீனாட்சியும் பள்ளிவாசல்களுக்கு நிலக்கொடைகள் அளித் துள்ளார்.[10] மதுரை நாயக்க மன்னர்களைப் போன்று தஞ்சாவூர் நாயக்கர்களும் தமிழக இஸ்லாமியரை அன்புடனும் ஆதரவுடனும் நடத்தி வந்தனர் எனத் தெரிய வருகிறது.

இத்தகைய அரசியல் ஊக்குவிப்புகளினாலும் சலுகைகளினாலும் பயனடைந்த இஸ்லாமிய சமூகத்தினருக்கும் இஸ்லாமியரைப் போன்று வெளியே இருந்து வந்து தமிழ்மண்ணில் நிலைத்துவிட்ட நாயக்கர் சமூக மக்களுக்கும் இடையில் நல்லெண்ணமும் நட்புறவும் வளர்ந்தன. இரு சமூக மக்களும், ஒரே குடும்பத்தினரைப்போன்று அன்புடன் நடந்து கொண்டனர். குறிப்பாக, தென்மாவட்டங்களில், இன்று ஒரு முஸ்லிமும் நாயக்கரும் சந்தித்துக் கொண்டால் அவர்கள் ஒருவரை யொருவர் அன்னியோன்னியமாக அழைத்துக்கொள்வது 'மாமா' என்ற அன்புச் சொல்லினால்தான். முந்நூறு ஆண்டு கால வரலாற்றில் எவ்வளவோ அரசியல் மாறுபாடுகள் ஏற்பட்டிருந்தாலும், தமிழகத்தின் சிறுபான்மையினரும் பிற்பட்ட நிலையில் உள்ளவர்களுமான இந்த இரு சமூக மக்களின் நேயமனப்பான்மையிலும் நட்புநிலையிலும் எவ்வித வேறுபாடும் ஏற்படவில்லை.

14

சேதுபதிகள் ஆட்சியில்

மதுரை நாயக்க மன்னர்களுக்குச் சமகாலத்தவராக இராமநாதபுரம் சீமையில் தன்னரசு ஆட்சி செய்தவர்கள் சேதுபதிகள் என்ற மறவர் குடிப் பெருந்தலைவர்கள். முந்நூறு கிலோ மீட்டருக்கும் கூடுதலான கீழைக் கடற்கரைக்குச் சொந்தக்காரரான அவர்களுடைய நாடு, வரலாற்றுப் பெருமையுடையது. ஈராயிரம் ஆண்டுகளுக்கு முன்பு இருந்தே இந்தக் கடற்கரை யவனர்களுக்கும் யூதர்களுக்கும் அறிமுகமாகி இருந்தது என்பதை அண்மையில் அழகன்குளம் அகழாய்வில் கிடைத்த ரோமப் பேரரசரின் நாணயங்களும், வண்ணக் கல்மணிகளும்,[1] பெரிய பட்டினம் அகழாய்வில் கிடைத்த யூதர்களின் ஹீப்ரூ மொழிக் கல்வெட்டும்[2] உறுதிப்படுத்துகின்றன. இன்னும் உலகப் பயணிகளான தாலமியும் பிளினியும் குறிப்பிடுகின்ற சிறந்த கடற்பட்டினங்களான மோரெல்லா, அற்றகாரு ஆகிய ஊர்கள் இந்தக் கடல்பகுதியில் இருந்து கடல்கோளினால் அழிந்து மறைந்துவிட்டன.

சேதுநாட்டின் கடற்கரைப் பகுதிகளில் பன்னிரண்டாம், பதின் மூன்றாம் நூற்றாண்டுகளில் அரபு வணிகர்களின் அஞ்சுவண்ணங்கள் அமைந்து, அந்தப் பகுதியின் வணிகப் பொருளான முத்தையும் கைத்தறித் துணிகளையும் கீழை மேலைநாடுகளுக்கு ஏற்றுமதி செய்ய உதவின. அத்துடன் அந்தப் பகுதியில் சமயப் பணிகளில் ஈடுபட்ட சான்றோர்களுக்கும் பேராதரவாக இருந்து வந்தன. தங்களுடைய நாட்டில் குடியமர்ந்த அஞ்சுவண்ணத்தாரிடம் பரிவும் பாசமும் கொண்டி ருந்தனர் என்பதை சேதுபதி மன்னர்களின் பட்டயங்கள் சான்று பகருகின்றன. தமிழ்ப் பணிகளுக்கும் தெய்வீக கைங்கர்யங்களுக்கும் தம்மை அர்ப்பணித்துக் கொண்டிருந்த திருமலை ரகுநாத சேதுபதி (*1636-1674*) குணங்குடியில் அடக்கப் பெற்றுள்ள புனித சையது முஹம்மது புகாரி என்ற இறைநேசரின் தர்கா பராமரிப்பிற்காக நிலக்கொடைகள் அளித்தார்.[3] இந்த மன்னரை அடுத்து அரியணை ஏறிய ரகுநாத கிழவன் சேதுபதி (*1674-1710*) மீண்டும் சில நிலக்கொடை களை அந்தத் தர்காவிற்கு வழங்கியதுடன் திருச்சுழி, காரேந்தல், கொக்குளம்,

நாடாகுளம் பள்ளிவாசல்களுக்கும் நிலக் கொடை வழங்கிய விவரம் இராமநாதபுரம் சமஸ்தான ஆவணம் ஒன்றில் காணப்படுகிறது. சேதுபதி மன்னர்கள், திருச்சுழி, காரேந்தல், கொக்குளம், நாடாகுளம், பொந்தாம்புளி, கொக்காடி, கன்னராஜபுரம், நாரணமங்கலம் ஆகிய ஊர்களில் உள்ள பள்ளிவாசல்களுக்கும், இராமேஸ்வரம், இராமநாதபுரம், ஏறுபதி, தொண்டி ஆகிய ஊர்களில் உள்ள தர்காக்களுக்கும் வழங்கியுள்ள அறக்கொடைகள், அந்த மன்னர்களின் சமரச மனப்பான்மைக்குச் சாட்சியமாக இன்றளவும் இருந்து வருகின்றன.[4]

இராமநாதபுரத்தை முதன் முதலில் கோநகராகக் கொண்டு ஆட்சி செலுத்திய ரகுநாத கிழவன் சேதுபதி, கொடையால் தமிழ் வளர்த்த கோமான் வள்ளல் சீதக்காதி மரைக்காயரை, ஆள்வினையுடைய அமைச்சராகத் தமது அவையில் அமரச் செய்திருந்தார். இராமநாதபுரம் கோட்டைக்குள், மன்னரின் மாளிகைக்கு அருகில் அழகிய மாளிகை யொன்றையும் மரைக்காயருக்கு அளித்து இருந்தார் என்ற விவரம் சீதக்காதி நொண்டி நாடகத்தில் காணப்படுகிறது. 'யாதினும் இனிய நண்ப! எம்முடன் யாண்டும் இருத்தி' என வள்ளலை மன்னர் தம்முடன் வைத்துக்கொண்டதுடன், தமது இளவல்களில் அன்பால் சிறந்தவர் என்ற பொருளில் 'விசைய ரகுநாத பெரியதம்பி' என்ற விருதும் வழங்கிச் சிறப்பித்தார்.[5] மாறவர்மன் குலசேகரப் பாண்டியனின் அமைச்சராக இருந்த சுல்தான் தக்கியுத்தீனுக்குக்கூட கிடைக்காத பேறு இது. கோட்டை, கொத்தளம், அரண் அமைப்புகளில் இஸ்லாமியர் சிறந்து இருந்தனர். ஆதலால், சேதுபதி மன்னரும் அதுவரை மண்ணாலாகிய கோட்டையை அகற்றிவிட்டு, வள்ளல் அவர்களுடைய ஆலோசனை யைக் கொண்டும் பொருள் வளத்தைக் கொண்டும் முப்பத்து இரண்டு கொத்தளங்களுடன் இருபத்தொரு அடி உயரமும் ஐந்து அடி அகலமும் கொண்ட செவ்வக வடிவிலான கற்கோட்டையையும் முகலாய மன்னர் களின் பாணியில் அரண்மனையையும் அமைத்தார்.[6] இராமநாதபுரம் அரண்மனை அமைப்பிலும், அரண்மனை நிர்வாகத்திலும், சேதுபதி மன்னரின் அரசியல் நடைமுறையிலும் வள்ளல் சீதக்காதிக்குப் பெரும் பங்கு இருந்தது.[7] அத்துடன் மறவர் சபையின் கடற்கரைப் பகுதி வணிகத்தைக் கண்காணிப்பதற்கும், கடற்கரைப் பகுதியில் மன்னரின் இறையை வசூலிப்பதற்கும் அவருக்கு அதிகாரம் வழங்கப்பட்டிருந்தது.[8] இதனால் டச்சு ஆவணங்களில் சீதக்காதி மரைக்காயர் 'ரீஜண்ட் பெரிய தம்பி' என்று குறிக்கப்பட்டுள்ளார்.

இந்த 'விஜய ரகுநாத' என்ற சேதுபதிகளின் விருது, முதன்முறையாக இஸ்லாமியரில் வள்ளல் சீதக்காதி மரைக்காயருக்கு வழங்கப்பட்டு இருந்த பொழுதிலும், பிற்காலத்திலும் கீழக்கரையைச் சேர்ந்த ஒரு குறிப்பிட்ட மரைக்காயர் குடும்பத்தினருக்கு மட்டும் தொடர்ந்து

வழங்கப்பட்டு அவர்கள் அதை ஆவணங்களில் பயன்படுத்தி வந்துள்ளனர்.⁷ இதைப் போல அபிராமத்தைச் (கமுதி வட்டம்) சேர்ந்த சிறந்த இஸ்லாமியப் பெருமகன் ஒருவருக்கு அவருடைய சிறப்பான வீரச் செயலுக்காக, வெற்றியாளன் என்ற பொருளில் சேதுபதி மன்னரால் 'விஜயன்' என்ற விருதும் வழங்கப்பட்டுள்ளது. அந்தக் குடும்பத்தின் இன்றைய தலைமுறையினர்கூடத் தங்களுடைய பெயருக்கு முன்னால் விஜயன் என்ற அந்த விருதுச் சொல்லைப் பயன்படுத்தி வருகின்றனர். இவர்களைப் போன்று போகலூர் கிராமத்தைச் சேர்ந்த கனி ராவுத்தர் என்பவர் சேதுபதி மன்னரால் 'சேர்வை' என்ற சிறப்புப் பட்டம் அளிக்கப்பட்டுச் சிறப்பிக்கப்பட்டதுடன், இன்றைய கன்னிராஜபுரம் (முதுகுளத்தூர் வட்டம்) என்ற கிராமமும் அவருக்குச் செல்லத்தேவர் சேதுபதி என்பவரால் தானமாக வழங்கப்பட்டது.⁸ அந்தக் கனி சேர்வையின் வழியினர் இன்றும் அந்த 'சேர்வை' என்ற சிறப்பு விகுதியைத் தங்களுடைய இஸ்லாமியப் பெயருடன் இணைத்துப் பயன்படுத்தி வருகின்றனர்.

சேது நாட்டுக் குடிகளில் இஸ்லாமியர் சிறுபான்மையரில் பெரும் பான்மையராக இருந்து வந்தனர். இப்பொழுதும் இருந்து வருகின்றனர். பெரும்பாலும் வியாபாரத்திலும், நெசவிலும், சிறிய அளவினர் கடல் தொழில், விவசாயம், இரும்பு, செம்பு வார்ப்புத் தொழிலிலும் ஈடுபட்டு இருந்தனர். ஆனால் கீழ்நிலையில் இருந்த சாதாரண இஸ்லாமியர், நெசவுத் தொழிலில் ஈடுபட்டு இருந்ததைப் பல ஆவணங்கள் தெரிவிக் கின்றன.⁹ இராமநாதபுரம், கீழக்கரை, எக்ககுடி, பனைக்குளம், கமுதி, கடலாடி, அபிராமம், முதுகுளத்தூர், பரமக்குடி, கோட்டைப் பட்டினம், கீழக்கரை, இராமநாதபுரம், வெளிப்பட்டினம் ஆகிய ஊர்களில் இஸ்லாமியர் நெசவுத் தொழிலையும், சாயம் காய்ச்சுதலையும் மேற்கொண்டு இருந்ததாக இராமநாதபுரம் சமஸ்தான மானுவல் தெரிவிக்கின்றது.¹⁰ அந்தப் பகுதிகள் இன்றும் 'பாவோடிகள்' எனப் பல ஊர்களில் குறிப்பிடப்படுகின்றன. இராமநாதபுரம் சீமையின் கைத்தறி உற்பத்தியை நேரில் பார்வையிட்டு, கும்பெனித் தலைமைக்குக் கும்பெனியாரின் நாகூர் வணிகப் பிரதிநிதியான மைக்கேல் என்பவர் கி.பி. 1794இல் அனுப்பிய இரகசிய அறிக்கையில் முஸ்லிம் மக்கள் பெரும்பான்மையாக உள்ள பின்வரும் கிராமங்களின் கைத்தறி மையங்களின் எண்ணிக்கை குறிப்பிடப்பட்டுள்ளன.¹¹

1. சித்தார்கோட்டை   30
2. பனைக்குளம்   20
3. எக்ககுடி   50
4. போகலூர்   50

5.	ஆனையூர் பேரையூர்	50
6.	கமுதி	100
7.	திருப்பாலைக்குடி	20
8.	நம்புதாழை	20
9.	நயினார்கோயில்	20
10.	நகரம்	20
11.	பரமக்குடி	60
12.	எமனேஸ்வரம்	30
13.	இளையான்குடி	150
	மொத்தம்	620

இவையனைத்தும் இஸ்லாமியரின் தறிகள். கும்பெனியாரின் இன்னொரு ஆவணத்தின்படி, பரமக்குடியில் மட்டும் கி.பி. 1790இல் அறுநூறு தறிகள் இருந்ததாகவும் அதில் அறுபது சோனகருடையவை எனவும் குறிப்பிடப்பட்டிருப்பதுடன், இந்தத் தறிகளில் உற்பத்தி செய்யப்படும் துணிவகைகளை டச்சுக்காரர்கள் விரும்பி வாங்கி ஏற்றுமதி செய்து வந்தனர் எனவும் தெரியவருகிறது.[12] இந்தத் துணிவகை யில் 'மூறி' என்ற வகை இருந்தது. இஸ்லாமியரைக் குறிக்க உதவும் 'மூர்' என்ற சொல்லின் ஆதாரமாகக் கொண்டது இந்தத் துணியின் பெயராகும். இந்த இஸ்லாமிய நெசவாளிகள் பற்றிய இராமநாதபுரம் மன்னரின் 1742ஆம் வருடத்திய செப்புப் பட்டயத் தொடரில் உள்ள 'நமது காவல் குடியினரான துலுக்கரது தறிக்கடமை நீக்கி' என்ற சொற்கள் இஸ்லாமியர்பால் சேதுபதிகள் கொண்டிருந்த வாஞ்சையை 'நமது' என்ற சொல் மிகவும் அழுத்தமாக வலியுறுத்துகிறது.[13]

மேலும் 1759இல் நடந்த நிகழ்ச்சியொன்று இந்த நெருக்கத்தைக் காலமெல்லாம் நினைவூட்டுவதாக உள்ளது. சேது மன்னர்களின் அனுமதியுடன் பாம்பனிலும் கீழக்கரையிலும் தங்களுடைய பண்டக சாலைகளை டச்சுக்காரர்கள் அமைத்து, மன்னார் வளைகுடாவில் வணிகத்தை வளர்த்து வந்த நேரம். இலாபத்தைக் கண்டு மகிழ்ந்த அவர்கள் தங்கள் பண்டக சாலைகளைச் சுற்றி முதலில் முள்வேலி களை அரண்களாக அமைத்தனர். அடுத்து, சிறு கற்கோட்டைகளைப் போன்று பாதுகாப்பு நிலைகளுடன் அதைப் பலப்படுத்தினர். நிலத்தில் நிகழ்த்திய இத்தகைய ஆக்கிரமிப்புடன் அமையாமல் நீரிலும் அவர்கள் தங்களுடைய கைவரிசையைக் காட்டினர். 1750இல் மன்னாரிலிருந்து இராமேஸ்வரத்திற்குக் கொட்டைப்பாக்கு, அரிசி, நெல், நல்லெண்ணெய் ஆகியவற்றை ஏற்றிவந்த பாய்மரக் கப்பலை டச்சுக்காரர் தங்களுடைய அனுமதி பெறாமல் பயணம் மேற்கொண்டதாகக் காரணம் காட்டிக்

கைப்பற்றினர். அதனுடைய சொந்தக்காரர், தாம் சேது நாட்டைச் சேர்ந்த கோட்டைப் பட்டினவாசி என்றும், சேது மன்னரின் அனுமதியுடன் செல்வதாக விளக்கம் சொல்லியும் அதை டச்சுக்காரர்கள் ஏற்றுக் கொள்ளவில்லை.

அடுத்து, மன்னாரில் இருந்து கீழக்கரைக்கு வந்துகொண்டிருந்த டச்சுக்காரரின் தோணியை சேதுபதியின் ஆட்கள் தடுத்துக் கைப்பற்றினர். இரு தரப்பிலும் ஏற்பட்ட இத்தகைய ஆத்திரம் மூட்டும் நிகழ்ச்சி களினால் பிரச்சினை உணர்ச்சி வயமானதாகி விட்டது. தூத்துக்குடியி லிருந்து டச்சுக்காரரின் படையணி கீழக்கரைக்கு வந்தது. சேது மன்னரின் படையணியொன்றும் கீழக்கரையில் உள்ள டச்சுக்காரரின் பண்டக சாலையைச் சூழ்ந்து, பீரங்கியால் அதைத் தகர்த்து எறியும் முயற்சியை மேற்கொண்டது. சமாதானம் பேச வந்த டச்சுத் தரப்பினரும் இராம நாதபுரம் சிறையில் அடைக்கப்பட்டனர். பேச்சுவார்த்தைகள் முறிந்து பெரும் மோதல் ஏற்படும் நிலையில் சேதுமன்னரின் நெருங்கிய நண்பரான கீழக்கரை வணிகர் தம்பி மரைக்காயர் என்பவரின் தலையீடும் தளராத முயற்சியும் மன்னருக்கும் மாற்று நாட்டாரான டச்சுக்காரருக்கும் இடையில் பெரும்போர் ஏற்படாமல் தடுத்ததுடன், மீண்டும் அவர்கள் சுமூகமான சூழ்நிலையில் வேந்தர்-வணிகர் என்ற உறவுகளை நீடிப்பதற்கு உதவின.[14]

சைவநெறியில் திளைத்து வாழ்ந்த சிறந்த சிவனடியார்களான சேதுபதி மன்னர்கள், இஸ்லாத்தை வேற்று நாட்டு சமயம் என விகற்பமாக எண்ணாமல், சமயப்பொறையுடன் நடந்துவந்தனர். அதனால் அவர்களுடைய சீமையில் இஸ்லாம் தழைத்தது. ஆனால், அதே காலகட்டத்தில், மறவர் சீமையில் நிலைகொள்ள முயன்ற இன்னொரு வேற்றுச் சமயமான கிறிஸ்தவ மதத்தை வேரோடு பறித்து வீழ்த்த சேதுபதிகள் கொண்ட சீற்றம் – குறிப்பாக கி.பி. 1549இல் அந்தோணி கிரிமினாலினி என்ற இத்தாலிய பாதிரியாரின் வேதாளையில் நடந்த படுகொலை, 1792இல் ஜான் டி. பிரிட்டோ சாயார் ஒரியூரில் சிரச்சேதம் ஆகிய கரும்புள்ளிகளை வரலாற்றில் பார்க்கும் போது, இஸ்லாமியரிடம் அந்த மன்னர்கள் காட்டிய சகோதர வாஞ்சை, அன்பு, பரிவு, பாசம் ஆகியவை நம்மை பிரமிக்கச் செய்கின்றன. இங்ஙனம், நாட்டின் வளம் சேர்க்கும் நல்லியல்பு வணிகர்களாகவும் அரசியல் சாமந்தர்களாகவும் இஸ்லாமியர் தொடர்ந்து விளங்கினர் என்பது இந்த நிகழ்ச்சிகளால் பெறப்படுகிறது.

15

பரங்கியரும் முஸ்லிம்களும்

நமது நாட்டுடன் வணிகத்தில் தொடர்பு கொண்ட இஸ்லாமிய அரபிகள், மேற்கு, கிழக்குக் கரைகளில் உள்ள கடல்துறைகளில் தங்கி, தங்களுடைய வணிகத்தை வளர்த்ததுடன் இந்த மண்ணின் மலர்ச்சிக்கும் உதவியதை முந்தைய பகுதிகளில் பார்த்தோம். ஆனால் பதினாறாவது நூற்றாண்டின் தொடக்கத்தில் இந்தப் புனித மண்ணில் பரங்கிகளின் கால்கள் பட்டவுடன் இங்கிருந்த இஸ்லாமியர்களின் சமய வாழ்க்கையிலும் சமுதாய அமைப்பிலும் விரும்பத்தகாத மாற்றங்களும் விளைவுகளும் நிகழ்ந்தன. அந்தப் பரங்கிகள் யார், அவர்கள் இழைத்த இன்னல்கள் யாவை? பன்னிரண்டாம் நூற்றாண்டில் அரபுத் தாயகத்தில் நடைபெற்ற சிலுவைப்போரில் கலந்துகொண்ட ஐரோப்பியர் அனைவரையும் முஸ்லிம்கள் 'பரங்கி' என அழைத்தனர். 'பலாங்' என்ற சொல் 'பரங்' ஆகி பின்னர் 'பரங்கி' ஆயிற்று. பாரசீக மொழியில் 'பெரங்கி' என்றாகியது. முகலாயப் பேரரசர் பாபர், முதன் முதலில் போர்ச்சுக்கீசிய மக்களைப் 'பரங்கி' என அழைத்தார்.[1] ஏனெனில் முதல்முறையாக வணிகத்திற்கு நமது நாட்டிற்கு வந்த மேனாட்டார் போர்ச்சுகல் நாட்டவர். ஆதலால் அவர்கள் பரங்கி எனக் குறிப்பிடப்பட்டனர். பின்னர் அவர்களையடுத்து இங்கு வந்த பிரஞ்சு, ஆங்கில நாட்டவரும் அதே இடுகுறிப்பெயரில் வழங்கப்பட்டனர்.

அரபுத் தாயகத்தின் தென்கோடியில் மலர்ந்த இஸ்லாம், வடக்கில் பாலஸ்தீனம், சிரியா, பைஜான்டைன் ஆகிய நாடுகளில் விரைவாகப் பரவியதுடன் மத்திய தரைக்கடலின் மேற்குப் பகுதியான ஸ்பெயினிலும் பரவியது. அப்பொழுது ஸ்பெயின் நாடு, 'அல் அந்தலுஸ்', 'அந்தலூசியா' என அரபு மொழியில் வழங்கப்பட்டது. சிலுவைப் போர்கள், கிறிஸ்தவக் குருமார்களின் இடைவிடாத பொய்ப் பிரச்சாரம், இஸ்லாமியத் தலைமைப் பீடத்தில் நிலவிய ஊழல்கள், ஒழுக்கக்கேடுகள் ஆகியவை காரணமாக அட்லாண்டிக் மாகடலையொட்டிய ஸ்பெயின் நாட்டின் சிறு பகுதி மீண்டும் கிறிஸ்தவ சமயப் பிடிக்குள் சென்றது. இஸ்லாமியருக்கு

எதிராகக் கலவரத்தை முன் நின்று நடத்திய ஜான் என்பவன் புதிய போர்ச்சுகல் நாட்டை அமைத்து அந்த நாட்டின் அதிபதி ஆனான். அவனுடைய மகன் ஹென்றி, புதிய நாட்டை வலுவும் சிறப்பும் மிக்கதாக ஆக்க வேண்டும் என்ற ஆசையினால் அல்லும் பகலும் சிந்தித்து வந்தான். அவன் கண்ட முடிவு அன்றைய ஐரோப்பிய சமுதாயத்தில் புகழும் பொலிவும் பெற்றுத் திகழ்ந்த இஸ்லாமியரின் வணிகச் செல்வாக்கை அழிக்கப் பாடுபடவேண்டும் என்பது.

அன்றைய நிலையில், இந்துமாக்கடல், பாரசீக வளைகுடாக் கடல், செங்கடல், மத்தியதரைக்கடல் ஆகிய அனைத்து நீர்வழிகளும் இஸ்லாமியரின் வணிக வளர்ச்சிக்கு உதவும் ஏகபோகப் பகுதிகளாக இருந்தன.[2] கீழை நாட்டுப் பொருட்களுடன் அவர்களுடைய பொருட்களையும், கப்பல், ஒட்டகம் மூலமாக வெனிஸ் நகரத்தில் நிறைத்தனர். அங்கிருந்து அவை ஐரோப்பியக் கண்டம் முழுவதும் விநியோகிக்கப் பட்டன. இஸ்லாமியர் இதனால் பெருத்த ஆதாயம் அடைந்து வந்தனர். ஆதலால், அவர்களுடைய வணிகச் செல்வாக்கை அழிப்பதற்கு அவர்கள் பயன்படுத்திய நீர்வழிக்கு மாற்றுவழி ஒன்றைக் கண்டுபிடிக்க ஹென்றி முயன்றான். காகரி என்ற இடத்தில் இதற்கான ஆய்வுக் கூடம் ஒன்றையும் அமைத்தான். அவனுடைய உழைப்பு, ஊக்குவிப்பு காரணமாக போர்ச்சுகல் நாட்டு மாலுமிகள், அலைகடலுக்கு அப்பால் போர்டோ, காண்டோ தீவுகள் *(1419)*, மதீரியா *(1420)*, கானரி, அஜோர்தீவுகள் *(1431)*, பிரான்கோ முனை, ஸெனகல் ஆறு, கினியா *(1445)*, வெர்டோ முனை *(1446)*, ஆகிய புதிய நீர், நிலப் பகுதிகளைக் கண்டுபிடித்தனர்.[3] இத்தகைய ஊக்குவிப்புகளின் தொடராக, வாஸ்கோடகாமா என்ற மாலுமி 1497இல் ஆப்பிரிக்கப் பெருங்கண்டத்தின் மேற்கு, தெற்குப் பகுதிகளைக் கடந்து இந்து மகாக்கடல் வழியாக 1498இல் நமது நாட்டின் மேற்குக் கரைப்பட்டினமான கோழிக்கோட்டை வந்தடைந்தார், போர்ச்சுகல் நாட்டு மன்னரின் பரிந்துரை மடலுடன்.

கோழிக்கோடு மன்னர் ஸாமோரின், போர்ச்சுகல் மாலுமி குழுவினருக்கு வரவேற்பு வழங்கி ஆதரவு அளித்தார். என்றாலும் அந்த மன்னரின் நண்பர்களாக, அலுவலர்களாக, குடிகளாக ஏற்கனவே அங்கு இருந்து வந்த இஸ்லாமியரின் செல்வாக்கும், செல்வ வளமும் பரங்கிகளின் கண்களை உறுத்தின. வாஸ்கோடகாமாவைத் தொடர்ந்து போர்ச்சுகல் நாட்டில் இருந்து கொங்கணக்கரை கேரளக்கரைக்கு வந்த வணிகக் கப்பல்களில் விற்பனைப் பொருட்களுடன் பீரங்கிகளும் இருந்தன. ஆங்காங்கு இஸ்லாமியரின் வணிகக் கப்பல்களைக் கொள்ளை யடிப்பதற்கு அவை உதவின. அத்துடன் ஸாமோரின் மன்னரை அடக்கி, அஞ்சுமாறு செய்யவும் அவை பயன்பட்டன.[4] நான்கு ஆண்டுகள் கழித்து அவர்கள் கிழக்குக் கரையையும் எட்டிப்பார்த்தனர்.

கி.பி. 1502இல் அவர்கள் தூத்துக்குடிக்கு வந்தனர். அங்கு அவர்கள் கண்ட காட்சி அவர்களைப் பிரமிக்க வைத்தது. தமிழகத்திலும் இஸ்லாமியர், தூத்துக்குடித் துறைமுகத்தை மட்டுமன்றி மன்னார் வளைகுடாப் பகுதி முழுவதையும் தங்களுடைய கட்டுப்பாட்டில் வைத்திருந்தனர். அப்போது காயலில் இருந்த இஸ்லாமிய அரசர் முத்துக்களாலான மாலையை அணிந்து காணப்பட்டதாக ஒரு குறிப்பு தெரிவிக்கிறது. மீன் பிடித்தல், முத்துக்குளித்தல் ஆகிய பாரம்பரியத் தொழில்களில் ஈடுபட்டு வந்த பரவர்கள், இஸ்லாமியரின் இறுக்கமான பிடியில் இருந்து வந்தனர். அன்றைய நிலையில் முத்துக்குளித்தல் பெரிதும் ஆதாயம் அளிக்கும் தொழிலாக இருந்தது. ஆனால், பரவர்களின் ஒத்துழைப்பு இல்லாமல் அந்தத் தொழிலில் ஈடுபட முடியாத நிலையை உணர்ந்த பரங்கிகள், பொறுமையாக சூழ்நிலைகளைக் கவனித்து வந்தனர். முத்துக்கள் வணிகத்தைப் பற்றிய அவர்களுடைய பொறாமையும் பேராசையும் வளர்ந்தன.

மன்னார் வளைகுடாவில் கிடைத்த முத்துக்களைப் பற்றிய குறிப்புகள் சங்க இலக்கியங்களில் காணப்படுகின்றன. பாண்டிய நாடு முழுவதையும் வெற்றிகொண்ட ராஜராஜ சோழனின் (985-1012) கல்வெட்டுகளிலும் இந்த முத்துக்களைப் பற்றிய விவரங்கள் கொடுக்கப்பட்டுள்ளன. வட்டம், அனுவட்டம், ஒப்புமுத்து, குறுமுத்து, கோத்தமுத்து, நிம்பளம், பயிட்டம், அம்பு, முதுங்கறடு, இரட்டை, சப்பத்தி, சிவந்தநீர், குளிர்ந்தநீர் என்பன அவை.[5] ஆனால் இவற்றைப் பற்றி முதல் முறையாக எழுதிய வெளிநாட்டார் அல்-இத்ரிசி (1154) என்ற அரபு நாட்டார். 1292இல் பாண்டிநாடு வந்த உலகப் பயணி மார்க்கோ போலோ, மன்னார் வளைகுடாவில் பத்தலாரில் (கப்பலாறு - பெரியபட்டினம்) ஏப்ரல், மே மாதங்களில் நடைபெறும் முத்துச்சிலாபம் என்ற முத்துக்குளித்தலை நேரில் பார்வையிட்டு, அவருடைய குறிப்புகளில் விவரம் தந்துள்ளார்.[6] அவரைத் தொடர்ந்து தமிழகம் வந்த பிரையர் ஜோர்தனஸ் என்ற பிரஞ்சு நாட்டுப் பாதிரியாரும் வாங்-தா-யூவன் என்ற சீனப் பயணியும் முத்துச் சிலாபம் பற்றிய குறிப்புகளை வரைந்துள்ளனர்.[7]

முத்துக்குளித்தலில் மதுரை நாயக்க மன்னர் 96½ கல்லும் இராமநாதபுரம் சேதுபதி மன்னர் 59 கல்லும் போட்டு முத்துக் குளிக்கும் உரிமை பெற்று இருந்தனர். திருமலை மன்னர் அவருக்குரிய கல்லில் பத்துக்கல் போட்டு முத்துக் குளிக்கும் உரிமையை, அவருடைய பிரதிநிதியான காயல்பட்டினம் நாட்டாண்மை 'முதலியார் பிள்ளை மரைக்காய'ருக்கு அளித்து இருந்தார்.[8] திருமலை மன்னரிடம் காயல்பட்டினத்து மரைக்காயருக்கு, அந்த அளவிற்குப் பெரும் செல்வாக்கு இருந்தது. இந்த உரிமையைப் போர்ச்சுகீசியரும் பின்னர்

டச்சுக்காரரும் மதித்தனர் என்றால் மரைக்காயரின் அறிவாற்றலையும் ஆள்வினை உடைமையையும் என்னவென்பது? மதுரை மன்னரைப் போன்று சேதுபதி மன்னர்களும் தங்களுக்குரிய முத்துக்குளித்தல் உரிமையில் இராமேஸ்வரம் இராமநாதசுவாமி கோயிலுக்கும், திருப்புல்லாணி ஜகநாதப் பெருமாள் கோயிலுக்கும் சலுகைகள் வழங்கி இருந்தனர்.⁹ இந்தச் சலுகைகளின்படி அந்தக் கோயில்களுக்காக முறையே இராமேஸ்வரத்திலும் கீழக்கரையிலும் இருந்த மரைக்காயர் குடும்பங்கள் முத்துச்சலாபம் நடத்தினர். 1823இல் ஆங்கில கிழக்கிந்திய துரைத்தனம் இந்தச் சலுகைகளைப் பறிமுதல் செய்தது.¹⁰

இராமேஸ்வரம் திருக்கோயிலுக்காக முத்துக்குளித்தவர்கள் இராமேஸ்வரம் சுல்தான் மரைக்காயர் குடும்பத்தினர். அண்மைக் காலம்வரை, அந்தக் கோயிலின் தெப்பத் திருவிழாவிற்குப் படகுகள் கொடுக்கும் 'ஊழியம்' அவர் வழியினருக்கு இருந்தது. அந்தக் குடும்பத்தினரின் கண்ணியத்தையும் வணிகச் செல்வாக்கையும் கருதிய திருக்கோயில் நிர்வாகத்தினர், கோயில் கருவறையின் திறவுகோல்களை அந்தக் குடும்பத்தினரின் பொறுப்பில் கொடுத்து வைத்து இருந்தனர்.¹¹ இந்த நூற்றாண்டுத் தொடக்கத்தில் கோயிலுக்கு அரசினர் தர்ம கர்த்தாக்கள் நியமனம் செய்த பிறகுதான் இந்த முறையில் மாற்றம் ஏற்பட்டது. முத்துச்சலாபம் காரணமாகத் தோன்றிய இந்த மரபுகளை இங்கே குறிப்பிடுவது பொருத்தம்தானே!

தமிழக இஸ்லாமியர், முத்துக்குளித்தலில் மட்டுமல்லாது அவற்றை முறையாக விற்பனை செய்யும் வணிகத்திலும் ஈடுபட்டிருந்தனர். அவர்களுடைய வணிக நிலையங்கள் பாண்டி நாட்டுத் தலைநகரான மதுரையிலும், இராமேஸ்வரத்திலும் 'முத்துச்சாவடி' அல்லது 'முத்துப் பேட்டை' என வழங்கப்பட்டன. இராமேஸ்வரத்தில் இருந்த முத்துச்சாவடியில் விற்பனை செய்யப்பட்ட அழகிய முத்துக்கள், கேரளக்கரையில் உள்ள கொல்லத்திற்குக் கொண்டு செல்லப்பட்டு, கடல்வழி வெளிநாடுகளுக்கு அனுப்பப்பட்டதாகச் சீனப்பயணியின் குறிப்புகள் தெரிவிக்கின்றன.¹² கீழக்கரையில் இருந்த இத்தகைய முத்துப்பேட்டை ஒன்றில் விற்பனை செய்யப்பட்ட முத்துக்களின் விற்பனையில் நூற்றுக்கு அரைப்பணம் மகமையாக அந்த ஊர்ப் பிள்ளையார் கோயில் திருப்பணிக்கு வழங்க அங்கு 'நாலுப்பட்டணத்து பதிணென் விஷயத்தார்' (வணிகக்குழு) உடன்பாடு கண்டதாக அங்குள்ள 1531ஆம் ஆண்டுக் கல்வெட்டு தெரிவிக்கிறது.¹³

இஸ்லாமியப் பெண்டிர், முத்துக்களைக் கொண்ட பொன்னாலான வடங்கள், மாலைகள், தொங்கட்டான், நெற்றிச்சூடி, பாடகம், தோள்வளை, பீலி, மோதிரங்கள் ஆகிய அணிகலன்களை அணிந்து வந்தனர். இஸ்லாமிய ஆடவர்களும் தங்களுடைய இயற்பெயருடன்

'முத்து' என்பதையும் இணைத்து வழங்கும் வழக்கமும் ஏற்பட்டது. முத்து இப்ராஹீம், முத்து முஹம்மது, முத்து நயினார், முத்து ஹுசேன் எனும் பெயர்கள் சில எடுத்துக்காட்டுகளாகும். இன்னும் நன்கு விளைந்த ஆணி முத்துக்களைப் போன்று, வயதிலும் வாழ்விலும் முதிர்ந்த பாட்டன்மார்களை இஸ்லாமியர், 'முத்து வாப்பா' எனச் செல்லமாக அழைக்கும் வழக்கம் ஏற்பட்டது. மேலும் தங்களுடைய காணிகளுக்கு 'முத்து வயல்' என்றும், குடியிருப்பு ஊர்களுக்கு 'முத்துப்பட்டினம்' என்றும் இவ்வில்லங்களுக்கு 'முத்துமகால்' என்றும் பெயர் சூட்டினர். இவற்றிலிருந்து தென்பாண்டிக்கடல் முத்துக்கள், தமிழக இஸ்லாமியரின் வாழ்வில் பதினாறு, பதினேழு, பதினெட்டாம் நூற்றாண்டுகளில் எத்தகைய தாக்கத்தை ஏற்படுத்தி இருந்தன என்பதைப் புரிந்துகொள்வதற்கு இந்த வரலாற்றுச் செய்திகள் உதவுகின்றன.

இதற்கிடையில் போர்ச்சுக்கல் நாட்டுக் கடல்கொள்ளையன் தல்மேதா, மாலத்தீவில் நங்கூரமிட்டு நின்ற இஸ்லாமியரின் வணிகக் கப்பல்களைக் கொள்ளையிட லூர்சி என்பவனை அனுப்பி வைத்தான். திரும்பும் வழியில் அவனுடைய கப்பல் திசைமாறி இலங்கையின் தென்பகுதியிலுள்ள காலியையும் பின்னர் கொழும்பையும் அடைந்தது.[14] இஸ்லாமியர், அங்கும் அரசியல் செல்வாக்குடன் வளமார்ந்த நிலையில் இருந்ததை அவன் கண்டான். அப்போது அங்கு நிலவிய அரசியல் குழப்பங்களில் தலையிட்டு, அவற்றைத் தனக்குச் சாதகமாகப் பயன்படுத்தி, இஸ்லாமியரின் வணிகச் செல்வாக்கை வலுவிழக்குமாறு செய்தான். அவனைத் தொடர்ந்து பல போர்ச்சுக்கல் கப்பல்கள் போர் வீரர்களுடன் கொழும்பு வந்தன. இத்தகைய பின்னணியில், தளபதி ஜோ புரோலன் தலைமையில் (1523) கப்பல் அணி காயல் துறையை அடைந்தது. அவர்களுடைய ஆதிக்கத்தைக் கிழக்குக் கடற்கரையில் நிறுவ பரங்கிகள் மேற்கொண்ட திட்டவட்டமான முயற்சியை இந்தக் கப்பல் அணி வருகை உணர்த்தியது. காலம் காலமாக இஸ்லாமியர்களின் கட்டுப்பாட்டில் இருந்த பரவர்களைத் தனிமைப்படுத்தும் முயற்சியில் போர்ச்சுக்கல் பரங்கிகள் ஈடுபட்டனர்.

இரு நூற்றாண்டுகளுக்கு மேலாக இஸ்லாமியரின் எடுபிடியாக, அவர்களையே நம்பி வாழ்ந்தவர்களின் இதயங்களில் வெறுப்பைக் கொட்டிக் கிளறினர். அப்பொழுது அங்கு நடைபெற்ற முத்துச்சலாபத்தின் பொழுது ஒரு முஸ்லிமிற்கும் பரவ இனத் தொழிலாளிக்கும் இடையில் ஏற்பட்ட தகராறு பெரிதுபடுத்தப்பட்டு பெரிய இனக் கலவரமாக உருவெடுக்க உதவினர். எவ்வித ஆயத்தமும் இல்லாத இஸ்லாமியர் பெரிதும் பாதிக்கப்பட்டனர். பலர் கொலையுண்டனர். இந்த நிகழ்ச்சி தூத்துக்குடியில் 1532இல் நடைபெற்றது. ஆத்திரமடைந்த இஸ்லாமியர், பரவர்களைப் பழிவாங்கினர். கடலிலும் நிலத்திலும் கொலைக்குக்

கொலை, கொள்ளை தொடர்ந்தது. அவர்களுடைய குடிசைகள் கொடூரமான முறையில் தீக்கிரையாயின. பரவர் படகுகளையும் உடைமைகளையும் போட்டுவிட்டு உயிர்தப்பி ஓடினர்.[15]

மீண்டும் இஸ்லாமியர் அவர்களைத் தாக்கினால்... இந்த பயத்திற்குப் பரிகாரம் செய்வதாகப் போர்ச்சுகீசியர் அவர்களுக்கு சொல்லினர். பாதுகாப்புக் கொடுப்பதாக உறுதியளித்தனர். ஆனால் ஒரு நிபந்தனை: அவர்கள் அனைவரும் கிறிஸ்தவ மதத்தைத் தழுவ வேண்டும். மருந்து கசப்பானதுதான். ஆனால் அப்பொழுது அவர்களுக்கு அந்த வைத்தியம் தேவைப்பட்டது. பகைமையும் பயமும் அலைக் கழித்தவர்களாகத் தலைகளை ஆட்டி ஒப்புதல் அளித்தனர். கொச்சியிலிருந்து போர்ச்சு கீசியரின் சிறிய படையணி ஒன்று அவர்களுடைய கடற்கரைக் குடியிருப்பிற்குக் காவலாக நின்றது. அந்த அணியின் செலவிற்காக ஆண்டுதோறும் 1500 குரஸோடா பணம் கொடுக்க பரவ ஜாதித் தலைவர் ஒப்புக்கொண்டார்.[16] அதன் பின்னர், நிபந்தனையின் படி பரவரின் 'பட்டங்கட்டிகள்' சிலர் கொச்சிக்கு சென்று போர்ச்சுக்கல் நாட்டு மத குருக்களைச் சந்தித்து ஆயுத உதவி பெற்றதுடன், ஒரே நாளில் 20,000 பரவர்கள் கத்தோலிக்க கிறிஸ்தவ மதத்தைத் தழுவ ஏற்பாடு செய்தனர்.[17] சிறிய இடைவெளியில் மீண்டும் பரவர்கள் இஸ்லாமியரைத் தாக்கினர். பெரும் சேதத்தை விளைவித்தனர். சில நூறு முஸ்லிம் குடும்பங்கள் தூத்துக்குடிக் கடற்கரைப்பகுதியில் இருந்து இன்னும் வடக்கே - இராமநாதபுரத்தில் - கிழக்குக் கடற்கரையில் குடியேறினர். கீழக் கரையும் வேதாளையும் அவர்களுடைய புதிய தாயகமாகின.

இந்த அவல நிகழ்ச்சிகளினால் பல நூற்றாண்டுகளாகத் தெற்குக் கடற்கரையில் அமைதியுடனும் செல்வாக்குடனும் வாழ்ந்துவந்த இஸ்லாமியரின் இயல்பான வாழ்க்கை, வணிகம், சமுதாயச் சிறப்பு ஆகிய நிலைகளில் பெரும் பாதிப்பு ஏற்பட்டது. இத்தகைய இழப்பை பிந்தைய ஆண்டுகளில்கூட ஈடுசெய்ய இயலவில்லை என்று வரலாறு சுட்டுகிறது. இத்தகைய சமூகச் சீர்குலைவிற்கு அன்று தமிழக அரசு எனப் பெயரளவில் இருந்த வடுகரின் ஆட்சிதான் காரணம் என்பதையும் வரலாறு துலக்குகிறது. பொய்மைப் பிரச்சாரத்தினால் தமிழக மக்களை ஏமாற்றி, மதுரை சுல்தான்களின் ஆட்சியைக் கைப்பற்றிய வடுகர்கள், தமிழக மக்களை, குறிப்பாகக் கடற்கரையோரக் குடிகளைப் பரங்கி களின் குறுக்கீடுகளில் இருந்து காப்பாற்ற முடியவில்லை. அரசின் இயலாத் தன்மை காரணமாக போர்ச்சுக்கல் நாட்டாரின் நடமாட்டம் தெற்குக் கடற்கரையில் அதிகமாகியது. அவர்களுடைய ஆயுதபலமும், கொடூரமான நடவடிக்கைகளும் மக்களுக்கு அச்சத்தை ஊட்டின. ஆனால் கேரளக் கடற்கரை முஸ்லிம்கள், இந்த மனிதப் பிசாசுகளுக்குப் பயப்படாமல், அவர்களுடன் பொருதிப் போராடி வந்தனர்.

அந்த மாவீரர்களின் போராட்டக் களமாகக் கிழக்குக் கடலின் மன்னார் வளைகுடாவும் விளங்கியது.

அப்போது இலங்கையிலிருந்த மூன்று அரசுகளில் கோட்டை என வழங்கப்பட்டதும் கொழும்பைத் தலைநகராகக் கொண்டிருந்தது மான அரசுக்கு இரண்டு சகோதரர்கள் போட்டியிட்டனர். அவர்களில் புவனேகபாகு என்ற மூத்த சகோதரருக்குப் போர்ச்சுகீசியர் ஆதரவு கொடுத்து வந்தனர். இன்னொரு இளவரசரான மாயதுன்ன பண்டாரா விற்கு கோழிக்கோடு அரசர் ஸாமோரின் ஆயுத உதவி வழங்கிவந்தார்.[18] 1534இல் இலங்கை சென்ற கப்பல் அணிக்குத் தலைமை தாங்கிய ஸாமோரின் மன்னரின் தளபதி குஞ்சாலி மரைக்காயர், பல இடங்களில் பரங்கிகளை எதிர்த்து அழித்தார். மூன்று ஆண்டுகள் கழித்து மீண்டும் கோழிக்கோட்டில் இருந்து புறப்பட்ட பெரும் கப்பல்படையைக் குஞ்சாலி மரைக்காயர், அவருடைய தம்பி அலீ இப்ராஹீம் மரைக்காயர், அவருடைய மைத்துனர் அகமது மரைக்காயர் ஆகியோர் நடத்திச் சென்றனர். அந்த அணி, ஐம்பத்தொரு கப்பல்களும் இரண்டாயிரம் வீரர்களும் ஐந்நூறு பீரங்கிகளும் அடங்கியதாக மதிப்பிடப்படுகிறது. கன்னியாகுமரிக்கு அருகில் பரங்கிகளை வெற்றிகொண்ட அவர்கள், கொழும்பிலிருந்து தகவலை எதிர்பார்த்து வேதாளைக்கருகில் காத்து இருந்தனர். இதை அறிந்த மார்ட்டின் அல்போன்ஸா என்ற போர்ச்சுக்கல் தளபதி அறுநூறு கப்பல்படைவீரர்களுடன் விரைந்து சென்று அவர்களைத் தைரியமாகத் தாக்கினான். இராமேஸ்வரத்திற்கும் வேதாளைக்கும் இடையே கடலில் பிப்ரவரி 28, 1538இல் நிகழ்ந்த இந்த உக்கிரமான போர் இந்தியக் கடற்போர் வரலாற்றில் ஒரு சிறந்த போராக விளங்கியது.[19] கடற்போரில் வல்லவர்களான போர்ச்சுக்கல் பரங்கிகளிடம் கடல் வணிகரான இஸ்லாமியரின் வீரம் எடுபடவில்லை.

பெரும்பாலான கப்பல்கள் போர்ச்சுகீசியரின் பீரங்கித் தாக்குதலினால் தீப்பற்றி அழிந்தன. உயிரிழப்பும் மிகுதியாக இருந்தது. வேதாளைக் கிராமத்து வடக்குப் பள்ளிவாசல் மையவாடியில் உள்ள ஏராளமான மீஸான்கள், அந்தப் போரில் வீரமரணம் எய்திய இஸ்லாமியரின் தியாகத்தை மட்டுமல்லாமல் தமிழகக் கடல் வணிக வளத்தை நிரந்தர மாக இழந்துவிட்ட இஸ்லாமியரின் சோக வரலாற்றையும் நினைவு படுத்துவதாக உள்ளன. எட்டாம் நூற்றாண்டில் சீனக் கடலில் இருந்து செங்கடல் வரை பச்சைப் பிறைக் கொடிகளையும், பளபளக்கும் பதாகைகளையும் தாங்கி பவனி வந்த இஸ்லாமியரின் வணிகக் கப்பல்கள், வழிதவறிய ஒட்டகங்கள் போல, எங்கோ சென்று மறைந்தன. உலக நியதிக்கு ஒப்ப, கிழக்கில் இருந்து மேற்கு நோக்கிப் பரவும் கதிரவனின் ஒளிக்கதிருக்கு மாறாக, மேற்கே இருந்து கிழக்கே பாய்ந்து பரவியதால் இஸ்லாம் என்ற ஒளி வெள்ளத்தைத் தங்களுடைய

இதயங்களில் தேக்கியவாறு அந்தக் கப்பல்களில் சென்று, கீழை நாடுகளில் எங்கும் சமயப் பிரச்சாரம் செய்த இறைநேசர்கள், ஃபக்கீர்கள், முஹாஜிரீன்கள் ஆகிய தொண்டர் திருக்கூட்டத்தின் நடமாட்டமும் முடமாக்கப்பட்டது.

அந்த நிகழ்ச்சிக்குப் பின்னர், ஒரு நூற்றாண்டுவரை போர்ச்சுக்கல் பரங்கிகள் இலங்கை அரசியல் ஆதிக்கத்திற்குப் போராடியதால் தமிழ் நாட்டின் கடற்கரைப் பகுதிகளில் குறிப்பிடத்தக்க அத்துமீறல் களில் ஈடுபடவில்லை. மாறாக, மலேசியாவிலும் இலங்கையிலும் கிடைக்கும் இலவங்கப்பட்டை, மிளகு, ஏலக்காய் ஆகிய நறுமணப் பொருட்களை மிகுதியாகவும் விரைவாகவும் ஐரோப்பாவிற்கு எடுத்துச் செல்வதில் மிகுந்த அக்கறை காட்டினர். பத்தாண்டுகளுக்கு ஒருமுறை கிடைக்கும் மன்னார் முத்துக்களைவிட, அந்த வியாபாரம் அவர் களுக்குப் பெருத்த ஆதாயம் அளிப்பதாக இருந்தது. என்றாலும், அவர்கள் தமிழகக் கடற்கரையில் சமயத்தைப் பரப்புவதிலும் 'அஞ்ஞானி' களை மதம் மாற்றுவதிலும் தீவிரமாக ஈடுபட்டு இருந்தனர். ஸேவியர், ஹென்றிகஸ் ஆகிய கத்தோலிக்க கிறிஸ்தவப் பாதிரியார்களின் வாழ்க்கைக் குறிப்புகள் இதை விவரிக்கின்றன.[20] நாளடைவில் கிழக்காசிய வணிகத்தில் டச்சுக்காரர்கள், போர்ச்சுகீசியருக்குப் போட்டியாக வந்ததுடன் இலங்கையில் அவர்களுடைய அரசியல் ஆதிக்கம், ஏகபோக வாணிபம் ஆகிய நிலைகளை அழித்தனர்.

டச்சுக்காரர்கள் மதுரை நாயக்க மன்னர்களுடனும், இராமநாதபுரம் சேதுபதி மன்னர்களுடனும், நட்பு நிலையில் மன்னார் வளைகுடா முத்துக்குளித்தலிலும், உள்நாட்டில் தானிய வியாபாரத்திலும் ஈடுபட்டு வந்தனர். தூத்துக்குடித் துறைமுகம் அவர்களுடைய பிடியில் இருந்தாலும் போர்ட்டோ நோவா என்னுமிடத்தில் தஞ்சாவூர் நாயக்க மன்னரிடம் கிரயத்திற்கு வாங்கிய இடத்தில் கோட்டையும் பண்டகசாலையும் அமைத்து, இலங்கை, சுமத்திரா (இந்தோனிஷியா) ஆகிய நாடுகளுடன் வியாபாரத் தொடர்புகள் வைத்திருந்தனர். இவர்கள் உலாந்தாக்காரர் என அழைக்கப்பட்டனர். சோழ நாட்டிலும், பாண்டிய நாட்டிலும் கைத்தறித் துணிகளை வாங்கி மேனாட்டிற்கு ஏற்றி அனுப்பும் பணியில், ஆங்காங்கு இருந்த மரைக்காயர்கள் அவர்களுக்கு உதவி வந்தனர் என்பது மட்டும் தெரியவருகிறது. ஆனால் இந்தக் காலகட்டத்தில் தமிழக இஸ்லாமியரைப் பற்றிக் குறிப்பிடத்தக்க செய்திகள் எதுவும் வரலாற்றில் காணப்படவில்லை.

இந்த நிகழ்ச்சிக்குப் பதினைந்து ஆண்டுகள் கழித்து, போர்ச்சுகீசிய கடல் நாய்களை அழிப்பதற்கு இன்னொரு முயற்சியும் மேற்கொள்ளப் பட்டது. இந்த முறை கோழிக்கோட்டு ஸாமோரின் மன்னருடன்

விஜயநகரப் பேரரசரின் உறவினரும் ஆளுநருமான வித்தலாவும் அந்த முயற்சியில் இணைந்துகொண்டார். முத்துக்குளித்தலில் போர்ச்சுகீசியர் விஜயநகரப் பேரரசரின் பங்கினை அளிக்கத் தவறியது, தெற்குக் கடற்கரையில் உள்ள மணப்பாடு, புன்னைக்காயல், தூத்துக்குடி, வேம்பாறு ஆகிய ஊர்களில் அவர்களுடைய நிலையைப் பலப்படுத்திக் கொண்டது, கன்னியாகுமரியில் இருந்து இராமேஸ்வரம் வரையிலான கடற்பகுதியில் வாழும் பரவர்களும் அவர்களுடைய நாட்டு அரசியல் சட்டதிட்டங்களை செயல்படுத்தி வந்தது,[21] இராமேஸ்வரம் செல்லும் பயணிகளிடம் வேதாளையில் கட்டாயமாகத் தலைவரி வசூலித்தது போன்ற அக்கிரமச் செயல்களுக்காக அவர்களை அழித்து ஒழிப்பது என்பது வித்தலராயரின் முடிவு. ஆதலால், ஸாமோரின் மன்னருடைய கடல்படை, மன்னார் வளைகுடாவில் கடலில் மோதும் பொழுது வித்திலராயரின் வடுகர்படை கடற்கரைப் பகுதிகளிலுள்ள போர்ச்சுகீசியரையும் அவர்களுடைய கோட்டையான காவலையும் தாக்கி அழிப்பது என்பது திட்டம்.

மே **1553**இல் கோழிக்கோட்டிலிருந்து இராப் அலீ தலைமையில் வந்த நாற்பது கப்பல்கள் தூத்துக்குடிக்கு அருகிலுள்ள முசல்தீவைத் தாக்கி, அங்கிருந்த ஏராளமான பரவர்களையும் இருபது மீன்பிடி வள்ளங்களையும் கைப்பற்றினர். பின்னர், இராப் அலீ அணியிலுள்ள ஐந்நூறு இஸ்லாமிய வீரர்கள் புன்னைக்காயல் கோட்டையைத் தாக்கிப் பிடித்தனர். தப்பியோடிய போர்ச்சுகீசியத் தளபதிகளையும் வீரர்களையும் எதிர்ப்புறத்தில் தாக்கிய வடுகர்படை கைப்பற்றியது. இந்த சோகச் செய்தியைக் கேள்வியுற்ற போர்ச்சுகீசியத் தலைமை கொச்சியில் இருந்த கப்பல்படை ஒன்றை அனுப்பி வைத்தது. புன்னைக்காயலுக்கு வந்து சேர்ந்த அந்த அணி அப்போது வடக்கே, கீழக்கரை அருகில் நிலைகொண்டிருந்த இராப் அலீ அணியுடன் கடுமையான கடல் போரில் மோதியது. போர்ச்சுகீசியர், இராப் அலீயின் உக்கிரமான தாக்குதலைச் சமாளிக்க இயலாமல் சற்றுத் தொலைவிலுள்ள தீவுகளுக்குள் ஓடி ஒளிந்தனர். அந்நிய ஆக்கிரமிப்பாளருக்குத் தோல்வி. ஆனால் வெற்றியைக் கண்ட மாவீரன் இராப் அலீ, போரில் தழுவிய பயங்கர காயங்களினால் உயிர் துறந்தார்.[22] தியாகி குஞ்சாலி மரைக்காயரின் நீண்டகால ஆசையை நிறைவேற்றிய மனநிறைவுடன் போர்ச்சுகீசிய பரங்கிகளின் அக்கிரம ஆதிக்கம் அழியத் தொடங்கியதன் அறிகுறிதான் அந்தப் போர். ஒரு நூற்றாண்டுக் காலம், மன்னார் வளைகுடாப் பகுதியைத் தங்களுடைய சொந்தச் சொத்தாகப் பாவித்து வந்த போர்த்துகீசியர் **1658**இல் புயல் காற்றில் எழுந்த புழுதியைப் போல் அந்தப் பகுதியிலிருந்து மறைந்தனர்.

16

மீண்டும் வணிகத்தில்

போர்ச்சுகீசியப் பரங்கிகளின் மிருகத்தனமான நடவடிக்கைகளால் பாதிக்கப்பட்டிருந்த மலாக்கா முதல் ஏடன் வரையிலான நீண்ட வணிக வழியில் இஸ்லாமியரின் மரக்கலங்கள் மீண்டும் மெதுவாகச் செல்லத் தொடங்கின. அவை அனைத்தும் கீழக்கரை வள்ளல் சீதக்காதி என்ற ஷெய்கு அப்துல் காதிறு மரைக்காயருடையவை. 'தரணி புகழ் பெரிய தம்பி வரத்தால் உதித்த' இந்த வணிகப் பெருமகனுக்குப் பதினேழாம் நூற்றாண்டில் இந்தியத் துணைக்கண்டத்தில் எவருக்கும் வாய்த்திராத செல்வவளம் இருந்தது. அதற்கு மேலாக, மக்களுக்கு அள்ளி அள்ளி வழங்கும் அன்பு உள்ளமும் அமைந்து இருந்தது. 'திரை கண்டு எழுங்கடல் மீதே தன் வங்கத்தைச் செல்லவிட்டுக் கரைகண்டவர்' என வள்ளலின் கடல்வணிகத்துக்குப் புலவர் ஒருவர் கரை கண்டுள்ளார்.[1] அவருடைய கப்பல்கள் சீனத்து நவமணிகளையும், அச்சைனி (கம்போடியாவிலிருந்து) லிருந்து அழகிய குதிரைகளையும், மலாக்காவி லிருந்து கஸ்தூரி, அம்பர் முதலிய நறுமணப் பொருட்களையும், ஈழத்திலிருந்து யானைகளையும் இன்னும் பல தேசத்துப் பொன்னையும், மலைகள் போல கொண்டுவந்து குவித்ததாக அவருடைய வணிக வன்மையை இன்னொரு பாடல் அளவிடுகிறது.[2]

செய்யி தப்துல்காதிறு மரைக்காயர் திருமண வாழ்த்து, சீதக்காதி நொண்டி நாடகம் என்ற இரு சிற்றிலக்கியங்களுக்கும் இன்னும், படிக்காசுப் புலவர், நமச்சிவாயப் புலவர் ஆகிய புலவர் பெருமக்களின் தனிப்பாடல் களுக்கும் பாட்டுடைத் தலைவராக விளங்கும் இந்த வள்ளலைப் பற்றிய போதிய வரலாற்று ஆவணங்கள் கிடைக்காதது தமிழக முஸ்லிம்களின் துரதிர்ஷ்டம் என்றே குறிக்க வேண்டியுள்ளது. ஈதல் அறத்திற்கு இலக்கணமாக, இஸ்லாமிய நெறிகளுக்கு எடுத்துக்காட்டாக விளங்கிய இந்த இஸ்லாமியத் தமிழ்த் தலைவரை முழுமையாகத் தெரிந்து கொள்ளும் வாய்ப்பை இழந்துவிட்டோம். ஆனால் 1682க்கும் 1698க்கும் இடைப்பட்ட காலத்தில் இலங்கைக்கும் இந்தியாவிற்குமான மிளகு, கைத்தறித் துணிகள், முத்து, சங்கு ஆகிய வணிகத்தில் நேரடியாகப்

போட்டியிட்ட டச்சுக் கிழக்கு இந்தியக் கம்பெனியாரின் ஆவணங்களிலிருந்து அவருடைய வணிக வளத்தை ஓரளவு தெரிந்துகொள்ளலாம். அவருடைய வணிகக் கலங்கள் நமது நாட்டுக் கடலோர வணிகத்தில் ஈடுபட்டது அல்லாமல் வங்காளம், மலாக்கா, அச்சைன் ஆகிய தூரக் கிழக்கு நாடுகளுக்குச் சென்று வந்த விவரமும் தெரிகிறது. மற்றும், சென்னைக் கோட்டைக் குறிப்புகளிலிருந்து வள்ளல் அவர்கள் ஆங்கிலக் கிழக்கிந்தியக் கம்பெனியாருடன் 1685-87இல் மிளகு, அரிசி வணிகம் தொடர்பாகக் கொண்டிருந்த தொடர்புகள் தெரிய வருகின்றன.[3] மேலும் யாழ்ப்பாணத்திலிருந்த டச்சுத் தளபதி படேனியாவிலுள்ள டச்சுக் கவர்னருக்கு அனுப்பிய குறிப்புகளிலிருந்து 1695இல் வள்ளல் சீதக்காதி டச்சுக்காரர்களுடன் வணிகத் தொடர்புகள் கொண்டிருந்ததையும், மன்னாருக்கும் கல்பிட்டியாவிற்கும் இடைப்பட்ட கடல் பகுதியில் சங்கு குளிப்பதற்காக அனுமதி கோரிய விவரமும் தெரியவருகிறது.[4] அன்றையக் கால கட்டத்தில் மன்னார் வளைகுடாவிலும், சோழ மண்டலக் கரையிலும் எடுக்கப்பட்ட சங்குகள் பெரும்பாலும் வங்காளத்திற்கு ஏற்றுமதி செய்யப்பட்டுவந்தன. நமது நாட்டில் ஏனைய பகுதிகளைவிட வங்காளத்து இந்துக்கள் சங்கைச் சிறந்த மங்கலப் பொருளாகப் புனிதமுடன் போற்றி வந்தனர். வங்க நாட்டுப் பெண்கள் சங்கு வளையல்களைச் சங்க காலத்துத் தமிழ் மகளிரைப் போல் அணிந்து வந்தனர்.

தமிழகத்துச் சங்குகள் வங்காளம் சென்ற விவரங்களை அரபி பயணி அபூசெய்து (கி.பி. 851), இத்தாலிப் பயணி பார்போஸா (1565) பொக்காரோ (1644) கத்தோலிக்கப் பாதிரியார் மார்ட்டின் (1700) ஆகியோரின் பயணக் குறிப்புகள் தெரிவிக்கின்றன.[5] பிரெஞ்சு வணிகர் தாவர்ணியரின் (1644-89) குறிப்புகள் அந்தச் சங்குகள் வங்காளத்திலிருந்து இன்னும் வடக்கே பூட்டானுக்கும் திபெத் திற்கும் அனுப்பப் பட்டதைத் தெரிவிக்கின்றன.[6]

மன்னார் வளைகுடாவில் கிடைக்கும் சங்குகளில், இலங்கைக் கடல் பகுதி சங்குகளைவிட தமிழகக் கடல்பகுதிச் சங்குகள் அளவிலும் பருமனிலும் பெரியதாக இருந்ததால், அவற்றுக்கு நல்ல சந்தை மதிப்பு இருந்தது. இந்தச் சங்குகள், தூத்துக்குடிக்கும் தொண்டிக்கும் இடைப் பட்ட கடல் பகுதியிலும் கடலூருக்கு அருகிலும் மிகுதியாகக் கிடைத்தன. இந்தச் சங்குகளைக் கடலில் குளித்து எடுக்கும் தொழிலில் அப்பொழுது இஸ்லாமியர்கள் ஈடுபட்டு வந்தனர். ஏற்கனவே முத்துக்குளித்தலில் தேர்ந்த அவர்கள் இந்தத் தொழிலில் ஈடுபட்டது பொருத்தமான தொன்று. இவர்களில் பெரும்பாலானவர்கள் பெரியபட்டினம், கீழக்கரை ஆகிய ஊர்களைச் சேர்ந்தவர்கள்.[7] இலங்கையும் ஆங்கிலேயர் ஆட்சியில் அமைந்திருந்த சென்ற நூற்றாண்டில்கூட, இலங்கைக் கடலில்

சங்கு குளிப்பதற்குப் பெரியபட்டினத்து சங்குகுளித் தொழிலாளர்கள் அனுப்பப்பட்ட விவரம் தெரிய வருகிறது.[8] இன்னும் பெரியபட்டினத்தில் சங்கு குளிகாரத்தெரு என்ற வீதியும் சங்கு குளிக்கும் தொழிலில் அனுபவம் உள்ள ஏராளமான இஸ்லாமியரும் உள்ளனர்.

மேலும் தமிழக இஸ்லாமியரின் மரக்கலங்களில் இந்தச் சங்குகள் ஏற்றப்பட்டு வங்காளத்திற்குக் கொண்டு செல்லப்பட்டன. அந்த மரக்கலங்களை இயக்கிய தண்டல்களும் இஸ்லாமியரே. 1794இல் இராமநாதபுரம் சேதுபதி மன்னருக்குச் சொந்தமான 11,20,000 சங்குகள் தேவிப்பட்டினம் துறையில் இருந்து கீழக்கரை எல்லே தண்டல் என்பவரின் 'களிமண்பார்' என்ற சரக்குக் கப்பலில் ஏற்றப்பட்டு வங்காளத்திற்கு அனுப்பப்பட்டன. மீரா நயினா என்ற பிரமுகர், மன்னரின் வியாபாரப் பிரதிநிதியாகக் கல்கத்தாவில் பணிபுரிந்தார். இந்தக் கப்பல் தேவிப்பட்டினம் துறைமுகத்திலிருந்து நாகூர், கட்டிக்கூர், பிம்லிபட்டினம், பச்சைமரி, ஹுக்லி துறைமுகங்களைத் தொட்டு கல்கத்தா சென்று அடைந்ததாக அரசு ஆவணம் ஒன்றில் குறிப்பிடப் பட்டுள்ளது.[9]

வங்காளத்திற்கும் தமிழகத்திற்கும் இடையிலான கடல் பயணம் நெடுங்காலமாக இந்த ஊர்களின் வழிதான் சென்றது என்பதை இளையான்குடி மதாறுப் புலவர் பாடிய *சேதுபதி ஏலப்பாட்டு* என்ற சிற்றிலக்கியமும் உறுதிசெய்கிறது.[10] வங்காளத்திலிருந்து திரும்பும் தோணிகளில் அந்த நாட்டு அரிசி, சீனப்பட்டு, கண்ணாடிச் சாமான், லஸ்தர் விளக்குகள் போன்ற புதுமைப் பொருட்கள் தமிழ்நாட்டிற்கு ஏற்றி வரப்பட்டன. வணிகம் மீண்டும் உச்சநிலையை அடைந்தாலும் தொடர்ந்து அந்த நிலைமையை உறுதிப்படுத்தக்கூடிய வரலாற்று, இலக்கியச் சான்றுகள் இல்லை. அப்பொழுது தமிழக வணிகத்தில் ஈடுபட்ட டச்சுக்காரர், ஆங்கிலேயர், பிரெஞ்சுக்காரர் பங்கும் போட்டியும் மிகுந்திருந்தன. என்றாலும், கரையோர வணிகத்தில் ஆங்காங்குள்ள மரைக்காயர்கள் ஈடுபட்டிருந்ததாக டச்சு ஆவணங்கள் குறிப்பிடுகின்றன. தமிழ்நாட்டிற்கும் வங்கத்துக்கும், தமிழ்நாட்டிற்கும் இலங்கைக்கும், இஸ்லாமியரின் மரக்கலங்கள், கைத்தறித்துணிகள், சங்கு, உப்பு, நெல், கருவாட்டுச் சிப்பங்கள், தென்னங்கீற்றுகள் ஆகிய பொருட்களை எடுத்துச் சென்றன. தூத்துக்குடி, கீழக்கரை, வேதாளை, பாம்பன், தேவிப்பட்டினம், தொண்டி, பாசிப்பட்டினம், அதிவீரராமப் பட்டினம், கடலூர், நாகப்பட்டினம், போர்டோ நோவோ, பாண்டிச்சேரி ஆகிய துறைகள் இத்தகைய சரக்குகளைக் கொண்ட தோணிகள், தண்டல்களுடன் காட்சியளித்தன.

பதினெட்டாம் நூற்றாண்டின் இறுதியில், உள்நாட்டு வணிகத்தில் கீழக்கரை சைய்யிது அப்துல் காதிர் மரைக்காயர் என்பவர் சிறப்புடன்

இருந்ததை ஆங்கிலக் கிழக்கிந்தியக் கம்பெனியாரின் ஆவணங்கள் குறிப்பிடுகின்றன. இந்த வணிகப் பெருமகனைப் பற்றிய செய்திகள் 1789 முதல் கிடைக்கின்றன. இராமநாதபுரத்திலும் கீழக்கரையிலும் இவருக்குப் பண்டக சாலைகள் இருந்தன. இரும்பு, ஓடு, மரம், தானியங்கள், தலைப்பாகைத்துணி, துப்பட்டா, கம்பளங்கள் ஆகிய வியாபாரங்களில் ஈடுபட்டு இருந்தார்.[11] அப்பொழுது இராமநாதபுரம் மன்னராக இருந்த விஜய ரகுநாத முத்துராமலிங்க சேதுபதியின் (1762-1795) உற்ற நண்பனாகவும் இருந்தார் எனத் தெரிகிறது.[12]

வள்ளல் சீதக்காதி காலந்தொட்டு, கீழக்கரை இஸ்லாமியத் தன வணிகர்களுக்கும் இராமநாதபுரம் சேதுபதி மன்னர்களுக்குமிடையே நிலவிய நேச மனப்பான்மை காரணமாகவும், இராமநாதபுரம் சீமையெங்கும் வியாபாரத்தை ஊக்குவிக்கும் வகையிலும் அப்துல் காதிர் மரைக்காயரின் பொருட்களுக்கு மாமூலான சுங்க வரி விதிப்பில், இருபத்து ஐந்து விழுக்காடு சலுகை அளிக்கப்பட்டு வந்தது.[13] சேதுபதி மன்னரைச் சிறையில் அடைத்து, ஆற்காட்டு நவாப்பின் பிரதிநிதிகளாக, அந்த நாட்டை ஆண்ட ஆங்கில கிழக்கிந்தியக் கம்பெனியார் காலத்திலும் இந்தச் சலுகை தொடர்ந்தது. அத்துடன் கடல் துறைகளிலும் கடற்கரைப் பட்டினங்களிலும் புதிதாக வணிக நிறுவனங்களைத் தொடங்கி வணிகத்தை வளர்ப்பதற்கும் ஆற்காட்டு நவாப் முஹம்மது அலீ வாலாஜா மரைக்காயருக்கு 'பர்வானா' (அனுமதி உத்தரவு) வழங்கி இருந்தார்.[14] அதன் காரணமாக அப்துல் காதிர் மரைக்காயர் திருநெல்வேலிச் சீமையிலும் அவருடைய வணிகத்தை விரிவுபடுத்தினார். காயல்பட்டினம், குலசேகரப்பட்டினம், வேம்பாறு ஆகிய ஊர்களிலும், வேறு பல இடங்களிலும் பண்டகசாலைகளை நிறுவி இருந்தார்.[15] அத்துடன், இராமநாதபுரம் சீமையில் கம்பெனியார், குடிமக்களிட மிருந்து கிஸ்தி (தீர்வை)யாகப் பெற்ற ஏராளமான நெல்லை, அப்துல் காதிர் மரைக்காயரிடம் விற்று வந்தனர். இந்த நெல் விற்பனையில் 'ஏகபோக உரிமை'யால் பாதிக்கப்பட்ட மெய்ஜியர் என்ற டச்சு நாட்டு தானிய வியாபாரி, கம்பெனித் தலைமைக்கு வரைந்துள்ள புகாரி லிருந்தும்[16] இன்னும் இராமநாதபுரம் கலெக்டராக இருந்த காலின்ஸ் ஜாக்ஸனின் துபாஷான ரங்கப்பிள்ளை மீது எழுப்பப்பட்ட ஊழல் புகார் பற்றிய ஆவணங்களிலிருந்தும் இந்த விவரங்கள் தெரிய வருகின்றன.[17]

இந்தக் கால கட்டத்தில் கீழக்கரை மாமுனா லெப்பையும் காயல் பட்டினம் சேகனா லெப்பையும் நவமணி வியாபாரத்தில் ஈடுபட்டு இருந்த செய்திகளும் உள்ளன. இராமநாதபுரம் சேதுபதி மன்னர் இந்தத் தனவணிகர்களிடமிருந்து நவரத்தினங்கள் வாங்கிய விவரத்தைக் கம்பெனியாரின் ஆவணமொன்று குறிப்பிடுகின்றது.[18] சேகனா லெப்பை

என்பவர் அறிஞர் பெருமக்களால் 'புலவர் நாயகம்' எனப் போற்றப் பட்ட ஷெய்கு அப்துல் காதிர் நயினார் லெப்பை (சேகனாப் புலவர்) ஆலிமாக இருக்கலாம் என நம்பப்படுகிறது. ஏனெனில் அவர், இஸ்லாமியக் காப்பியங்களின் படைப்பாளியாக மாறுவதற்கு முன்னர், அவருடைய தந்தை ஹபீபு முஹம்மது லெப்பை மரைக்காயரைப் போல, முதலில் நவரத்தின வணிகராகவே வாழ்வைத் தொடங்கினார். இவர்களைத் தொடர்ந்து கீழக்கரையில் சேகு ஸதக்கத்துல்லா, முஹம்மது காசீம் மரைக்காயர், ஹபீபு மரைக்காயர் போன்ற சில வணிகர்கள் பத்தொன்பதாம் நூற்றாண்டின் தொடக்கத்தில் வணிகத்தில் சிறந்து விளங்கினர் எனத் தெரிகிறது. அவர்களுடைய பெரிய பண்டகசாலை கீழக்கரையில் கீழப் பண்டகசாலை என்ற பெயருடன் வழங்கப்பட்டது. அந்தப் பகுதி இன்றும் பண்டகசாலைத் தெரு எனக் குறிப்பிடப் படுகிறது. அப்போது, இராமநாதபுரம் சீமையில் வடக்கே கலியநகரியில் இருந்து தெற்கே வேம்பாறுவரை பல உப்பளங்கள் இருந்த போதும், கீழக்கரைக்கு அருகே உள்ள வாளைத் தீவு, ஆனைப்பார் தீவுகளில் இயற்கையாக விளைந்த உப்பை அவர்கள் எடுத்துவந்து விற்ற செய்தியைக் கம்பெனியாரின் ஆவண மொன்று தெரிவிக்கிறது.[19] இவர்கள் பலமுறை பாக் நீர்வழியில் முத்துக்குளித்தல் மேற்கொண்டதை இன்னொரு ஆவணம் தெரிவிக்கிறது.[20]

இன்னும் இந்த நூற்றாண்டில், கடலூர், சிதம்பரம் பகுதியில் செல்வாக்குடன் இருந்த மக்தூம் நெயினா, அப்துல் லெப்பை, அலீ என்ற இஸ்லாமியப் பெருமக்கள் ஆங்கிலக் கிழக்கிந்தியக் கம்பெனியாரின் வணிகத்தில் அவர்களுக்கு உதவியாக இருந்தனர் எனத் தெரிகிறது. அப்போது ஆற்காட்டு நவாப் தாவூது கானிடம், மக்தூம் நெய்னா பலமுறை பேட்டி கண்டு, ஆங்கிலேயருக்குப் பல சலுகைகளைப் பெற்றுத் தந்தாராம். பொதுவாக இந்தக் காலகட்டத்தில் தமிழக இஸ்லாமியர் வணிக உலகில் குறிப்பிடத்தக்க சாதனைகளை நிகழ்த்திய வரலாற்றுச் சான்றுகள் இல்லை.

17

விந்தை மனிதர்

தமிழ்ச் சமுதாயத்தில் தாழ்வு இல்லாத குடிமக்களாகத் தமிழக இஸ்லாமியர் வணிகத்தை வளர்த்தனர். அந்த வளர்ச்சியில் விளைந்த வாழ்வின் சிறந்த பண்புகளைப் பற்றி ஒழுகிய இஸ்லாமியச் சமயநெறிச் சான்றோர்கள் உயர்ந்து வாழ்ந்தனர். அதன் காரணமாக அரசியல் முதன்மையும் பெற்றனர். பாண்டிய நாட்டின் அமைச்சராகவும் அரசியல் தூதுவர்களாகவும் பணியாற்றித் தமிழகத்திற்குப் பேரும் புகழும் குவித்தனர். ஆனால் குடி தழீஇஉ கோல் ஒச்சும் கொற்றவர் களாகும் வாய்ப்பு அவர்களுக்கு ஏற்படவில்லை. ஆனால் தமிழக இஸ்லாமியரின் நீண்ட வரலாற்றில் ஒரே ஒருவருக்கு மட்டும், மிகச் சொற்ப இடை வெளியில், பதினெட்டாம் நூற்றாண்டின் பிற்பகுதியில் அந்தப் பேறு கிடைத்தது.

மதுரை நாயக்கப் பேரரசின் இருநூற்றுப்பத்து ஆண்டு வரலாறு ராணி மீனாட்சியின் இறப்புடன் 1736இல் முடிவுற்றது.[1] அதுவரை தொடர்ந்து வந்த பாரம்பரிய ஆட்சிமுறை முற்றுப்புள்ளி பெற்றது. நாயக்க மன்னர்களுக்கும் குடிமக்களுக்கும் இடையில் தரகராக இருந்துவந்த 72 பாளையக்காரர்கள், தடியெடுத்த தண்டல் காரர்களாகினர். இந்த நிலையில், ஆற்காட்டு நவாப் பதவிக்குப் போட்டியிட்ட வாலாஜா முஹம்மது அலீ, சந்தா சாகிபுவை கம்பெனியாரின் ஆயுதப்படை உதவியுடன் போரிட்டு ஒழித்து, திருவாங்கூர் உள்ளிட்ட தென்னகத்தில் அரசுரிமையை நிலை நாட்டினார். ஆனால் தெற்குச் சீமை பாளையக் காரர்களில் பெரும்பான்மையோர் ஆற்காட்டு நவாப்பின் அரசியல் ஆதிக்கத்தை ஏற்று அவருக்கு ஆண்டுதோறும் அளிக்க வேண்டிய பேஷ்குஷ் (தோப்பா) பணத்தைச் செலுத்த மறுத்தனர். இருபது ஆண்டுகளுக்கு மேலாக யாருக்கும் கப்பத்தைச் செலுத்தாது தன்னாட்சி மன்னர்களைப் போல இருந்துவந்தவர்கள் ஆயிற்றே. நெல்லைச் சீமையில் நெற்கட்டுஞ்செவ்வல் பாளையக்காரர் பூலித்தேவர் தலைமை யில் சில பாளையக்காரர்கள் நவாப்பின் படைகளோடு மோதுவதற்கும் ஆயத்தமாகினர். நவாப்பின் சகோதரர் மாபூஸ்கான் தலைமையிலும்

கம்பெனித் தளபதி ஹெரான் தலைமையிலும் திருநெல்வேலி சென்ற நவாப், கம்பெனிப் படைகளால் பாளையக் காரர்களை எளிதாக வழிக்குக் கொண்டுவர இயலவில்லை.[2]

இந்த நிலையில் நவாபின் படைகளுக்கு உதவியாகக் கம்பெனியாரின் சுதேசிச் சிப்பாய்கள் அணி சென்னையில் இருந்து சென்றது. அதைத் தலைமை தாங்கி நடத்தியவர் மாவீரன் முஹம்மது யூசுப் கான் என்பவர். அவரை கம்மந்தான் கான் சாயபு என மக்கள் பிறகாலத்தில் மரியாதை யுடன் அழைத்தனர். *கமான்டண்ட்* (Commandant) என்ற ஆங்கிலச் சொல்லின் திரிபுதான் கம்மந்தான் என்பது. அத்துடன் சாமந்தர் என்ற தமிழ்ச் சொல்லுக்கு நேரடியான பொருள் தரக்கூடியதாகும். அவர் இராமநாதபுரம் சீமையில் உள்ள பனையூரில் பிறந்தார். இளம் வயதில் வீட்டை விட்டு வெளியேறி தஞ்சாவூர், பாண்டிச்சேரி ஆகிய ஊர்களில் இருந்த பரங்கியரின் பராமரிப்பில் வளர்ந்து பயிற்சிபெற்று, சிறந்த போர் வீரர் ஆனார். உடல் வலிவும் உள்ள உரமும் கொண்ட அவர் வெகு விரைவில் பரங்கிகள் விரும்பி ஏற்றுக்கொள்ளும் தளபதியாக விளங்கினார். நமது போர்முறைகளுடன் துப்பாக்கிச் சுடுதல், பீரங்கி வெடித்தல் ஆகிய மேனாட்டுப் போரில் ஒப்பாரும் மிக்காருமின்றித் திகழ்ந்தார். தம்மை வளர்த்து ஆளாக்கிய பரங்கிகளுக்குச் செஞ்சோற்றுக் கடனாகப் பல போர்களில் வெற்றியை ஈட்டித் தந்தார். 1752இல் திருச்சி முற்றுகைப் போரில் வாலாஜா நவாப் முஹம்மது அலீக்காகப் போராடிய ராபர்ட் கிளைவின் வலதுகரமாக விளங்கி, சந்தா சாகிபையும் பிரஞ்சுப் படைகளையும் படுதோல்விக்கு ஆளாக்கினார். அதே போன்று பிரெஞ்சுக் காரர்கள் 1758இல் சென்னைக் கோட்டையைத் தாக்கிய பொழுதும் கம்மந்தான் கான் சாஹிப் காட்டிய வீர சாகசங்களினால் வெள்ளையர் தப்பிப் பிழைத்தார்கள். ஆதலால் இத்தகைய சிறந்த தளபதியிடம் நெல்லைப் பாளையக்காரர்களை அடக்கியொடுக்கும் பொறுப்பு கொடுக்கப்பட்டதில் ஆச்சரியமில்லை.

நவாபிற்கு எதிரான நெல்லைச்சீமைப் பாளையக்காரர்களின் அணி யைப் பிளந்து தூள்தூளாக்கினார். அந்த அணிக்குத் தலைமை தாங்கிய பூலித்தேவர் வாசுதேவநல்லூர் கோட்டைப் போரில் நடுநடுங்கும் படியாக அவருடைய பீரங்கிகள் முழங்கின. சரமாரியாகப் பாய்ந்து வந்து சர்வநாசம் செய்த பீரங்கிக் குண்டுகளால் பூலித்தேவரின் மறப் படை புறமுதுகிட்டு ஓடியது. அன்றைய காலகட்டத்தில் தமிழகத்தில் மிகச் சிறந்த வீரராக மதிக்கப்பட்ட பூலித்தேவர் கம்மந்தான் கான் சாயபுவிடம் 16 மே 1861இல் தோல்வியுற்று இராமநாதபுரம் சீமையில் உள்ள கடலாடிக்குத் தப்பி ஓடினார்.[3] பூலித்தேவருக்கு ஆயுதமும் ஆதரவும் அளித்து வந்த மைசூர் மன்னர் ஹைதர் அலியை திண்டுக்கல் போரிலும்,[4] டச்சுக்காரர்களை ஆழ்வார் திருநகரி, மனப்பாடிலும்

தோற்கடித்தார்.[5] எஞ்சிய கிளர்ச்சிக்காரப் பாளையக்காரர்களை ஒட்டப்பிடாரப் போரில் அழித்து ஒழித்தார்.[6] ஏறத்தாழ இரண்டரை ஆண்டுகளாக இடைவிடாத முயற்சியுடன் மதுரை, திருநெல்வேலிப் பகுதிகளில் நவாபிற்காகக் கிளர்ச்சியிலும் போராட்டத்திலும் ஈடுபட்டுத் தமிழகத்தில் அரசியல் உறுதித் தன்மைக்கும் அமைதி வாழ்விற்கும் ஊறு செய்துவந்த எதிர்ப்புச் சக்திகள் அனைத்துடனும் போராடி வெற்றிப் பெற்றார். ஐந்து ஆண்டுகள் மதுரையில் ஆளுநராக இருந்த தமது சகோதரர் மாபூஸ்கான்கூட அடக்க முடியாத பாளையக்காரர்களைப் பல போர் முனைகளில் வென்று நாட்டில் நிரந்தரமான அமைதியை நாட்டியதற்காக நவாப் வாலாஜா முஹம்மது அலீ, கம்மந்தான் கான் சாஹிபிற்குப் பொன்னாலான தட்டு ஒன்றையும் அற்புதமாக வடிவமைக்கப்பட்ட வாள் ஒன்றையும் பரிசாக அளித்து அவருடைய சேவையைப் பாராட்டினார்.

மதுரையின் ஆளுநர் என்ற முறையில் மிகக்குறுகிய காலத்தில் அரிய பல சாதனைகளைச் செய்தார். குறிப்பாக, மதுரை நகரையும் அதை யடுத்த வடக்கு, வட-கிழக்குப் பகுதியிலும் தங்களுடைய பாரம்பரிய தொழிலான திருடு, கொள்ளை போன்ற கொடுஞ்செயல்களால் மக்கள் சமுதாயத்தை அலைக்கழித்து, அவலத்துக்குள்ளாக்கி வந்த கள்ளர்களை ஈவு இரக்கமில்லாமல் அடக்கினார். மேலூர், வெள்ளாளப்பட்டி ஆகிய ஊர்களில் கோட்டைகளை அமைத்து மக்களைக் கள்ளர் பயத்திலிருந்து காத்தார். மேலும், கள்ளர்கள் இயல்பான வாழ்க்கையில் ஈடுபட்டு உழைக்கும் வகையில், பல உதவிகளை அவர்களுக்குச் செய்தார். அவர்களுடைய கொடுஞ்செயல்களுக்குப் படுகளமாக விளங்கிய காடுகளை அழித்து, கழனிகளை அமைத்து விவசாயத்தைப் பெருக்கினார். அதற்கான கண்மாய்களையும் கால்வாய்களையும் செம்மைப் படுத்தினார். உள்நாட்டு வணிகம் சிறப்பாக நடைபெறுவதற்கு வணிகர்களுக்குப் பாதுகாப்பு வழங்கியதுடன் ஆங்காங்கு வணிகர்கள் தங்குவதற்கு விடுதிகள் அமைத்துக் கொடுத்தார். நெசவாளர்களுக்கு முன்பணம் கொடுத்து அவர்களுடைய தொழிலை விரிவுபடுத்த ஊக்குவித்தார். சாதாரணக் குடிமகனும் மேனாட்டு ஆயுதங்களான துப்பாக்கி, பீரங்கிகளை வெடிக்கும் முறைகளையும் அவற்றுக்கான வெடிமருந்து தயாரிப்புகளையும் தெரிந்து கொள்ளுமாறு செய்தார். மாதம் தவறாது திருவிழாக்கள் நடந்த மதுரை மாநகர் கோயில்களுக்கு வழங்கப்பட்ட மான்யங்களைக் கோயில் பணிகளுக்குப் பயன்படுத்தாமல் சொந்தத்திற்குப் பயன்படுத்திக் கொண்டதால் புறக்கணிக்கப்பட்ட கோயில் நடைமுறைகளை, திருவிழாக்களை மேற்கொள்வதற்கு ஏதுவாக மதுரை மீனாட்சி ஆலயம் போன்ற திருக்கோயில்களுக்கு அரசு மானியம் வழங்கி, அவை பொலிவும் அழகும் பெறுமாறு செய்தார்.[7]

சுருங்கச் சொன்னால், கம்மந்தான் ஆட்சியில் நீதியும் நியாயமும் நிலைத்துத் தழைத்தன. கொடுமைகளும் குற்றங்களும் மறைந்து அமைதி நிலவியது. மக்கள் மகிழ்ச்சியாக வாழ்ந்தனர். அரசுக்குச் சேரவேண்டிய நிலத்தீர்வையால் அரசுக் கருவூலங்கள் நிறைந்தன. ஆற்காட்டு நவாபிற்கு, மதுரை திருநெல்வேலிச் சீமையிலிருந்து சேரவேண்டிய ஆண்டுக் குத்தகைப் பணம் ஐந்து இலட்சமும் தவறாது போய்ச் சேர்ந்துகொண்டு இருந்தது. நவாபிற்கு ஒரே மகிழ்ச்சி. ஆனால்... ஆனால் ஒரு சந்தேகம்கூட. குடிமக்களின் ஒத்துழைப்புடன் மிகவும் செல்வாக்காக விளங்கும் கான் சாஹிப், தன்னாட்சி மன்னனாக மாறிவிட்டால்? கம்பெனியாரும் கான் சாஹிபை சந்தேகக் கண்களுடன் கவனித்து வந்தனர். அதை உறுதிப்படுத்தும் சூழ்நிலை ஒன்றும் எழுந்தது.

கி.பி. 1762ஆம் ஆண்டு நவம்பர் மாதம் திருவாங்கூர் மன்னன் தர்மராஜா பாஞ்சாலங்குறிச்சி, எட்டையாபுரம் பாளையக்காரருடன், திருநெல்வேலிச் சீமையின் தெற்குப் பகுதியில் ஏர்வாடி, திருக்குறுங்குடி ஆகிய ஊர்களைக் கைப்பற்றினார்.[8] மேலும் அவருடைய ஆக்கிர மிப்பை ஆதரிக்கும் வகையில் கடற்கரை சிவகிரிப் பாளையக்காரர்கள் செங்கோட்டையைக் கைப்பற்றினர். கொதித்து எழுந்த கம்மந்தான் கான் சாஹிப், திருநெல்வேலிக்கு விரைந்து சென்றார். அங்குள்ள மறவர் களைத் திரட்டி திருவாங்கூர் மன்னனின் ஆக்கிரமிப்புப் படைகளுடன் மோதினார். அவரே முன்னின்று நடத்திய போரில் செங்கோட்டையைக் கைப்பற்றிய ஆக்கிரமிப்பாளர்கள் புறமுதுகிட்டு ஓடினர். இன்னொரு பகுதியில், திருவாங்கூர் படை வலிமையுடன் போராடியது.

தொடர்ந்து பத்துப் போர்களில் திருவாங்கூர்ப் படைகளுடன் பொருதி, பயங்கரமான இரத்தக்களரியை ஏற்படுத்தியும் கம்மந்தானுக்கு முழு வெற்றி கிட்டவில்லை. இரண்டு மாதங்களுக்குப் பிறகு, எஞ்சிய அனைத்து ஆதரவுகளையும் எதிர்ப்பு சக்திகளையும் திரட்டி இறுதிப் போரைத் தொடங்கினார். கம்மந்தானின் கடுமையான தாக்குதலைத் தாங்க இயலாத ஆக்கிரமிப்பாளர்களும் கைக்கூலிகளும் தென்கோடியில் உள்ள நாஞ்சில் நாட்டு ஆரல்வாய்மொழி வழியாக திருவாங்கூர் நோக்கி ஓடினர். அவர்களைத் துரத்திச்சென்ற கான்சாஹிப் திருவாங்கூர் எல்லைக்குள் நுழைந்து நெய்யாற்றங்கரையைப் பிடித்ததுடன் தென்திருவாங்கூர் கிராமங்களைச் சூறையாடித் தீயிட்டார். திருவாங்கூர் மன்னன் திகைத்துப்போய் கம்மந்தானிடம் சமாதானம் கோரி ஓடிவந்தான். அதே நேரத்தில் தம்மையும் தமது நாட்டையும் கம்மந்தான் ஆக்கிரமித்து அட்டூழியங்கள் செய்வதாக ஆற்காட்டு நவாப்பிற்குப் புகாரும் செய்தான்.[9] அத்துடன் கான் சாஹிபை ஒழித்துக்கட்ட அனைத்து உதவிகளையும் ஆற்காட்டு நவாபிற்கு நல்குவதாகவும் உறுதியளித்தான்.[10] ஏற்கனவே கம்பெனிக் கவர்னர் உத்திரவிற்கு

முரணாக, பேஷ்குஷ் தொகையை ஆற்காட்டு நவாபிற்கு அனுப்பி வைக்காத கான் சாஹிபு இப்போது கம்பெனியாரையோ நவாபையோ கலந்துகொள்ளாமல் திருவாங்கூர் மன்னர் மீது உடனடியாகப் போர் தொடுத்தது அவர்களுக்கு மிகுந்த அச்சத்தை அளித்தது. நவாபின் சந்தேகத்தை உறுதிப்படுத்தியது. அவருடைய கற்பனையில் கம்மந்தான் கான் சாஹிப், ஆற்காட்டு நவாபிற்கும் கம்பெனியாருக்கும் கட்டுப்படாத தன்னாட்சி மன்னராகக் காட்சியளித்தார். நவாபின் அரசியல் சலுகைகளை முழுமையாக நம்பி இருந்த கம்பெனித் தலைமை, நவாபிற்காகப் பரிந்து செயல்பட்டது. அவரை உடனே சென்னைக்கு அழைத்தது. அதுவரை கம்பெனியாரால் ஆதரிக்கப்பட்டு, கம்பெனியாரின் அலுவலராக இருந்துவந்த நிலையில், புதிய எஜமானரான நவாபிற்குக் கட்டுப்பட்டு அடிமைச் சேவகம் செய்ய அவர் தயாராக இல்லை. தம்மைப் புரிந்துகொள்ளாத கம்பெனிக் கவர்னரின் ஆணையை ஏற்று, சென்னை செல்லவும் அவர் விரும்பவில்லை. இந்த நிலையில் கம்பெனியார் மதுரை மீது படையெடுக்கத் துணிந்தனர். பனங்காட்டு நரி சலசலப்பிற்கு அஞ்சுவதில்லை அல்லவா?

களம் பல கண்ட கான் சாஹிப் கம்பெனியாரின் முடிவிற்குப் பயப்படவில்லை. கம்பெனியாருடன் பொருதுவதற்கான அனைத்து ஆயத்தங்களிலும் முனைந்தார். மைசூர் மன்னர் ஹைதர் அலியுடனும் பாண்டிச்சேரியிலுள்ள பிரெஞ்சுக்காரர்களுடனும் தொடர்பு கொண்டார். மதுரைக் கோட்டைக்கு நுழைவாயிலாக உள்ள நத்தம் கணவாய் வழியைப் பலப்படுத்தினார். ஆனால், கம்பெனிப் படைகள் தொண்டமான் சீமை வழியாக மதுரைச் சீமைக்குள் நுழைந்து திருவாதவூர், திருமோகூர் ஆகிய ஊர்களைப் பிடித்து மதுரைக் கோட்டையை நெருங்கின. திருநெல்வேலி, தொண்டி, திருச்சி ஆகிய வழிகளில் மதுரைக்கு உதவி செய்யாமல் தடுத்தனர். மதுரைக் கோட்டையையும் முற்றுகையிட்டனர், தாக்கினர். கம்பெனியாருக்கு உதவிப்படைகள் விரைந்துவந்தன. தளபதிகள் மான்சன், பிரஸ்டன் ஆகியோர் எட்டு மாதங்கள் இடைவிடாது கான் சாஹிபின் மதுரைக் கோட்டையைத் தாக்கினர். மதுரைக் கோட்டைக்குள் நுழைவதற்குப் படாத பாடுபட்டனர். முடியவில்லை.

கம்பெனித் தலைமைத் தளபதிகளை மாற்றியது. போருக்கான புதிய உத்திகளை வரைந்தது. மதுரை மீதான தாக்குதலைக் கடுமையாக்கியது. கான் சாஹிபும் சிறிதும் களைப்படையாமல் பரங்கிகளை உக்கிரமாகத் தாக்கினார். பெருத்த உயிர்ச்சேதம் ஏற்பட்டது பரங்கிகளுக்கு. ஆனால் கான் சாஹிபின் சீற்றம் தணியவில்லை. ஆற்காட்டு நவாப் வாலாஜா முஹம்மது அலீயும் பெரிய தளபதி லாரன்ஸும் களத்தில் இருந்து போர் நடவடிக்கைகளை முடுக்கிவிட்டனர். என்றாலும் மதுரைக்

கோட்டையில் ஒருபிடி மண்ணைக்கூட அவர்களால் அள்ளிக்கொள்ள இயலவில்லை. தமிழக வரலாற்றில் பதினைந்து மாத முற்றுகைக்கு ஆளான கோட்டையும் கிடையாது. ஒரு கோட்டையைப் பிடிக்க இவ்வளவு நீண்டநாள் போராடித் தோல்வி கண்டதும் கம்பெனியாரின் வரலாற்றில் இல்லை. ஆனால் அவர்களுடைய துரோகச் செயல்கள் என்றும் தோல்வி கண்டது கிடையாது. போர் நீடித்துக்கொண்டிருந்ததால் பொறுமை யிழந்த கான் சாஹிபின் சில தளபதிகளை மறைமுகமாகச் சந்தித்து ஆசை வார்த்தை கூறி அன்பளிப்புகள் கொடுத்தனர்.

*1764*ஆம் ஆண்டு அக்டோபர் மாதம் பதின்மூன்றாம் தேதி மாலை நேரத் தொழுகையில் ஈடுபட்டிருந்தார் கான் சாஹிப். அவருடைய திவான் சீனிவாசராவும், தளபதி மார்சன்ட் என்ற பிரெஞ்சுக்காரனும் சில கைக்கூலிகள் உதவியுடன் திடீரென கம்மந்தான் மீது விழுந்து அமுக்கிப் பிடித்துக் கயிற்றால் பிணைத்தனர்.[11] அரண்மனைப் பெண்கள் பயன் படுத்தும் மூடுபல்லக்கில் அவரைக் கடத்திக் கோட்டைக்கு வெளியே எடுத்துச் செல்ல முயன்றனர். அப்பொழுது கம்மந்தானுடைய மெய்க் காவலராக இருந்த 'முதலி' ஒருவர் இந்தச் சதிகாரர்களைத் தனது வாளால் சாடினார். அவரைத் துப்பாக்கியினால் ஒருவன் சுட்டுத் தள்ளினான். இன்னொருவன் அவரை வாளால் வெட்டிப் பிளந்தான். தமிழகத்தின் மிகச்சிறந்த வரலாற்று நாயகனைக் காப்பதற்கு முயன்ற அந்த வீரன், தியாகியானான்.[12] துரோகிகளின் திட்டத்திற்கு வேறு எதிர்ப்பு இல்லை. கயிற்றால் பிணைக்கப்பட்டுக் கிடந்த கான் சாஹிபை வைகை ஆற்றின் வடகரையில் பாசறை அமைத்திருந்த கம்பெனி யாரிடம் ஒப்படைத்தனர் அந்தக் கழிசடைகள். மகத்தான வீரத்தை மனிதாபிமானமற்ற துரோகம் வென்றது. பதினைந்து மாதப் போரால் பிடிக்க முடியாத அந்த 'எதிரி'யைக் கண்ட பரங்கிகளுக்கு ஒருபுறம் ஆச்சரியம். இன்னொருபுறம் ஆனந்தம். அந்தத் துரோகக் கும்பலிடம் அவர் எதுவும் பேசவில்லை. அவர்கள் வழங்கிய உணவையும் தொட வில்லை. கூண்டில் அடைக்கப்பட்ட வரிப்புலி போல் வெஞ்சினத்தால் அவர் துடித்துக் கொண்டிருந்தார்.

போர்க் கைதியாகிவிட்டதற்காக அவருடைய உள்ளம் பொருமியது. வாழ்க்கையில் பெரும்பகுதியை விசுவாசமில்லாத பரங்கிகளின் பணியில் கழித்துவிட்டதற்காக அவருடைய உள்ளம் நைந்தது. இத்தகைய வேதனை விரவிய இரண்டு நாட்கள் கழிந்த பிறகு, நவாபும் கம்பெனி யாரும் ஒரு முடிவிற்கு வந்தனர். கான் சாஹிப் உயிரோடு இருக்கும்வரை அவர்களுக்கு நிம்மதி இருக்காது என்பதுதான் அது. ஆதலால் அவரை மதுரைக் கோட்டையின் மேற்கு வாசலுக்கு அண்மையில் தூக்கிலிட்டுக் கொன்றனர். தமிழக வரலாற்றின் சிறப்புமிக்க வரலாற்றுப் பகுதி இவ்விதம் விரைவான முடிவிற்குக்கொண்டு வரப்பட்டது.

தமிழக இஸ்லாமியரின் தன்னேரில்லாத நாட்டுப்பற்று, மான உணர்வு, போர் ஆற்றல், மனித நேய நடவடிக்கைகள் இவை அனைத்தும் பொதிந்து வீரவடிவாக விளங்குகிறது, கம்மந்தானின் தியாக வரலாறு. அவருடைய போர்ப் பண்புகளை அவருடைய நாட்டுப்பணி ஆட்சியின் மாட்சியை, அனைத்து வரலாற்று ஆசிரியர்களும் பாராட்டி உள்ளனர். ஜேம்ஸ்மில் கர்னல் புல்லாட்டன், கலெக்டர் லூஷிங்டன், டாக்டர் கால்டுவெல், டாக்டர் ராஜையன் ஆகியோர் கான் சாஹிபிற்குச் சூட்டியுள்ள புகழாரங்கள் வரலாற்றில் பொன்னேடாகப் பொலிவுடன் விளங்கிக் கொண்டு இருக்கின்றன. அநாதையாக வளர்ந்து, மாவீரனாக உயர்ந்து, மனிதனாக வாழ்ந்து, தியாகியாக மடிந்த அவருடைய அற்புத வாழ்க்கை நயவஞ்சகர்களை எதிர்க்க வேண்டும், நாட்டிற்கு உழைக்க வேண்டும், நல்ல இஸ்லாமியராக வாழவேண்டும் என்ற நியதிகளை நமக்கு என்றென்றும் நினைவுறுத்திக்கொண்டு இருக்கிறது.

தமிழகத்தில் மான உணர்வும், மறப்பண்புகளும் விடுதலை வேட்கையும், அலைகடல் போல என்றென்றும் ஆர்ப்பரித்துக் கொண்டிருக்கும் வரை, முஹம்மது யூசுப்கானின் புனித நினைவும் பூவைப் பிணைத்த மணம் போல நமது சிந்தனையில் வட்டமிட்டுக் கொண்டே இருக்கும்.

18

தமிழகம் வந்த அரபிப் பயணிகள்

தமிழகத்திற்கும் அரபு நாடுகளுக்கும் இடையில் கடந்த இருபது நூற்றாண்டுகளுக்கு மேலாக வணிகத் தொடர்புகள் இருந்து வந்தன. ஆதலால் வணிகர்களைத் தொடர்ந்து, இஸ்லாம் தோன்றிய ஏழாம் நூற்றாண்டு முதல் இஸ்லாமியச் சமயச் சான்றோர்களும் தொண்டர் களும் தமிழகம் வந்தனர். அத்துடன் உலகியலை உணரவேண்டும் என்ற எண்ணத்தால் உந்தப்பட்ட பயணிகளும் வந்தனர். ஆங்காங்கு அவர்கள் சென்று, கண்டு கேட்டு வரைந்து வைத்த பயணக் குறிப்புகள், வரலாற்றின் சிறப்புமிக்க ஏடுகளாக விளங்குகின்றன. தமிழகத்து அரசுகள், ஊர்கள், வணிகப்பொருட்கள், மக்களின் மரபுகள், பண்பாடுகள் ஆகியவற்றைத் தெரிந்துகொள்ள அவை உதவுகின்றன.

இந்த ஆவணங்களை வரைந்துள்ளவர்களில் நால்வர் பாரசீகர்கள். நால்வர் பாக்தாத்தைச் சேர்ந்தவர்கள். இன்னும் நால்வர் ஸ்பெயின் நாட்டைச் சேர்ந்தவர்கள். அவர்களில் இப்னு குர்த்தாபே (கி.பி. *844-48*), இப்னு குஸ்தா (*903*), இப்னு பக்சி (*902*), அபூசெய்து (*950*), மஸ்வூதி (*943-55*), யாக்கத் (*1179*), வஸ்ஸாப், ரஷிமுத்தீன், திமிஸ்கி (*1325*), இப்னு பதூதா (*1355*) ஆகியோரின் குறிப்புகளில் தமிழ்நாட்டைப் பற்றிய செய்திகள் ஓரளவு காணப்படுகின்றன. கடைசியாகக் குறிப்பிடப்பட்டுள்ள நான்கு பயணிகளின் குறிப்புகள் தமிழகத்தைப் பற்றிக் கூடுதலான செய்திகளை வழங்குகின்றன.[1]

இப்னு ருஸ்தா, பாண்டிய மன்னனை அபிதி, அல்-காயதி என்றும் சேர மன்னனை அரிதி, பரிதி என்றும், இப்னு குர்த்தாபே சோழனை செயில்மான் என்றும் குறித்துள்ளனர்.[2] அவருடைய குறிப்புகளில் இருந்து மதுரை பாண்டியன் அப்பொழுது மிகுந்த வலிமையுடன் விளங்கியதாகத் தெரிகிறது. அவனிடம் எழுபதினாயிரம் போர் மறவர்கள் இருந்தனர். ஆனால் பொதுவாக பாண்டியனைவிட சோழன் போர்த்திறன் படைத்தவனாக மதிக்கப்பட்டான்.[3] மேலும், பாண்டியனிடத்தில் யானைகள் இல்லாததால் ஐந்து குயூபிக் அடி உயரத்திற்கு அதிகமான யானைகளை ஆயிரம் தீனார் வீதம் விலை

கொடுத்து வாங்கியதாகவும் அவர் குறிப்பிட்டுள்ளார்.[4] அப்போது தமிழ்நாட்டு மக்கள் மந்திர ஜாலங்களில் நம்பிக்கை வைத்து இருந்தனர் என்றும், மனோவசிய சக்தியால் மற்றவர்களைக் கட்டுப்படுத்தும் ஆற்றலுடன் மழை, குளிர் ஆகிய இயற்கை நிகழ்வுகளையும் தடைபடுத்த இயலும் எனவும் அவர்கள் எண்ணியதாகக் குர்த்தாபே வரைந்துள்ளார்.[5]

மற்றொரு பயணியான மஸ்வூதி பாண்டிய மன்னனை அல்-காய்தி எனக் குறிப்பிடுவதுடன், அவனுடைய கோநகரான மதுரையை மந்தர்பின் எனவும் குறிப்பிட்டுள்ளார்.[6] மதுரைக்கும் கொல்லத்திற்கும் இடையில் சூடன் மரங்கள் மிகுந்து காணப்படுவதாகவும் வரைந்துள்ளார்.[7] இவர் கன்னியாகுமரியைப் பற்றித் தெளிவான குறிப்பு களைக் கொடுத்துள்ளார். அந்தப் பகுதி, இலங்கைக்கு (செரந்தீவு) எதிர்க்கரையில் அமைந்து இருப்பதாகவும், ஆதி பிதாவான ஆதம் (அலைஹி வஸல்லாம்) அவர்களுடைய மகன் காயீன் வழிவந்த மக்கள் அந்தப் பகுதியில் உள்ளவர்கள் என்றும், பற்களைத் துலக்க அவர்கள் மரக்குச்சிகளைப் பயன்படுத்தியதாகவும் வரைந்துள்ளார். பெரும்பாலும் மலைகள் நிறைந்து இருப்பதால் மக்கள் நடந்தே செல்கின்றனர் என்ற குறிப்பும் காணப்படுகிறது.[8] பாண்டியனின் பட்டத்து யானையைப் பற்றி அவர் குறிப்பிடும் பொழுது அந்த யானை மிகப் பெரியதாகவும் வெள்ளை நிறமாகவும் இடைஇடையே கறுப்புப் புள்ளிகளுடனும் காணப்பட்டதாகவும் அதன் பெயர் 'நம்ரான்' எனவும் வரைந்துள்ளார்.[9] நம்பிரான் என்ற பெயர் அந்த யானைக்குச் சூட்டப்பட்டு இருக்கலாம்.

இன்னொரு பயணியான இபுனுல் பக்கி, கன்னியாகுமரி ஆலயத்தில் விக்கிரக வழிபாடு நடைபெற்று வந்ததையும் வரைந்து இருக்கிறார்.[10] அவரை அடுத்து, கன்னியாகுமரிப் பகுதிக்கு வருகைதந்த இப்னு ருஸ்தா, அங்கிருந்த அரசன் மிகவும் நேர்மையானவன் என்றும், குடி, விபச்சாரம் போன்ற பழிச்செயல்களுக்கு மரண தண்டனை வழங்கி வந்தான் என்றும், குற்றங்களை ஆய்வு செய்து, தண்டனை வழங்க எண்பது நீதிவான்கள் அவனுடைய பணியில் இருந்தனர் என்றும், குற்றம் சாட்டப்பட்டவர் மன்னரின் மகனாக இருந்தாலும் நீதிவான்கள் முன்னர் குற்றவாளிக் கூண்டில் நின்று பதில் சொல்ல வேண்டிய முறை இருந்தது என்றும் குறிப்பிடுகிறார்.[11] மேலும், பாண்டிய மன்னனுக்கு யானைகளை வாங்கும் பொழுது, காடுகளில் பெருந்தீயினூடே அச்சமின்றி ஓடும் யானைகள்தான் போர்களுக்குப் பொருத்தமானது எனத் தேர்வு செய்யப்பட்டனவென்றும் வரைந்துள்ளார்.[12]

இவரையடுத்து, தமிழகம் வந்த அல்பிரூனி இந்தியாவின் பல பகுதி களையும் குறிப்பிட்டு வரையும்போது இராமேஸ்வரம் சேது அணை, சிரந்தீவுக்கு (இலங்கை) எதிர்க்கரையில் இருப்பதாகக் குறிப்பிட்டுள்ளார்.[13] இவர்கள் அனைவரையும்விடத் திமிஸ்கி என்ற பயணிதான் அப்போது

அரபிப் பயணிகள் பயன்படுத்தி வந்த மேற்குக் கரையின் கொல்லத்திலிருந்து, கிழக்கே ஆந்திர நாட்டுக் கரையிலுள்ள முத்துப்பள்ளி வரையான கடற்கரைப் பட்டினங்கள் பற்றிய விவரங்களைத் தெளிவாக வரைந்துள்ளார். அவருடைய குறிப்புகளில் அதிரை (அதிராம்பட்டினம்) அபத்து எனக் குறிப்பிடப்பட்டுள்ளது. அதிவீரராம பாண்டியன் (1502-97) என்ற பிற்காலப் பாண்டியன் நினைவாக எழுந்த ஊர் இது எனத் *தஞ்சாவூர் கெஜட்டியர்* குறிப்பிடுகிறது. ஆனால் இந்தப் பாண்டியனுக்கு இருநூறு ஆண்டுகளுக்கு முன்னர் இந்தக் கடல்துறை இருந்துவந்தது திமிஸ்கியின் குறிப்புகளில் இருந்து தெரிகிறது. மேலும், அவர், திண்டா (தொண்டி), தக்தான் (தேவிப்பட்டினம்), பத்தன் (பெரியபட்டினம்), காயின் (கானப்பேர்) என்ற காளையார் கோவில் ஆகிய ஊர்கள் மாபாரின் சிறந்த பட்டணங்கள் எனக் குறித்துள்ளார். இன்னும் அவர் குறிப்பிட்டுள்ள பல ஊர்களை, இன்று இனங்கண்டு கொள்ள முடியவில்லை.

அடுத்து, உலகப் பயணியான இப்னு பதூதா, இலங்கையிலிருந்து மாலத்தீவுகளுக்குப் பயணம் செல்லும் வழியில் கடல் கொந்தளிப்பினால் அவருடைய கப்பல் கிழக்குக் கரையில் ஒதுக்கப்பட்டு கி.பி. 1355இல் கரையேறினார். பாண்டிய நாட்டை நேரில் காணும் வாய்ப்பு அவருக்கு இவ்விதம் தற்செயலாக ஏற்பட்டது. அப்பொழுது, மதுரையில் ஆட்சி செய்த சுல்தான் கியாஸுத்தீன் தமகானி, தகவல் அறிந்து இப்னு பதூதாவை அரசு மரியாதையுடன் மதுரைக்கு அழைத்துக் கொண்டார். கப்பல் வசதி பெற்று அவர் பயணத்தைத் தொடர்வதற்குப் பருவக்காற்று சாதகமாக இல்லாததால் இடைப்பட்ட மூன்று மாத காலத்தில் அவர் மதுரையிலும், பத்தனிலும் (பெரியபட்டினத்தில்) தங்கினார். அப்போது அவர் வரைந்துள்ள விவரமான குறிப்புகள் தமிழக வரலாற்றுக்குப் பயனூட்டுவதாக உள்ளன. அவற்றில் ஒரு பகுதி கீழே கொடுக்கப்பட்டுள்ளது.[14] பத்தனுக்குச் சென்றதைப் பற்றி அவர் வரைந்திருப்பது:

'...அந்த முகாமை விட்டுப் பத்தன் நகருக்குப் போய்ச் சேர்ந்தேன். அது கடற்கரையில் உள்ள பெரிய அழகிய நகரம். சிறப்பாகக் குறிப்பிடத்தக்க கப்பல் துறையும் அங்கு இருந்தது. உறுதியான தூண்களைக் கொண்டு மரத்தாலான பெரிய தளம் ஒன்று அங்கு அமைக்கப்பட்டு இருந்தது. அதை அடைவதற்கான வழியும் மூடுபாதையும் முழுவதும் மரத்தினால் அமைக்கப்பட்டு இருந்தது. எதிரிகள் தாக்குதல் ஏற்பட்டால் துறைமுகத்தில் உள்ள கப்பல்கள் அனைத்தும் இந்தத் தளத்துடன் பிணைக்கப்பட்டுவிடும். வீரர்களும் வில்லாளிகளும் இந்தத் தளத்திற்குச் சென்று விடுவார்கள். இதனால் எதிரிகள் இவர்களைத் தாக்கிக் காயப்படுத்தும் வாய்ப்பு இல்லாமல் போய்விடும்... இந்த நகரில் ஓர் அழகிய தொழுகைப் பள்ளி

இருக்கிறது. கல்லினால் அமைக்கப்பட்டது. கொடி முந்திரியும் மாதுளையும் ஏராளமாய்க் கிடைக்கின்றன. இறைநேசர் ஷேக் முஹம்மது அல் கிபுறியை அங்கே சந்தித்தேன். தோளில் சரிந்து விழும் நீண்ட தலைமுடியையுடைய பக்கீர் ஒருவரும் அவருடன் இருந்தார். அவர் வெளியுணர்வு இல்லாத தியான நிலையில் இருந்தார். சிங்கம் ஒன்றை வளர்த்துப் பழக்கப்படுத்தி வைத்து இருந்தார். அதுவும் பக்கீருடன் அமர்ந்து உண்டது. முப்பதுக்கும் அதிகமான பக்கீர்கள் அந்த இறைநேசருடன் இருந்தனர். அவர்களில் ஒருவர் புள்ளிமான் ஒன்றை வைத்து இருந்தார். அதுவும் அங்கேயே இருந்தது. அந்தச் சிங்கத்தின் குருளையினால் புள்ளிமானுக்கு எந்தத் தொந்தரவும் இல்லை. நானும் அந்தப் பட்டணத்தில் தங்கினேன்.

'இதற்கிடையில் யோகி ஒருவர், சுல்தானின் வீரியத்தை அதிகரிக்க மாத்திரைகள் தயாரித்தார். அதில் இரும்புத் தாதுக்கள் அதிகமாகச் சேர்க்கப்பட்டிருந்ததாகச் சொல்லப்பட்டது. சுல்தான் அதிக அளவில் அவற்றை உட்கொண்டதால், அவருக்கு உடல் நலிவு ஏற்பட்டது. அந்த நிலையில் அவர் பட்டினத்தை அடைந்தார். நான் அவரைச் சந்தித்தேன். அவருக்கு எனது அன்பளிப்பையும் கொடுத்தேன். அங்கு தங்கி இருந்த பொழுது, அவர் கடற்படை தளபதி குவாஜா கருணை வரவழைத்து, மாலத்தீவு பயணத்திற்கான கப்பல்களை ஆயத்தப் படுத்துங்கள், கூடுதலாக ஒன்றும் வேண்டாம் என உத்தரவிட்டார். நான் வழங்கிய அன்பளிப்பிற்கான பெறுமானத்தை வேறு அன்பளிப் பாகக் கொடுக்க முனைந்தார். நான் மறுத்து விட்டேன்... சுல்தான் பட்டினத்தில் பதினைந்து நாட்கள் தங்கி இருந்தார். பிறகு தலை நகருக்குப் புறப்பட்டார்.

'அவர் புறப்பட்டுச் சென்ற பிறகு பதினைந்து நாட்கள் நான் பட்டினத்தில் தங்கிவிட்டு விசாலமான வீதிகளையுடைய பெரிய நகரமான மதுரைக்குப் புறப்பட்டேன். அந்த நகரைத் தனது கோநகராகச் செய்தவர் எனது மாமனார் சுல்தான் ஷரிபு ஜலாலுத்தீன் அஸன்ஷா. தில்லியைப் போன்று தோற்றம் தரும்படி அதை அக்கறையுடன் அவர் நிர்மாணித்தார். நான் மதுரையை அடைந்த பொழுது, அங்கு ஒரு கொள்ளை நோய் பரவி இருந்ததைப் பார்த்தேன். பாதிக்கப்பட்ட மக்கள் விரைவாக மடிந்தனர். அந்த நோயினால் தாக்கப்பட்டவர்கள் இரண்டு அல்லது மூன்றாவது நாளில் இறப்பு எய்தினர். எங்கும் நோயாளிகளையும் இறந்தவர்களையும் கண்டேன். இளைய அடிமைப் பெண்ணொருத்தியை விலைக்கு வாங்கினேன். உடல் நலிவு இல்லாதவள் என எனக்கு உறுதி கூறப்பட்டது. ஆனால் அடுத்த நாளில் அவள் இறந்துவிட்டாள். சுல்தான் அஸன்ஷாவிடம் அமைச்சராகப் பணியாற்றிய நடுவரின் மனைவி என்னைச் சந்திக்க

ஒருநாள் வந்தாள். அவளுடன் எட்டு வயது நிரம்பிய சிறுவன் ஒருவனும் வந்திருந்தான். அறிவும் ஆற்றலும் மிக்கவனாக இருந்தான். தனது வறுமை நிலையைப் பற்றி அவள் சொன்னாள். அவளுக்கும் அந்தச் சிறுவனுக்கும் கொஞ்சம் பணம் கொடுத்து அனுப்பி வைத்தேன். அவர்கள் இருவரும் உடல்நலம் மிக்கவர்களாகக் காணப்பட்டனர். ஆனால் அடுத்த நாள், அந்தத் தாய் என்னிடம் வந்தது. தனது மகன் திடீரென இறந்துவிட்டதாகவும், அவனது அடக்கத்திற்குரிய துணி (*கபன்*) வேண்டும் எனக் கோரினாள்... சுல்தான் மரணமடையும் போது அவருடைய அத்தானி மண்டபத் திற்குச் சென்று இருந்தேன். நூற்றுக்கணக்கான பெண் பணியாளர்கள் நெல் குத்துவதற்காகவும் சமையல் பணிக்கெனவும் அழைத்து வரப்பட்டனர். அவர்களும் கொள்ளை நோயினால் பாதிக்கப்பட்டு ஆங்காங்கு தரையில் வீழ்ந்து மடிந்தனர்.

'சுல்தான் கியாஸுத்தீன் மதுரைக்குத் திரும்பியபொழுது, அவருடைய தாய், மனைவி, மகள் ஆகியோர் நோயினால் பாதிக்கப்பட்டிருந்தனர். அங்கு அவர் மூன்று நாட்கள் தங்கி இருந்தார். பிறகு அவர் ஒரு மைல் தொலைவிலுள்ள ஆற்றுக்குச் சென்றார். ஆற்றங்கரையில் கோயில் ஒன்று இருந்தது. அவரை வியாழக்கிழமையன்று சந்தித்தேன். அரசாங்க காஜியாருடன் என்னை அங்கு தங்கி இருக்குமாறு செய்தார். கூடாரங்கள் அமைக்கப்பட்ட போது மக்கள் விழுந்தடித்து நெருக்கி ஓடிவந்ததைப் பார்த்தேன். அவர்களில் ஒருவர் சுல்தான் இறந்துவிட்டார் என்று சொன்னார். இன்னொருவர் அவருடைய மகன் இறந்துவிட்டார் என உறுதி கூறினார். விசாரணையில் சுல்தானின் இளவல் இறந்தது தெரிய வந்தது. சுல்தானுக்கு வேறு மகன் இல்லை. அவருடைய நோயை இந்த இழப்பு மிகுதிப் படுத்தியது. அடுத்த வியாழக்கிழமை சுல்தானும் இறந்துவிட்டார்...[15]

அடுத்து, பட்டமேறிய சுல்தான் நாஸிருத்தீன் பற்றி இப்னு பதூதா[16] பின்வருமாறு குறிப்பிடுகிறார்:

... நாஸிருத்தீன், இறந்துபோன சுல்தானின் ஒன்றுவிட்ட சகோதரர். தில்லியில் அலுவலராக இருந்தவர். கியாஸுதீன் சுல்தான் ஆனவுடன் நாஸிருத்தீன் பயந்து பிச்சைக்கார வேடத்தில் ஓடிப் போனார். ஆனால் அவருடைய ஒன்றுவிட்ட சகோதரருக்குப் பின்னர், அவர் ஆட்சியை மேற்கொள்ள வேண்டும் என்பது விதியின் விளையாட்டு. நாஸிருத்தீன் அரியணையேறியவுடன் அவர்கள் விசுவாசப் பிரமாணம் செய்தனர். கவிகள் புகழ்மாலை களைச் சூட்டினர். அவர்களுக்குச் சிறந்த பரிசில்களை அவர் வழங்கினார். முதலில் எழுந்து அவருக்கு வாழ்த்துக் கூறியவர் காஜி ஸத்ருஸ் ஸமான். அவருக்கு ஐந்நூறு பொற்காசுகளையும், சீருடைகளையும்

சுல்தான் வழங்கினார். அடுத்து வந்தவர், நீதவான் வஜீர்-அல்-காஜி. அவருக்கு சுல்தான் இரண்டாயிரம் வெள்ளிக் காசுகளை வழங்கினார். எனக்கு முந்நூறு பொற்காசுகளையும் சீருடைகளையும் கொடுத்தார். பக்கிரிகளுக்கும் ஏழைகளுக்கும் தானம் வழங்கினார். முதன் முறையாக, போதகர் ஒருவர் புதிய ஆட்சியாளரின் பெயரை இணைத்து முதல் பிரசங்கம் செய்தவுடன் பொன், வெள்ளி தட்டில்களிலிருந்து தீனாரையும் திரம்மாவையும் அவர்மீது சொரிந்தனர். சுல்தான் கியாஸுதீனின் நல்லடக்கம் ஆடம்பரமாக நடத்தப்பட்டது. அவருடைய புதைகுழியருகே நாள்தோறும் திருமறை ஓதப்பட்டது. திருமறையின் பத்தாவது பகுதியை ஓதி முடித்த பின்னர், குழுவில் இருந்த அனைவருக்கும் உணவு வழங்கப் பட்டது. மக்கள் வயிறார உண்டனர். வந்து இருந்தவர்களின் தகுதிக்குத் தக்கவாறு வெண் பொற்காசுகள் அன்பளிப்பாக வழங்கப் பட்டன. நாற்பது நாட்கள் இவ்விதம் தொடர்ந்து நடைபெற்றன. இனி ஒவ்வோர் ஆண்டும் இதே மாதிரியான தருமம் மேற்கொள்ளப் படும்...

மற்றுமொரு பயணியான வஸ்ஸாப், தமிழ்நாட்டு வணிகம் பற்றிய குறிப்புகளில் எழுதுகிறார்:[17]

‘...ஹிஜ்ரி ஆண்டு 692இல் மாபாரின் மன்னர் தேவர் இறந்து போனார். ஏராளமான செல்வங்களை அவர் விட்டுச் சென்றிருந்தார். ஏழாயிரம் பொதிமாடுகளில் ஏற்றப்பட்ட நவமணிகள், பொன், வெள்ளி ஆகியவை அவரையடுத்து, பட்டமேறிய அவருடைய சகோதரர் பங்கிற்கு ஒதுக்கப்பட்டன. மாலிக் ஆஜம் தக்கியுத்தீன் முதன்மந்திரியாகத் தொடர்ந்து பணியாற்றினார். இன்னும் சொல்லப் போனால் ஆட்சியாளரான அவருடைய பெயரும் புகழும் ஆயிரம் மடங்கு உயர்ந்தன.

‘வணிகம் மூலமாக ஏற்கனவே பெற்றிருந்த செல்வவளத்துடன், சீனத்தில் இருந்தும் இந்தியாவில் இதரப் பகுதிகளில் இருந்தும் மாபாருக்குள் எத்தகைய சாமான்கள், பொருட்கள் இறக்குமதி செய்யப்பட வேண்டும் என்பது குறித்து அவர் கட்டளையிட்டார். அவருடைய முகவர்களும் பணியாளர்களும் முதன் முதலில் தேர்வு செய்யும் வரை ஏனையவர்கள் அந்தப் பொருட்களை வாங்குவதற்கு அனுமதிக்கப்பட மாட்டார்கள். அவருக்குத் தேவையான பொருட்கள் தேர்வு செய்யப்பட்டவுடன், அவை அவருடைய கப்பல்களில் அல்லது மற்ற வியாபாரிகளின் கப்பல்களில் அவருடைய சொந்தத் தீவிற்கு அனுப்பப்பட்டன. மாலிக்குல் இஸ்லாமிற்குத் தேவையான பொருட்கள் தேர்வு செய்யப்பட்டுப் பெற்றுக்கொள்ளப்படும்வரை, ஏனைய வணிகர்கள் பேரம் செய்வதற்கு அனுமதிக்கப்படுவதில்லை.

எஞ்சியவை கீழை, மேலை நாடுகளுக்கு அனுப்பப்பட்டன. இத்தகைய விற்பனை மூலம் கிடைக்கும் பணத்தில் உள்நாட்டுச் சந்தைக்குரிய பொருட்கள் வாங்கப்பட்டன. கீழைக்கோடியில் உள்ள சீன நாட்டில் உற்பத்தியான பொருள், மேலை நாட்டில் பரவத்தக்க வகையில் வியாபாரம் நடைபெற்றது. இதற்கு முன்னர் இந்த உலகம் இத்தகைய வியாபாரத்தைக் கண்டதில்லை... மாலிக்-இ-ஆஜம் தக்கியுத்தீன், மாலிக்குல் இஸ்லாம் ஜமாலுத்தீன் ஆகிய இரு நிபுணர்களின் உயர்வும் சிறப்பும் மாபாரைவிட இந்தியாவின் இதரப் பகுதிகளில் பெருமளவில் மதிக்கப்பட்டன. தொலைதூரத்து மன்னர்கள் அவர்களுடன் தொடர்புகொண்டு தோழமையுடன் பழகிவந்தனர். அவர்களுடைய எதிர்பார்ப்பு களையும் ஆசைகளையும் வெளியிட்டு, அடிக்கடி மடல்கள் அனுப்பிவந்தனர்.

இவ்விதம் அரபுப் பயணிகள், கண்டதையும் கேட்டதையும் அவர் களின் பயணக் குறிப்புகளில் பதிவு செய்து வைத்துள்ளனர். மேலும் கிராமங்களில், உண்மையைப் பெறுவதற்குக் கொதிக்கும் எண்ணெயில் கையை நனைக்கச் செய்தல், காய்ச்சிய இரும்புக் கம்பியைக் கையில் தூக்கிக்கொண்டு நடத்தல் ஆகிய மூடநம்பிக்கைகள் முந்தைச் சமுதாயத் திலும் இருந்ததை சுலைமான், இப்னு பதூதா ஆகியோரின் குறிப்புகள் தெரிவிக்கின்றன.[18] தாடி, மீசை வைத்துக் கொள்ளுதல், காதுகளைத் துளையிட்டுக் கடுக்கன் அணிந்துகொள்ளுதல், பொன்னாலான கம்பிகளை, வளையல்களை அணிதல் போன்ற பழக்க வழக்கங் களையும் இப்னு பதூதா குறிப்பிட்டுள்ளார். அன்றையத் தமிழகத்தில் பேணப்பட்டு வந்த இந்தப் பழக்க வழக்கங்கள், மரபுகள் ஆகியவற்றைத் தெரிந்து கொள்வதற்கும், இஸ்லாம் என்ற புத்தொளி தமிழ்ச் சமுதாயத்தில் புகுந்து ஊடுருவிய நிலைகளைப் புரிந்துகொள்வதற்கும் அரபுப் பயணி களின் குறிப்புகள் பயன்படுகின்றன.

19

சமுதாயப் பிரதிபலிப்புகள்

தமிழகத்தின் வணிகச் சிறப்பிற்கு உதவிய அரபு இஸ்லாமியர்களின் செல்வாக்கு, தமிழகத்தின் அரசியல் சமுதாய நிலைகளில் பிரகாசித்தன. நல்லவிதமான வணிகத்திற்கு நாணயத்துடன் நாணயமும் தேவை. கடைச் சங்க இலக்கியங்களில், நாணயங்களைப் பற்றிய குறிப்புகள் இல்லை. பண்டமாற்று முறை அப்பொழுது இருந்ததை 'பகர் விரவு நெல்லின் பலவரி யன்ன...' என்ற மலைபடுகடாம் தொடர் சான்று பகருகிறது. அன்றைய பாணர்களுக்கு, வேந்தர்களும் வள்ளல்களும் அன்பளிப்பாகப் பூவுடன் பொன்னும் பொற்றாமரையும் வழங்கி மகிழ்ந்த செய்திகளைப் பதிற்றுப்பத்தும் புறநானூறும் பொலிவுடன் முழங்குகின்றன. காலப் போக்கில் யவனர்களின் தொடர்பு ஏற்பட்ட வுடன், பண்டமாற்றுப் பொருளாக அவர்கள் வழங்கிய பொன், வெள்ளி நாணயங்கள் தமிழ்நாட்டில் செலாவணியாகப் பயன்படுத்தப்பட்டன. கிரேக்க, லத்தீன் மொழிகளில் தங்க நாணயம் 'தினேரியஸ்' எனவும், வெள்ளி நாணயம் 'திரம்மா' எனவும் பெயர் பெறும். இந்த நாணயங் களில் தங்க நாணயம் நான்கு கிராம் எடையுடையது. பத்து திரம்மா, ஒரு தினேரியஸுக்குச் சமமானது. அதைப் போன்று திரஹம் பிரஞ்சு நாட்டு ஒரு பிராங் அல்லது அமெரிக்க நாட்டின் பத்தொன்பது 'சென்டி'ற்குச் சமமான மதிப்புடையதாக இருந்தது. தமிழகத்து நாணயச் செலாவணிக்குப் பயன்படுத்தப்பட்ட முதல் நாணயங்கள் அவையே. கிறித்துவிற்குப் பின்னர் மூன்றாம் நூற்றாண்டுவரை அவை தமிழக நாணயங்களாகப் பயன்படுத்தப்பட்டன என்பதும் அதுவரை தமிழகத்தில் நாணயங்கள் அச்சிடப்படவில்லை அல்லது உலோக வார்ப்புகளாக உருப்பெறவில்லை என்பதும் தெளிவு. பிற்காலத்தில்தான் பல்லவர்களும், பாண்டியர்களும், சோழர்களும் ஆட்சிக் காலங்களில் பலவிதமான நாணயங்களை வெளியிட்டனர்.

அவையனைத்தும் காசு என்றே வரிசைப்படுத்தப்பட்டன. பொன்னாலான காசு, மாடை, பணம், கட்டி என வழங்கப்பட்டது.

‘வாசி தீரவே காசு தாரீர்’ என்பது ஏழாம் நூற்றாண்டுச் சம்பந்தரின் *தேவாரம்.* அவற்றை அடுத்து வெளியிடப்பட்ட செப்புப் பணமும் காசு என்றே வழங்கப்பட்டது. பிற்காலத்தில் கயிக்சா (caisa) என போர்த்துகீசிய மொழியிலும் காசு (cashit) இணைந்துகொண்டது.

பதினான்காம் நூற்றாண்டுத் தொடக்கம்வரை, தமிழ்நாட்டுச் செலாவணியாக அரபிகளின் தங்க நாணயமான தீனாரும் வெள்ளி நாணயமான திர்கமும் தமிழ் மக்கள் கைகளில் தவழ்ந்தது பல கல்வெட்டு களில் இருந்து தெரிய வருகிறது. மதுரை, தஞ்சை, திருப்பத்தூர், அருப்புக் கோட்டை, திருத்துறைப்பூண்டி, குடுமியான்மலை, திருப்பராய்த்துறை, திருவடந்தை ஆகிய ஊர்க் கோயில் கல்வெட்டுகளில் தீனார், தினாரா எனவும், திர்கம் திரம்ம எனவும் பொறிக்கப்பட்டுள்ளன. இங்ஙனம் ராஜராஜன் விக்கிரம சோழன், குலோத்துங்கச் சோழன் ஆட்சியிலும், பராந்தகன் நெடுஞ்சடையன் ஸ்ரீவல்லபன், வீரபாண்டியன், மாறவர்மன் சடையவர்மன், சுந்தரபாண்டியன் ஆட்சிக்காலங்களிலும் அரபிகள் தமிழ் முஸ்லிம்களாக இருந்தது போன்று அவர்களுடைய நாணயங் களான தீனாரும் திர்கமும் தமிழக நாணயங்களாகச் செலாவணியில் இருந்து வந்துள்ளன.

திருரா என்பது பொற்காசு. எழுபத்து ஒன்றரை பார்லி தானிய மணிகளுக்குரிய நிறை உடையதென்றும், கோதுமை தானிய மணிகள் அறுபத்து எட்டுக்குச் சமமானது என்றும், மித்கல் என்றும் அரபி மொழி நிறுத்தல் அளவையாகக் குறிக்கப் பெற்றுள்ளது. ஏழாம் நூற்றாண்டில், கிரேக்க நாட்டில் இந்த நிறைக்கு அறுபது மணிகள் சமமாகக் கொள்ளப்பட்டது. திரம்மா என்பது வெள்ளிக்காசு. அதற்கான நிறை பலவிதமாகக் குறிக்கப்பட்டுள்ளது. ஆனால் உமர் (ரலி) அவர்கள் ஆட்சிக்காலத்தில் இந்த நாணயம் பதினான்கு காரட் நிறையுடையதாக அமைக்கப்பட்டது. இந்த இரண்டு நாணயங்களும் திருக்குர்ஆனில் அத்தியாயம் *12:20*இல் சொல்லப்பட்டுள்ளது.[1] பின்னர் காஷ் (Cash) என ஆங்கிலத்திலும் பிற்காலத்தில் உருப்பெற்றுள்ளது.[2] தமிழகத்திற்கு அரபிகளின் வணிகத் தொடர்பு ஏற்பட்டவுடன் அந்த நாட்டு தீனார், திர்ஹம் நாணயங்கள் தமிழ்நாட்டில் தமிழக நாணயங்களாகப் பதினான்காம் நூற்றாண்டுவரை பயன்படுத்தப்பட்டு வந்துள்ளன. அரபு நாடுகளுடன் வணிகம் செய்த, அரபிகளுடன் தமிழக மக்கள் கொண்டிருந்த நெருக்கமான நட்புச் சூழ்நிலையும் இத்தகைய பொருளாதார நாணயப் புழக்கத்திற்கு ஏற்ற காரணமாதல் வேண்டும்.

இந்த நாணயங்கள் ஏழாம் நூற்றாண்டு முதல் ஒன்பதாம் நூற்றாண்டு வரை கொங்கணத்திலிருந்து ஆந்திரக் கடற்கரைவரை வியாபித்திருந்த மேலைச் சாளுக்கிய அரசின் செலாவணியில் இருந்தன. அந்தக் கால

கட்டத்தில், அங்கு அரபிகள் மிகுந்த அன்புடனும் மதிப்புடனும் நடத்தப்பட்டதை அப்பொழுது அங்குப் பயணம் மேற்கொண்டிருந்த சுலைமான் போன்ற வரலாற்று ஆசிரியர்களின் குறிப்புகள் சான்று வழங்குகின்றன.³ தமிழகத்தின் வடக்கு எல்லையில் சாளுக்கிய அரசு அமைந்து இருந்தது. அதன் காரணமாக அந்த நாட்டு அரசியல் செயல் பாடுகளின் செல்வாக்கைப் பிரதிபலிப்பதாக அரபுநாட்டு நாணயங்கள் தமிழ்நாட்டுச் செலாவணியில் ஈடுபடுத்தப்பட்டிருக்க வேண்டும். இந்த இரு காசுகளும் முந்தைய தமிழகத்தின் பழங்காசுடன் செலாவணியில் ஒருசேர வழங்கப்பட்ட செய்திகளும் உண்டு. சில கல்வெட்டு களிலிருந்து அரபு நாட்டு திரமத்திற்கும் (திர்கம்) தமிழகத்தின் பழங்காசுக்கும் உள்ள மதிப்பைத் தெரிந்துகொள்ளும் வாய்ப்புள்ளது. 'பழங்காசு முக்காலே மாகாணிக்கு, திரமம் ஒன்றே காலாகவும், அரைப்பழங்காசுக்கு திரமம் முக்காலும்' என ஒரு காலகட்டத்திலும், பழங்காசு அரைக்கு திரமம் ஒன்றரையாக ஒரு சமயம் இருந்ததாகவும் செய்யாறு, கும்பகோணம் கல்வெட்டுக்களில் காணப்படுகின்றன.

ஆனால் தினரா (தீனார்)வுக்கு என்ன மதிப்பு இருந்தது என்பதைச் சுட்டுகின்ற ஆவணங்கள் கிடைக்கவில்லை. எட்டாம் நூற்றாண்டிலிருந்து பதினான்காம் நூற்றாண்டுவரை தமிழகச் செலாவணியிலிருந்த இந்த நாணயங்களின் பெயர்களுக்கான மூலம் கிரேக்க மொழியில் உள்ளது. தினேரியஸ் என்ற சொல் 'தினார்' எனவும், திரக்மா என்ற சொல் 'திர்கம்' எனவும் அரபு மொழியில் உருப்பெற்றது. முஹம்மது நபி (ஸல்) அவர்களின் காலத்திற்கு முன்பே கிரேக்க நாட்டிற்கும் அரபு மக்களுக்கும் இடையில், சமூக, கலாச்சாரத் தொடர்புகள் இருந்தன. உமையாக்கள் ஆட்சியின் போது அவை பல நிலைகளிலும் முன்னேற்றம் கண்டன. ஆதலால், அரபிகள் தங்களுடைய பொன், வெள்ளி நாணயங்களைக் கிரேக்கப் பாணியிலும் பெயரிலும் தயாரித்து வெளியிட்டனர். இந்த நாணயங்களில் அரபு நாட்டிற்கு ஏற்ப வடிவமைப்பில் மாற்றங்களைக் கலீஃபா உமர் ஏற்படுத்தினார். குறிப்பாகச் செவ்வக வடிவிலிருந்த திர்கம் நாணயத்தை, வட்ட வடிவில் அமைத்து அதில் 'அல்லாஹு' 'பரக்கத்' என்ற சொற்களைப் பொறிக்குமாறு செய்தார்.³ அவரைத் தொடர்ந்த இஸ்லாமிய ஆட்சியாளர்களான உமையாக்கள், அப்பாஸியர் ஆட்சியின் போது இந்த நாணயங்களின் அச்சிலும் நிறையிலும் பல மாற்றங்கள் ஏற்பட்டதை வரலாறு கூறுகிறது. என்றாலும் அப்துல் மாலிக் என்ற உமையா கலீஃபாதான் முதன் முதலாக அரபு தீனாரைத் தமாஸ்கஸ் நகரிலிருந்து கி.பி. 695இல் வெளியிட்டார். இராக்கிலிருந்த அவருடைய ஆளுநர் அல்-ஹஜ்ஜாஸ் வெள்ளியிலான முதல் அரபி திர்கம் நாணயத்தைக் கூபா நகரில் 696இல் தயாரித்து வெளியிட்டார்.⁴

திர்கம் என்பது மற்றொரு வகையான வெள்ளி நாணயமாகும். இதனுடைய நிறை, 5, 6, 9, 10 மிஷ்கள் எனச் சிலரும், 10, 12, 20 காரட் என்று வேறு சிலரும் கருத்து தெரிவித்துள்ளனர்.[5] தமிழகத்தில் இந்த நாணயம் 'திரம்மா' என வழங்கப்பட்டது. இந்த வகையான அரபு நாட்டு நாணயங்கள், தமிழகத்தில் செலாவணியில் இருந்ததைச் சான்று பகரும் பழமையான கல்வெட்டுகள் பல உள்ளன. இராமநாதபுரம் மாவட்டம் திருப்புத்தூர் திருத்தளியாண்ட நாயனார் திருக்கோயிலில் உள்ள கல்வெட்டில் பாண்டிய மன்னர் மாறன் சடையனின் (கி.பி. 792-835) பத்தாவது ஆட்சியாண்டில், அந்தணப் பெண்மணி ஒருத்தி அந்தக் கோயிலில் அந்தி விளக்கெரிக்கப் பத்து 'தினார்களை' வழங்கிய செய்தி உள்ளது.[6] இதைப் போன்று திர்கமும், 'திரம்மா' எனச் சோழர்களின் பழங்காசுடன் இணைத்து வழங்கப்பட்டது.

கி.பி. 985ஆம் ஆண்டு உத்தமச் சோழனின் ஆட்சியில் திருக்கொம்பியூர்க் கல்வெட்டில் 'அஞ்சுவண்ணத்தால் வந்த ஈழக்காசு' என்ற தொடர் காணப்படுகிறது 'பொலியூட்டாகக் கொண்ட பழங்காசு முக்காலே மாகாணியால் பொலியும் திரமம் நன்னே காணும்' 'கடனுக்குத் திங்கள் காசு திரமம் பலிசை பொலிவதாக' 'இரவு சந்தி விளக்கெரிய வைக்க திரமம் நாலும்' என்பன ராஜராஜ தேவனின் தஞ்சைப் பெருவுடையார் கோவில் கல்வெட்டுகளில் காணப்படுபவையாகும்.[7] திருவிடந்தை, திருப்பராய்த்துறை ஆகிய ஊர்களில் படியெடுக்கப்பட்ட விக்கிரமச் சோழத் தேவரின் கல்வெட்டுகள் கி.பி. 1122, 1131இல் சோழ நாட்டில் திர்கம் (திரம்மம்) புழக்கத்தில் இருந்ததை நினைவூட்டுகின்றன. 1246ஆம் ஆண்டைச் சேர்ந்த திருத்துறைப்பூண்டிக் கல்வெட்டும் இந்த உண்மையைத் தெரிவிக்கின்றது.[8]

குலோத்துங்க சோழ தேவரின் 36ஆவது ஆட்சியாண்டு குடுமியாமலைக் கல்வெட்டு, '....அடைக்காய முதிற்கு இலையமுது இட, திருமெய்ப்பூச்சிற்கு 48ஆவது முதல் திங்கள் அஞ்சு திரமமாக ஆட்டறுபது திரமமும் இறுக்கக் கடவார்களாகவும்' என முடிகிறது.

இன்னும், பாண்டிய நாட்டில் திர்கம் நாணயம் செலாவணி பற்றி பேராசிரியர் நீலகண்ட சாஸ்திரி, 'பாண்டியப் பேரரசு' என்ற தமது ஆங்கில நூலில் வரைந்துள்ளார்.[9] மேலும் பாண்டிய மன்னர்கள் சடையவர்மன், வல்லப தேவர், வீர பாண்டிய தேவர், சுந்தரபாண்டிய தேவர், மாறவர்மன் சுந்தர பாண்டிய தேவர், சடையவர்மன் குல சேகரன் ஆகியோரின் கல்வெட்டுகளும் இந்த உண்மையை உணர்த்து கின்றன.[10]

இன்னும், தென்பாண்டிச் சீமையைச் சேர்ந்த அருப்புக்கோட்டை, சுத்தமல்லி ஆகிய ஊர்களிலுள்ள பதின் மூன்றாவது நூற்றாண்டைச் சேர்ந்த

பாண்டியர் கல்வெட்டுகள் திர்கத்தைக் குறிப்பிடுகின்றன. அருப்புக் கோட்டை ஆலயமொன்றின் அறங் காவலர்கள் நிலக்கிரயத்தை நெல்லாகவும் திரமமாகவும் பெற்றதாகச் செய்தி உள்ளது.[11] சுத்தமல்லி என்ற ஊருக்கு அண்மை யிலுள்ள குலசேகரப் பேரேரியை ஆழப்படுத்தி, செம்மையாக்க கி.பி. **1204**இல் பாண்டியன் சடையவர்மன் குலசேகரப் பாண்டியன் *100* திரம்மாக்கள் வழங்கியதை அந்த ஊர்க் கல்வெட்டு சுட்டுகிறது.[12] மேலும், மாறவர்மன் விக்கிரமப் பாண்டியன், திருபுவனச் சக்கரவர்த்தி சுந்தரபாண்டியன் ஆகியோர் ஆட்சியின் அரசிறையாகச் செலுத்த வேண்டிய தொகை இவ்வளவு திரமம் என நிர்ணயிக்கப் பட்டிருந்தது. பதினாறு மாநிலத்தில் விளைவிக்கப்பட்டுள்ள வரகு, தினை ஆகிய பயிர்களுக்கு ஒரு திரம்மமும் இதரப் புஞ்சைப் பயிர்களுக்கு அரை திரம்மமும் வரியாகச் செலுத்தப்பட வேண்டும் என நிகுதி செய்யப் பட்டிருந்தது.[13] மேலும், மாறவர்மன் சுந்தரபாண்டியனின் ஆட்சிக் காலத்தில் எள், வரகு, தினை, புளிங்கு விளைந்த நிலத்தின் மாத்தால் திரமம் ஒன்றேகால் இருப்பதாக அந்தராயம் வசூலிக்கும் ஆணை மேலக்கொடுமலூர் கல்வெட்டில் பொறிக்கப்பட்டுள்ளது.[14] அந்த அரசரின் ஆட்சியில் ***(1215)*** அஞ்சு மேனி திரம்மம் என்ற பிறிதொரு அரபு நாணயமும் தமிழ் மக்களிடையில் செலாவணியாக இருந்தது தெரிய வருகிறது.[15] பாண்டிய நாட்டில் அரபிகளின் குடியேற்ற மான அஞ்சுவண்ணத்தார் வழங்கிய நாணயம்தான் வழக்கில் அஞ்சுமேனித் திரமம் ஆகிவிட்டது. இந்த அரபுகளின் திரமம் அப்போது தமிழகத்தில் புழக்கத்தில் இருந்த பழங்காசுகளுடன் ஒரு சேரச் செல்லும் நாணயமாக விளங்கியது. ஒன்பதாம் நூற்றாண்டில் மூன்று திரமம் இரண்டு பழங் காசுகளுக்குச் சமமாக மதிப்பிடப்பட்டது.

பதினொன்றாம் நூற்றாண்டில் காஞ்சிபுரத்தில் ஆறு திரமம் ஒரு பழங்காசுக்கும் இராமநாதபுரத்தில் ஏழு திரமம் ஒரு பழங்காசுக்கும் சமமாகக் கருதப்பெற்றது. பன்னிரண்டாம் நூற்றாண்டில், ஏழு திரமம் ஆங்கில நாட்டு அஞ்சு ஷில்லிங் எட்டே கால் பென்ஸ் அளவிற்குச் சமமாக இருந்ததாகக் கல்வெட்டு ஒன்று சொல்கிறது.[16] இத்தகைய நாணயப் புழக்கம் மிகுதி காரணமாக, அவற்றைத் தமிழ்நாட்டிலேயே தயாரிக்க அரபிகளால் தமிழ்நாட்டில் நாணய தயாரிப்பு நிலையங்கள் அமைக்கப்பட்டன. கொற்கையிலும் தொண்டியிலும் அத்தகைய நாணய முத்திரைச் சாலைகள் இருந்தன. அந்த இடங்கள் கொற்கை மாற மங்கலத்தில் 'அஃக சாலைத் தெரு' என்றும் தொண்டியில் 'அன்ன சாலைத் தெரு' என்றும் இன்றும் குறிப்பிடப்படுவதிலிருந்து அந்த முத்திரைச் சாலைகள் அமைக்கப்பட்டிருந்த பகுதிகளை அறிய முடிகிறது. அரபுகளின் இந்த நாணயச் செலாவணி ஆந்திர நாட்டில் பதினாறாம் நூற்றாண்டு வரை நீடித்தாலும், பாண்டிய நாட்டில்

பதினான்காம் நூற்றாண்டு வரை புழக்கத்தில் இருந்தது. மதுரையில் சுல்தான்கள் ஆட்சி ஏற்பட்டதும், அவர்கள் தில்லி சுல்தானைப் பின்பற்றி வெளியிட்ட வெள்ளி, செம்பு நாணயங்கள் மக்களிடையே செலாவணிக்கு வந்த பிறகு, அரபிகளின் தீனாரும் திர்கமும் செலாவணி யிலிருந்து நீக்கப்பட்டுவிட்டன. என்றாலும் விஜய நகர மன்னர்கள் ஆட்சியில் அவை மக்களிடையே புழக்கத்தில் தொடர்ந்து இருந்ததைக் கொண்ட வீடு கல்வெட்டுக் குறிப்பிடுகிறது.[17] இந்த நவீன காலத்திலும், அரபு நாடுகள் சிலவற்றில் தீனாரும் திர்கமும் செலாவணியிலிருந்து வருகின்றன. குவைத், பஹ்ரைன் நாடுகளில் தீனாரும், சௌதி அரேபியாவில் திர்கமும் சர்வதேச செலாவணியுடைய நாணயங்களாக இருந்து வருகின்றன. இவற்றுக்கு எல்லாம் மேலாக ஐரோப்பிய நாடான யூகோஸ்லாவியாவின் நாணயச் செலாவணியும் தீனாரில் இருந்து வருவது குறிப்பிடத்தக்கது.

பல நூற்றாண்டுகளாகத் தமிழ்ச் சமுதாயத்தின் புறக்கணிக்க முடியாத குடிமக்களாகிய தமிழக இஸ்லாமியரைப் பற்றிய ஆழமான சிந்தனையும் அக்கறையும் கொள்ளாத வரலாற்று ஆசிரியர்கள், முஸ்லிம்களின் வரலாற்றை மறைத்தது போல அவர்கள் தமிழக நாணயச் செலாவணிக்கு வழங்கிய இஸ்லாமிய நாணயங்கள் பற்றியும் வரலாற்றில் எவ்வித விவரங்களும் அளிக்கவில்லை. இதற்கு, அவர்களுக்கு அரபி மொழியில் உள்ள இஸ்லாமிய வரலாற்று ஆவணங்களில் பயிற்சி இல்லாதது அடிப்படைக் காரணமாக இருக்கலாம்.

20

இணைப்பும் பிணைப்பும்

அரபு நாடுகளுடனான தமிழரின் வணிகம், இந்த வளர்ச்சிக்கு ஆக்கமும் ஊக்கமும் வழங்கியது. வணிகர்களாகத் தமிழகம் வந்த அரபு இஸ்லாமியர் நாளடைவில் தமிழக இஸ்லாமியராக மாறியது, தமிழ்ச் சமுதாயத்தில் தலைமுறை தலைமுறையாகப் பேணப்பட்டு வந்த பண்பாடு, நாகரிகம் ஆகிய நிலைகளில் புதிய கலப்புகளும் வார்ப்பு களும் நிகழ்வதற்கு நெம்புகோலாக உதவியது. தமிழகக் கலை, இலக்கியம், வாழ்க்கையியல், சமய ஒழுகலாறுகளில் அவை காலூன்றிப் பரிணமித்துப் பிரதிபலித்து நின்றன.

சோழர் ஆட்சிக் காலத்தில் நாகையில் புத்த விகாரமொன்று நிறுவ அனுமதி அளிக்கப்பட்டதை ஆனைமங்கலச் செப்பேடு விவரிக்கிறது. காலப்போக்கில் எத்தனையோ விதமான மதக் கோட்பாடுகள் மக்களால் ஏற்றுக்கொள்ளப்பட்டு மன்னர்களால் மதிக்கப்பட்டாலும், இஸ்லாமிய சமயத்திற்கு ஏற்பட்ட சூழ்நிலையும் ஆதரவும் வேறு எந்த சமயத்திற்கும் ஏற்படவில்லை என்று அறுதியிட்டுச் சொல்லலாம். இதயபூர்வமாக இஸ்லாத்தை ஏற்றுக்கொண்டவர்கள் சிலரானாலும், இஸ்லாமியச் சிந்தனைகளில் ஈடுபாடு கொண்டு எதிர்ப்பு அணியில் சேராதவர் பலர். இஸ்லாத்திற்கு ஆதரவு திரட்ட அனல்வாதம், புனல்வாதம் போன்ற நேரிடையான கொள்கை விளக்கங்களுக்கு அவசியம் ஏற்படவில்லை. இதன் காரணமாக, தமிழ்மண்ணில் ஆழமாக வேரோடிய இந்தப் புதிய வித்திற்குத் தமிழ்ச் சமுதாயம் அனுகூலமான விளைநிலமாகவே விளங்கியது.

தங்கள் வாழ்க்கை நெறியை, வல்லவன் வகுத்தருளிய திருமறை யின்படி வகுத்துக் கொண்டாலும், தாங்கள் வாழும் சூழ்நிலை, சமூக அமைப்புக் காரணமாகத் தங்களுக்கு இல்லாத பழக்க வழக்கங்களை வெறுத்து ஏற்றுக்கொள்ளாவிட்டாலும், அவற்றை அவர்கள் பொறுத்துக் கொள்ள வேண்டியது இயல்பாகிவிட்டது. வரலாற்று நிகழ்ச்சிகள் சில இதை வலியுறுத்துகின்றன. பாண்டியன் சடையவர்மன் வீரபாண்டியன் *(1262)* ஆட்சிக்காலத்தில் இராமநாதபுரம் மாவட்டம் கிழக்குக்

கடற்கரையிலுள்ள தீர்த்தாண்ட தானத்துக் கல்வெட்டில் '... இவ்வூரில் இருக்கின்ற அஞ்சுவண்ணமும் மணிக்கிராமத்தாரும் ஆரியரில் சாமந்த பண்டகசாலையும் பட்டாரியாரும் தோயா வத்திரச் செட்டிகளும் தென்னிலங்கை வலஞ்சியரும் கைக்கோளரும் தூசுவரும், வாணியரும் நீண்ட கரையாருங்கூடி... கோயில் திருமுன்னிலே நிறைவுறக் கூடியிருந்து...' அந்த ஊர்த் திருக்கோவிலில் திருப்பணி பற்றிக் கலந்து முடிவு எடுத்தனர்.[1] இந்தக் கலந்துரையாடலுக்கும் ஒருமித்த முடிவிற்கும் இஸ்லாமியர்களான அஞ்சுவண்ணத்தவரும் கட்டுப்பட்டதாகத் தெரிகிறது. இது பதின்மூன்றாம் நூற்றாண்டில் மட்டுமல்ல, தொடர்ந்து பிந்தைய நூற்றாண்டுகளிலும் தமிழக இஸ்லாமியர் தாங்கள் வாழும் சமுதாயத்தைச் சேர்ந்த இந்து சகோதரர்களின் மதவுணர்வுகளை மதித்தவர்களாக, சமயப் பொறையுடன் வாழ்ந்தனர் என்பதற்கு இன்னும் இரண்டு கல்வெட்டுச் செய்திகள் இங்கு குறிப்பிடப்படுகின்றன.

முதலாவது, மதுரையில் விஜயரங்க சொக்கநாத நாயக்கர் ஆட்சி நடைபெற்ற போது 1719இல் நிகழ்ந்த சம்பவம். மதுரை மாவட்டம் வெற்றிலைக்குண்டு கிராமத்தில் ஆலயமொன்றைப் பராமரிப்பது தொடர்பாக அந்த ஊரின் குடிகளான கோமுட்டி, கவண்டன், கைக்கோளன், நாடார், வாணியர், செட்டி, நத்தமடை, இஸ்லாமியர் ஆகிய எட்டுச் சமூகங்களின் பிரதிநிதிகளும் கூடிய கூட்டத்தில் தங்களுடைய வியாபாரத்தில் கிடைக்கும் இலாபத்தில் ஒரு ஈவுத் தொகையை அந்தத் தர்மத்திற்கு அளிக்க ஒவ்வொரு சமூகத்தினரும் உடன்பட்டதாலும், அந்த எட்டுச் சமூகப் பிரதிநிதிகளில் இஸ்லாமியரின் பிரதிநிதியாக லெவை ராவுத்தர் என்பவரும் கலந்து கொண்டு இணக்கம் தெரிவித்திருப்பது தெரிய வருகிறது.[2]

இன்னொரு நிகழ்ச்சி, திருநெல்வேலி மாவட்டம் தென்காசியைச் சேர்ந்த அகமதுப்பேட்டை முஸ்லிம்களைப் பற்றியதாகும். அவர்கள் தாங்கள் வணிகம் செய்யும் ஊர்களில், குற்றாலநாதர் நித்திய பூசைக் கட்டளை வகையறாவுக்கு மகமைப் பணம் கொடுக்க 1788இல் இணங்கி எழுதிய பட்டயமாகும்.[3] இதோ அந்தப் பட்டய வாசகம்:

> சாலிவாகன சகாப்தம் 1710ஆம் வருடம் செல்லா நின்ற கொல்லம் 964ஆம் ஆண்டு கீலக வருடம் கார்த்திகை மாதம் 25ஆம் தேதி குற்றாலநாத சுவாமிக் கட்டளைக்கு அசரது வாவா சாயபு, அகமது பேட்டை மணியம் இஸ்மாயில் ராவுத்தன் முதலான பலரும் எழுதிக் கொடுத்தபடி பட்டயமாவது. சுவாமிக்கு நித்திய விழா பூஜையில் கட்டளை வைத்துவரும்படிப் படித்தரப்படிக்கி, நடத்தி வரும் வகைக்கு, நாங்கள் எல்லோரும் வகை வைத்துக் கொடுத்து ஏறு காற்று, இறங்கு காற்று வாகைச்சை ஒன்றுக்கு, மருவுருட் சட்டை ஒன்றுக்கு, கால் மாகாணிப் பணம் வீதமும் நடையொன்றுக்கு

மாகாணிப் பணம் வீதமும் இன்னொன்றுக்கு அரை மாகாணி வீதமும் இந்தப்படிக்குத் திருநெல்வெலி காந்திமதியம்மன் சிறுகால மகிமை காந்திமதி மகிமைப் படிக்குத் தென்காசி ஆமது பேட்டை யிலுள்ள வனிதசேகர செங்கோட்டை, புலியறை, பண்புளி, கடைய நல்லூர், சிவராமப் பேட்டை, சுரண்டைச் சந்தை முதலான துறையிலும் மகமை வைத்துக் கொடுத்தபடியினாலே மாசம்மாசம் உள்ள பணத்தை வாணிபம் கணக்குப் பார்த்து வாங்கிக்கொண்டு சுவாமிக்குக் கட்டளை என்றென்றைக்கும் நடத்தி வருவோ மாகவும்...

என முடிவு பெறுகிறது அகமதுப்பேட்டை இஸ்லாமியர் இணக்கம் தெரிவித்துள்ள அந்தப் பட்டயம்.[4]

இத்தகைய சமயப்பொறை தொடர்பான நிகழ்ச்சிகள் காரண மாகவும் பிற அரசியல் ஊக்குவிப்புகள் காரணமாகவும் அன்றைய தமிழகத்தில் வாழ்ந்திருந்த இஸ்லாமியர்களுக்கு அரசியலார் பலவித சலுகைகளை அளித்தனர். அவற்றில் சில செப்பேடுகளிலும் கல்வெட்டு களிலும் காணப்படுகின்றன. மதுரையில் இரண்டாவது பாண்டியப் பேரரசின் கர்த்தாவாக விளங்கிய சடையவர்மன் சுந்தரபாண்டியன் தனது எட்டாவது ஆட்சியாண்டில் மதுரைக்குக் கிழக்கே உள்ள கீட்செம்பி நாட்டின் பவுத்திர மாணிக்கப் பட்டினத்துக் கீழ்ப்பாலுள்ள சோனக சாமந்தப்பள்ளிக்கு ஆம்புத்தூர் முதலான ஊர்களை இறை யிலியாக ஆணையிட்டு உதவினார்.[5] அடுத்து, மதுரையில் அரியணை ஏறிய சுந்தரபாண்டியன் மதுரை மாநகர இஸ்லாமியப் பிரதிநிதியான ஹாஜி தாஜுத்தீன் அவர்களை காஜியாக அங்கீகரித்ததுடன் அவர் களுடைய குடியேற்றப் பகுதியில் (இன்றைய மதுரை காஜிமார் தெரு) அந்தச் சிறுபான்மை மக்களின் வழிபாட்டிற்கு ஒரு பள்ளிவாசலையும் நிர்மாணிக்க உதவினார். மேலும் அந்தப் பள்ளியின் பராமரிப்புச் செலவிற்காக விரகனூர், புளியங்குளம் கிராமத்தையும் முற்றூட்டாக வழங்கி உத்திரவிட்டார்.[6]

இந்தப் பாண்டியரைப் போன்று சேர மன்னனான உதயமார்த் தாண்டனும் தமிழக இஸ்லாமியர்களுக்கு உதவிய செய்தியும் உள்ளது. அவர் காயல்பட்டினத்திற்கு வருகைபுரிந்தார். அப்பொழுது காயல்துறை சேரநாட்டின் ஆட்சி வரம்பிற்குள் அமைந்திருந்தது. அந்த ஊரின் அண்மையில் உள்ள காட்டு மக்தூம் பள்ளிக்கும் வருகைதந்த விவரம் அங்குள்ள கல்வெட்டில் காணப்படுகிறது. அதன் வாசகப்படி, அந்தப் பள்ளி அன்று முதல் உதயமார்த்தாண்டப் பெரும்பள்ளி என அழைக்கப்பட்டதுடன், அந்தப் பள்ளியின் காதியரான அபுபக்கரும் உதய மார்த்தாண்டக் காதியார் என அழைக்கப்பட்டார். அந்தப் பள்ளி யின் பராமரிப்பிற்காகச் சோனாடு கொண்டான் பட்டினம் என

வழங்கப்பட்ட அந்தக் காயல்துறையில் ஏற்றுமதி, இறக்குமதி கொள்ளும் பொருளுக்கு, நான்கு பணத்திற்குக் கால் பணம் வரியாக வசூலிக்கும் படிச் சேரமன்னனின் ஆணையும் பிறப்பிக்கப்பட்டது.[7] இது நிகழ்ந்தது, 1387இல்.

பதினேழு, பதினெட்டாம் நூற்றாண்டுகளில் செம்பி நாட்டை யாண்ட சேதுபதிகள் தமிழக இஸ்லாமியர்களின் தொழுகைப்பள்ளி, தர்ஹா ஆகியவற்றுக்குப் பல நிலக்கொடைகளை வழங்கினர். அந்த அறக்கொடைகள் தொடர்ந்து தற்பொழுதும் பயன்பட்டு வருகின்றன. அதன் விவரங்களைச் சேதுபதிகளின் செப்பேடுகளும் கல்வெட்டுகளும் விளக்குகின்றன. மறவர் சீமையின் மாண்பை உயர்த்திய சேதுமன்னர் களில் சிறப்புற்று விளங்கிய திருமலை சேதுபதி, தமது நாட்டில் குணங்குடி கிராமத்தில் (இராமநாதபுரம் மாவட்டம், திருவாடனை வட்டம்) அமைந்துள்ள ஸையது முஹம்மது புஹாரி (இறைநேசர்) அவர் களுடைய தர்ஹா (அடக்கத்தலம்) பராமரிப்பிற்காக 1675இல் நிலக்கொடை வழங்கினார்.[8] அவரை அடுத்து அரியணையேறிய கிழவன் ரகுநாத சேதுபதி காரேந்தல் (விருதுநகர் மாவட்டம், திருச்சுழியல் வட்டம்) மீரா சாகிப் பள்ளிக்கு விளைநிலங்களை விட்டுக் கொடுத்தார். மற்றொரு சேதுமன்னரான முத்துக்குமார விஜயரகுநாத சேதுபதி 1744இல் குணங்குடிப் பள்ளிவாசலுக்கு மேலும் பல நிலங்களை வழங்கினார்.[9] இதே சேதுமன்னர் தமது சீமையில் உள்ள ஏனைய இஸ்லாமியரின் புனித இடங்களான இராமேஸ்வரம் ஆபில்-காபில் தர்ஹா, இராமநாதபுரம் ஈசா சாகிபு தர்ஹா, ஏறுபதி சுல்தான் சையது இப்ராஹீம் (இறைநேசர்) தர்ஹா ஆகிய நிறுவனங்களுக்கு முறையே பக்கிரிப் புதுக்குளம், (இராமநாதபுரம் வட்டம்) கிழவனேரி, ஏறுபதி, மாயாகுளம் ஆகிய கிராமங்களை (முதுகுளத்தூர் வட்டம்) முற்றூட்டாக வழங்கியுள்ள செய்திகள், அவருடைய தான சாசனங்களில் வரையப்பட்டுள்ளன.[10] மேலும், இவர் கமுதி வட்டம் பூலாங்கால் பள்ளிவாசலுக்கும், இராமநாதபுரம் வட்டம் நாரணமங்கலம் சுல்தான் பள்ளிவாசலுக்கும் பல ஏக்கர் விளைநிலங்களை வழங்கி, பள்ளிவாசல் தர்மத்திற்கு உதவி இருக்கிறார்.[11] இவரை அடியொற்றி இவருடைய வழியினரான முத்து விஜயரகுநாத சேதுபதியும் பூலாங்கால் பள்ளி வாசலுக்கு நிலக்கொடைகளை வழங்கி உள்ளார்.[12]

இவர்களைப் போன்று, தமிழக இஸ்லாமியரிடம் பரிவும் பாசமுங் கொண்ட நாயக்க மன்னர்களும் அவர்களுடைய மத உணர்வுகளை மதித்து அறக்கொடைகள் வழங்கினார்கள். 1585இல் தஞ்சையை ஆண்ட செவப்ப நாயக்கர் அந்த நகரில் அடக்கம் பெற்றுள்ள இறை நேசரின் தர்ஹாவிற்கு வருகை தருகிற இஸ்லாமிய நாடோடிகளின் பராமரிப்பிற் காகப் பத்து ஏக்கர் பரப்புக் காணியை அன்பளிப்பாக வழங்கினார்.[13]

திருநெல்வேலி நகரில் உள்ள பள்ளியைப் பராமரிக்க கி.பி. 1692இல் மதுரை நாயக்க மன்னன் விஜயரங்க சொக்கநாதன் நிலக்கொடை அளித்தான்.[14] இந்த மன்னரின் வழி வந்த நாயக்க அரசிகளான ராணி மங்கம்மாளும், ராணி மீனாட்சியும் 1701லும் 1733லும் மகான் நத்ஹர் வலி பாபாவின் திருச்சி தர்ஹாப் பராமரிப் பிற்கு சில கிராமங்களை இறையிலியாக வழங்கினார்கள்.[15] திருச்சியை யடுத்த அம்மாபட்டி ஜமீன்தார், தமது ஜமீனில் இஸ்லாமியர்கள் தங்கி வாழ்வதற்கென ஒரு கிராமத்தை 17ஆம் நூற்றாண்டில் தானமாக வழங்கினார். அந்த ஊர், இன்று ஜமீன் ஆத்தூர் என இப்போதும் சிறந்து விளங்குகிறது.[16]

இவர்களுடைய முன்னுதாரணத்தைப் பின்பற்றி, தென்பாண்டிச் சீமையிலுள்ள ஜமீன்தார்களும், சிறு பாளையக்காரர்களும் இஸ்லாமியர், ஆங்காங்கு மனநிறைவுடனும் மகிழ்ச்சியுடனும் தொடர்ந்து வாழ்ந்து வரவும் இவர்களுடைய உழைப்பு, தோழமை, தொண்டு, ஆன்மிக வழிகாட்டுதல்கள் தமிழ்மக்களுக்குப் பயன்படும் வகையிலும் தங்களுடைய அன்பளிப்புகளை நிலக்கொடைகளாக வழங்கினர். குறிப்பாக 1739இல் மதுரை மாவட்டத்தில் காமாட்சி நாயக்கர் என்பவரும்[17] 1776இல் ஊத்துமலை சின்ன நயினாத் தேவர் என்ற மருதப்பத் தேவரும்[18] 1784இல் சிவகங்கை முத்துவடுகநாதத் தேவரும்[19] இஸ்லாமியரின் பள்ளிகளுக்கும் தர்ஹாக்களுக்கும் பல நிலக் கொடைகள் வழங்கிய செய்திகள் உள்ளன. இவை அனைத்திலும் சிறப்பான செய்தி, தமிழகத்தில் சமய ஒருமைப்பாட்டில் ஒரு சிறந்த சின்னமாக விளங்கும் நாகூர் ஆண்டகையின் தர்ஹாவில் 1753இல் தஞ்சை மன்னன் துல்ஜாஜி, பல திருப்பணிகள் செய்ததுடன் அந்தத் தர்ஹாவின் பராமரிப்பிற்காகப் பதினைந்து கிராமங்களை வழங்கி இருப்பதாகும்.[20] கமுதி பள்ளிவாசலை நிர்மாணிக்க இருநூறு ஆண்டு களுக்கு முன்னர் நல்லுத்தேவர் என்பவர் 7½ ஏக்கர் நிலக்கொடை வழங்கினார். இவை போன்று தமிழ்ச் சமுதாயத்தில், தமிழக இஸ்லாமியர் களுக்கும் மற்றவர்களுக்கும் இடையில் நிலவிய சமூக ஒற்றுமை, நெருக்கம் தொடர்ந்ததற்கான பல சான்றுகள் காலத்தால் அழிக்கப் பட்டுவிட்டதால் அவை நமக்குக் கிடைக்கவில்லை.

இங்ஙனம், தமிழ்ச் சமுதாயத்தில் இஸ்லாமியர்களின் ஆன்மிகத் தேவைகளை மதித்து உதவிய இந்து சகோதரர்களுக்கு, தங்களால் இயன்ற வகையில் இஸ்லாமியர்களும் ஒத்துழைப்பும் உதவியும் நல்கிய செய்திகளைச் சில ஆவணங்கள் அறிவிக்கின்றன. காஞ்சி சங்கராச்சாரிய சுவாமிகளையும் அவருடைய காஞ்சி மடத்தையும் அறியாதார் இருக்க முடியாது. பதின்மூன்றாம் நூற்றாண்டில் நிறுவப்பட்ட இம்மடத்தில் பூசையும் அன்னதானமும் நடைபெறுவதற்காகத் தில்லி பேரரசர் பகதுர்ஷா 115 வராகன் தானம் வழங்கி கி.பி. 1710இல் ஆணை ஒன்று

பிறப்பித்தார். செங்கை மாவட்டம் மேல்பாக்கம் கிராம வருவாயி லிருந்து பெற்றுக் கொள்ளுமாறு பாரசீக, தெலுங்கு, சம்ஸ்கிருத வாசகங் களுடைய அந்தச் செப்பேடு உள்ளது.[21] அவற்றில் இன்னொன்று சேலம் மாவட்டம் மின்னக்கல் கிராமத்தில் நிர்மாணிக்கப்பட்ட ருக்மிணி சமேத கோபால கிருஷ்ணன் ஆலயத்திற்கு, தமிழ்நாட்டின் வடமேற்குப் பகுதியைச் சில ஆண்டுகள் தமது ஆட்சிக்குள் வைத்திருந்த மைசூர் மன்னர் திப்பு சுல்தான் ஆண்டுதோறும் 575 வராகன் மானியம் வழங்க ஏற்பாடு செய்ததாகும்.[22] அத்துடன் கோயம்புத்தூருக்கு அருகில் உள்ள செல்லாண்டி அம்மன் கோயிலுக்கும் அவர் பல மானியங்களை வழங்கி உள்ளார்.[23] மேலும் அவர் ஸ்ரீரங்கப்பட்டணம், பெருமாள் கோயில், சிருங்கேரி சாரதாபீட மடம், குருவாயூர் கிருஷ்ணன் கோயில் ஆகிய சமயச் சார்புடைய நிறுவனங்களுக்கு அளித்துள்ள தானங்களை இங்கு குறிப்பிடுதல் பொருத்தமுடையதாகும்.[24] அவையனைத்தையும் ஒன்று சேர இணைத்துச் சிந்தித்தால், திப்பு சுல்தானைப் பற்றி தமிழ்நாட்டில் உலவுகின்ற சில கட்டுக்கதைகளைச் சுட்டெரித்து விடும் சரித்திரச் சான்றுகள் இவையென்பதை உணரலாம். அத்துடன் சிறந்த பேரறிஞரும் விடுதலை வீரருமான அந்த மன்னனை, மக்கள் மத்தியில் இழிவுபடுத்துவதற்காக அவருடைய பரம வைரிகளான வெள்ளைப் பரங்கிகள் திரித்துவிட்ட பொய்மைச் சரடுகள் அவை என்பதும் புலப்படும்.

தில்லிப் பேரரசரின் பிரதிநிதியாகத் தமிழ்நாட்டை ஆட்சி செய்த ஆற்காடு நவாப்களில் ஒருவரான அன்வர்தீன்கான், திருநெல்வேலி காந்திமதி அம்மன் ஆலயத்தில் சுவாமி திருமேனி ஒன்றைச் செய்வித்து உதவினார். இன்னும் அந்தத் திருமேனி ஆற்காட்டு நவாப்பை நினைவூட்டும் வகையில் 'அனவரநாதன்' என வழங்கப்பட்டு வருகிறது.[25] இதைப் போன்றே திருஉத்திரகோசமங்கை திருத்தலத்தில் எழுந்தருளி யுள்ள தென்னாடுடைய சிவனுக்கு, திருவாட்சி இல்லாத குறையை நீக்கி, மதுரை முஹம்மது இஸ்மாயில் என்ற இஸ்லாமிய குடிமகன் எட்டு அடி உயர வெங்கல திருவாட்சியைத் தயாரித்து வழங்கி இருக்கிறார். அந்த ஆலயத்தில் பழமையான சிறப்புப் பொருட்களில் ஒன்றாக அந்தத் திருவாட்சி இன்றும் காட்சி அளிக்கிறது. இத்தகைய சமய பேதங்கள் நீங்கிய நட்புச் சூழ்நிலையில் தமிழக இஸ்லாமியர்கள் வாழ்ந்த வாழ்க்கை நிகழ்ச்சிகள் சிலவற்றை வரலாறு நமக்கு நினைவூட்டிக் கொண்டிருக்கிறது.

கி.பி. 1311இல் தென்னாட்டு அரசியலில் குழப்பம் நிலவியது. பாண்டியப் பேரரசு தளர்ந்து மெலிந்த சிம்மத்தைப் போன்று பெருமூச்சு விட்டுக்கொண்டிருந்தது. தாயாதிச் சண்டைகள் சூடுபிடித்து, தங்களுடைய கட்சிக்கு வெளி உதவியை நாடிக் கொண்டிருந்த நேரம்.

அப்போது தில்லிப் பேரரசின் தளபதி மாலிக் நாயிப் கர்நாடகத்தில் துவார சமுத்திரத்தில் ஹொய்சால மன்னருடன் போரில் ஈடுபட்டிருந்தார். மதுரை அரசுச் கட்டிலைப் பெற சுந்தரபாண்டியன் தில்லியில் அலாவுதீன் அவைக்குச் சென்று உதவி கோரினார். சுந்தரபாண்டியனுக்கு உதவத் தில்லி தளபதிக்குக் கட்டளை அனுப்பப்பட்டது. தில்லிப் படைகள் மதுரை நோக்கிப் புறப்பட்டன. வழியில் கண்ணனூர், கொப்பத்தில் வீரபாண்டியன் படைகளை, தில்லித் தளபதி மாலிக் கபூர் போரில் சந்தித்தார். வீரபாண்டியன் தோல்வியுற்றார். கைது செய்யப்பட்ட வீரபாண்டியனின் வீரர்கள், தில்லித் தளபதி முன்பு கொண்டுவரப் பட்டனர். அவர்களில் பெரும் அளவில் தமிழக இஸ்லாமியர்களும் இருப்பதை அறிந்த தளபதிக்குக் கோபம் பொங்கி வழிந்தது. தான் ஒரு முஸ்லிம் என்பதை அறிந்தும் தனக்கு உதவாமல், தனக்கு எதிராக, இந்து மன்னனான வீரபாண்டியனுக்காகப் போரிட்ட 'இனத்துரோகிகள்' என அவர்களைக் கருதிக்கொன்றுவிடும்படி உத்தரவிட்டார்.

அந்த வீரர்களும் தாங்கள் எதிரியின் வாளால் மடியவிருப்பது உறுதி என ஓர்ந்து, எஞ்சிய சில வினாடிகளையும் இறைவனின் சிந்தனையில் கழிக்க இஸ்லாமியத் தாரக மந்திரத்தை (*லா இலாஹ இல்லல்லாஹு*) முணு முணுத்தனர். இறைவன் ஒருவன் என்ற அந்த ஏகத்துவ முழக்கம் தளபதியின் உள்ளத்தில் அச்சத்தை ஊட்டியது. இஸ்லாமியர் ஒருவர் பிறிதொரு இஸ்லாமியரை எதிரியாகக் கருதாமல் உடன்பிறந்த சகோதரனாகக் கருத வேண்டும் என்ற சமய உணர்வு மேலிட அவர்கள் அனைவரையும் உடனே விடுதலை செய்து ஆணையிட்டார். இதை நேரில் கண்ட வரலாற்று ஆசிரியர் அமீர்குஸ்ரு வீரபாண்டியனுக்காகப் போரிட்ட தமிழக இஸ்லாமியர் தோற்றத்தில் வேறுபட்டவர்களாக இருந்தாலும், இஸ்லாத்திலிருந்து மாறுபட்டவர்களாக இல்லாததாலும் இஸ்லாமியத் தாரக மந்திரத்தை முழங்கியதாலும் உயிர் பிழைத்தனர் எனக் குறிப்பிட்டுள்ளார்.[26]

பதினாறாம் நூற்றாண்டின் தொடக்கத்தில் கிழக்குக் கடற்கரையில் போர்த்துகீசியரின் செல்வாக்கும் பிடிப்பும் வலுத்திருந்தன. காரணம் அப்பொழுது மதுரையை மையமாகக் கொண்டிருந்த விஜயநகர நாயக்கர் பிரதிநிதிகள் கடற்கரைப் பகுதிகளில் கவனம் செலுத்தவில்லை. கப்பற்படை அவர்களிடம் இல்லாததும் அதற்கு முக்கியமானதொரு காரணமாகும். கிழக்கு இராமநாதபுரம் பகுதியில் தங்கள் சமயப் பிரச்சாரத்தில் ஈடுபட்டிருந்த போர்த்துகீசியர், வேதாளையில் ஒரு மண் கோட்டையைக் கட்டி அங்கு ஒரு படையணியை நிலைகொள்ளுமாறு செய்தனர். அத்துடன் அதற்கு அண்மையில் இராமேஸ்வரம் சாலையில் ஓர் அகழியையும் தோண்டி, இராமேஸ்வரம் செல்லும் பயணிகளுக்கு இடையூறு ஏற்படுத்தியதுடன் அவர்களிடம் சுங்கம் வசூலித்தும் வந்தனர்.

அதனால் பயணிகளுக்குத் தொந்தரவு ஏற்பட்டது. இராமேஸ்வரத்தில் உள்ள குருக்களின் வருமானமும் பாதிக்கப்பட்டது.

இதை நிவர்த்தி செய்ய வந்த நாயக்கர் படையுடன், அங்குள்ள இஸ்லாமியரும் பெரும் அளவில் சேர்ந்துகொண்டு போர்த்துகீசியருக்கு எதிராகப் போரிட்டனர். அவர்களை வேதாளையை விட்டு விரட்டி அவர்கள் கடல் மார்க்கமாக ஓடுமாறு செய்தனர். இராமேஸ்வரம் யாத்திரை செல்லும் பயணிகளின் சிரமம் நீங்கியது. இது நிகழ்ந்தது கி.பி. 1549இல்.

தமிழகம் போந்த இஸ்லாமிய மனிதப் புனிதர்களில் முக்கியமானவர் நாகூர் சாகுல் ஹமீது ஆண்டகையார். பதினைந்தாம் நூற்றாண்டில், தமிழகத்தில் அன்பையும் சகோதர உணர்வையும் மக்களிடையே துளிர்க்கச் செய்தவர்கள் அவர்கள். செயற்கரிய செய்வர் பெரியர் என்ற வள்ளுவத்துக்கு எடுத்துக்காட்டாக வாழ்ந்து சமுதாயத்தின் அனைத்துத் துறைகளிலும் ஏக தெய்வ நம்பிக்கையையும் சகிப்புத்தன்மையையும் கமழச் செய்த சான்றோர். அவருடைய இளவலான பாபா பக்ருத்தீனும் மறை வழி நின்று மனிதநேயம் காத்து வந்தார். ஒரு சமயம் சேது நாட்டிற்கும் சோழ நாட்டிற்கும் இடைப்பட்ட கானாட்டில் அவர் தங்கி இருந்த பொழுது, அந்த வழியில் தஞ்சையில் இருந்து இராமேஸ்வரம் தலயாத்திரை சென்ற அந்தணப் பெண்மணிகள் எழுவரை ஆறலை கள்வர்கள் வழிமறித்தனர். நிராதரவாக நின்று தவித்த அவர்களுடைய நிலைகண்டு நெஞ்சுருகிய இறைநேசர் அவர்கள், தமது அறிவுரையினால் கள்ளர்களைத் திருத்தி அந்தணப் பெண்களைக் காக்க முற்பட்ட பொழுது, கள்வர்களால் கொலையுண்டு மடிந்தார். தாய்க்குலத்திற்கு ஏற்றம் காண முனைந்து தியாகியான அவருடைய நினைவு என்றென்றும் போற்றிப் பரவத்தக்கதொன்று. மதத்தை எதிர்த்து அறத்தைக் காக்க முற்பட்ட அவருடைய நினைவை, 'காட்டுபாவா சாகிபு அம்மானை' 'காட்டுபாவா சாகிபு காரணீகம்' என்ற சிற்றிலக்கியங்கள் கால மெல்லாம் போற்றிப் பரவி நிற்கின்றன. புதுக்கோட்டைக்கு அண்மை யில் அமைந்துள்ள அந்தப் புனிதரின் அடக்கத்தலத்தில் (காட்டுபாவா சாகிபு பள்ளிவாசல்) நடைபெறும் கந்தூரி விழாவில் கள்வர் இனத்தவர் மிகுந்த மன நெகிழ்வுடன் இன்றும் ஈடுபடுதல் குறிப்பிடத்தக்கதாகும்.

இந்த நிகழ்ச்சியைப் போன்றே இன்னொரு அவல நிகழ்ச்சி தமிழக வரலாற்றில் பதிவு செய்யப்பட்டுள்ளது; கி.பி. 1614ஆம் ஆண்டு பட்டயம் ஒன்றிலிருந்து அது தெரியவருகிறது.[27] இந்தப் பட்டயத்தின் படி பிராமணப் பெண் ஒருவர் வல்லத்திலிருந்து தஞ்சாவூருக்குச் செல்லும் போது காட்டுப்பாதையில் கள்ளர்கள் அவரை வழிமறித்தனர். அந்தச் சமயம் அப்பெண் அந்தப் பாதையில் வந்த ஃபக்கீரிடம் (முஸ்லிம் நாடோடியிடம்) அடைக்கலம் கோரினாள். ஃபக்கீரும் அந்தப்

பிராமணப் பெண்ணுக்காகக் கள்ளரிடம் பரிந்து பேசி அவளுக்கு ஊறு இழைக்க வேண்டாமென்று கெஞ்சினார். ஆனால் அவர்கள், ஃபக்கீர் சாயபுவைக் குத்திப் போட்டார்கள். அப்பெண் நாக்கைப் பிடுங்கிக் கொண்டு செத்துப் போனார். இந்தப் பெண்ணுக்காக ஃபக்கீரும், ஃபக்கீரின் நிமித்தம் இந்துப் பெண்ணும் தங்களுடைய இன்னுயிரைப் பறி கொடுத்த பாங்கை அந்தப் பட்டயம் சொல்கிறது.

தென்னகத்தைக் கைப்பற்ற அனுப்பப்பட்ட தில்லிப் பேரரசர் அவுரங்கஜேப்பின் படைக்குச் செஞ்சிக்கோட்டையில் பெருத்த ஏமாற்றம் காத்திருந்தது. எத்தனையோ குறுநில மன்னர்களையும் அவர்களுடைய கோட்டைகளையும் எளிதில் முகலாயப் பேரரசில் இணைத்த தில்லித் தளபதிகளுக்கு, செஞ்சி ஒரு பெரிய வினாக்குறியாக இருந்தது. வீரத்தையும் விவேகத்தையும் ஆதாரமாகக் கொண்டு முகலாயப் படைகளை எதிர்த்தவர்கள்கூட முகலாயப் படைபலத்தின் முன்னே இலவம் பஞ்சைப் போலப் பறந்தோடி மறைந்தனர். அல்லது இனத் துரோகிகளின் வஞ்சனையால் எளிதில் காட்டிக் கொடுக்கப் பட்டு வீழ்த்தப்பட்டனர். ஆனால், செஞ்சிக் கோட்டை கி.பி. 1714இல் தில்லி ஏகாதிபத்தியத்தை எதிர்த்து நின்றது. தேசிங்கு (தேஜ்சிங்) மன்னனின் சுதந்திர ஆர்வம் இறுதிவரைக் குறையவில்லை. ஆனால் கோட்டைக்குள் இருப்பிலிருந்த எல்லாப் பொருட்களுக்கும் தட்டுப்பாடு ஏற்படும் நிலை. முடிவு முற்றுகையைத் தகர்க்க இறுதிப் போர் தொடுப்பதைத் தவிர வேறு வழி இல்லை என்ற நிலை. எதிரிக்கு அடிபணிந்து வாழ்வதை விட மாற்றானை எதிர்த்து மோதி மடிந்து விடுவது புனிதமானது எனத் தேசிங்கு மன்னர் முடிவு செய்தார். தனது முடிவைத் தனது உயிர்த் தோழன் மஹமத்கானுக்குச் சொல்லி அனுப்பினார்.

அப்பொழுது மஹமத்கான் வழுதாவூரில் மணமேடையில் இருந்தார். மங்கல வாத்தியங்கள் முழங்கிய இனிய ஓசையை மறைத்தது போர் முரசின் படபடப்பு. கோட்டை மதில்களில் இருந்த போர் முரசுகள் அதிர்ந்தன. தனது வாழ்க்கைத் துணைவியின் கரம் பற்றும் மங்கல விழாக் கற்பனைகளில் ஆழ்ந்திருந்த அவரின் சிந்தனையை அந்தப் போர்ப்பரணி கலைத்தது. அவ்வளவுதான், மஹமத்கான் வீறுகொண்டு எழுந்தார். வாளையும் வேலையும் அவனுடைய கரங்கள் விரைந்து ஏந்தின. அவருடைய மணக்கோலம் இமைப்பொழுதில் போர்க் கோலமாக மாறியது. ஆடுகளுக்கு இடையில் புகுந்த அரிமா போலப் போர்க் களத்தில் புகுந்தார். தனது உயிர்த் தோழரான தேசிங்கிற்கு உறுதுணை யாக நின்று போராடினார். தனது நண்பரைச் சூழ்ந்த முகலாயப் பெரும்படையைச் சின்னாபின்னமாக்கினார். என்றாலும், புற்றீசல் போலப் புறப்பட்டு வந்த எதிரிகளின் கொடூரத் தாக்குதலின் முன்னால், ஆற்றலும் பேரார்வமும் மிக்க அந்த இளைஞரின்

போராட்டம் எடுபடவில்லை. செஞ்சிப் போரிலே மஹமத்கான் மடிந்து தியாகியானார்.²⁸ நாட்டுப்பற்றுடனும் நட்புணர்வுடனும் போராடி மடிந்த தேசிங்கு ராஜாவின் நல்ல துணைவனாக மஹமத்கானின் மகத்தான தியாகத்தை மக்கள் மறக்கவில்லை. தேசிங்குராஜன் கதைபாடும் நாடோடிப் பாடகர்கள் இன்னும் உடுக்கை இழந்தவன் கைபோல இடுக்கண் களைந்த அவனுடைய வீரவடிவை, அரிய நட்புணர்வைப் புகழ்ந்து பாடிக் கொண்டிருக்கின்றனர்.

தமிழ்மண்ணில் மலர்ந்து, மணம் பரப்பி, காலவெளியில் மறைந்து விட்ட இந்த இனிய மலர்கள், காலமெல்லாம் மக்கள் மனத்தில், வரலாற்றில் மணம்பரப்பும் வாடாமலர்களாக விளங்கி வருகின்றன. நமது தாயகத்தின் சமய ஒற்றுமையையும் மனிதாபிமான உணர்வு களையும் உந்துசக்தியாகக் கொண்டு ஆன்ம நேய ஒருமைப்பாட்டைக் கட்டிக் காக்க எழுந்த இளம் உள்ளங்கள் அல்லவா அவர்கள்!

21

சமயமும் விழாக்களும்

தமிழ்ச் சமுதாயத்தை இணைத்தும் பிணைத்தும் பற்றிப் பிடித்துக் கொண்டுள்ள இஸ்லாம், ஏகத்துவ நெறியை அடிப்படையாகக் கொண்டது. உருவமற்ற ஒரே பரம்பொருளை உள்ளத்தில் இருத்தி வைத்து வழிபடுவது என்பது ஒவ்வொரு இஸ்லாமியரின் தவிர்க்க முடியாத ஐந்து கடமைகளில் ஒன்றாகும். தலைமுறை தலைமுறையாக, தமிழகத்தைத் தாயகமாகப் பெற்ற இஸ்லாமியர் தங்கள் சமயத்தின் ஐந்து ஆதார நெறியைப் பற்றிப் பேணி வருகின்றனர். ஆனால் அவர்கள் வாழ்ந்து வருகிற தமிழ்மண்ணில் பல தெய்வ வழிபாடு பல நூற்றாண்டு களாகப் பெரும்பாலான மக்களின் சமய உணர்வாக நிலைத்து வந்துள்ளது. அதைப் பிரதிபலிக்கும் பல விழாக்களும் ஆண்டு தவறாமல், பல ஊர்களில் பலவிதமாகக் கொண்டாடப்பட்டு வருகின்றன. குறிப்பாக, திருத்தணியில் திருப்படிவிழா, காஞ்சியில் கருடவிழா, திருவண்ணாமலையில் கார்த்திகை தீபம், கும்பகோணத்தில் குட முழுக்கு, பழனியில் தைப்பூசம், மதுரையில் சித்திரைப் பெருவிழா, இராமநாதபுரத்தில் நவராத்திரி, இராமேஸ்வரத்தில் மகா சிவராத்திரி இவை போன்ற ஏராளமான பெரும் விழாக்களையும் சிறு விழாக் களையும் பார்த்துக் கிளர்ச்சி பெறும் பொழுது தமிழக இஸ்லாமியர் களின் உள்ளத்தில் இறைநம்பிக்கை, வழிபாடு ஆகிய நிலைகளில் மாறுபாடோ குறைபாடோ ஏற்படுவது இல்லை. என்றாலும் இந்த விழாக்களின் சில அம்சங்கள் இஸ்லாமியரின் விழாக்களிலும் புகுந்து இருப்பது வெளிப்படையானதாகும்.

குறிப்பாக, நபிகளாரின் பெண்வழிப் பேரர்களான ஹுஸைன் அவர்களும் அவருடைய சுற்றத்தினரும் ஒருசேர, 10.10.668இல் அழிக்கப்பட்ட 'கர்பலா'[1] படுகொலையை நினைவூட்டும் முஹர்ரம் மாத நினைவு நாட்கள் பல ஊர்களில் பெருவிழாவாகக் கொண்டாடப் பட்டன. அண்மைக்காலம்வரை இந்த விழாவில் முதல் பத்து நாட்களின்

இறுதி நாளன்று தீ மிதித்தல் நிகழ்ச்சிக்குப் பிறகு, அலங்கரிக்கப்பட்ட யானை, குதிரை, ஒட்டகம் ஆகியவற்றின் மீது மறைந்த நபிகளார் பேரர்களின் நினைவுச் சின்னங்களுடன் அலங்கார ரதம் (தாஜியா) ஊர்வலமாகச் செல்லும். இந்த ஊர்வலத்தில் இஸ்லாமியர் தங்கள் உடல் வலிமையையும் திறமையையும் எடுத்துக்காட்டும் வகையில் பல களரிகளில் ஈடுபடுவார்கள். வாள்சண்டை, மற்போர், சிலம்பம், தீப்பந்த விளையாட்டுகளுடன் மாறுவேடம் புனைந்து மகிழ்ச்சி ஊட்டுதல் உண்டு. ஊரின் கோடியில் உள்ள குளத்தில் அந்த நினைவுச் சின்னங்களை நீரில் நனைத்து நீத்தார் விழாவை முடித்துத் திரும்புவது வழக்கம்.

மிகுந்த மனத் துயரத்துடன் கடைப்பிடிக்க வேண்டிய இந்த நினைவு நாளை ஆரவாரத்துடன் கலகலப்பாகக் கொண்டாடுவதற்குக் காரணம் தமிழகக் கோயில் விழாக்களின் பின்னணிதான் எனக் குறிப்பிட வேண்டியதில்லை. இங்ஙனம் முஹர்ரம் விழா கடந்த சில நூற்றாண்டு களாகக் கொண்டாடப்பட்டு வந்துள்ளது. இன்றும், இராமநாதபுரம், இராமேஸ்வரம், காரைக்குடி, புதுக்கோட்டை ஆகிய ஊர்களில் 'மகர்நோம்பு (முஹர்ரம் நோன்பு) பொட்டல்' இருந்து வருவது இந்த விழாவிற்கான ஒதுக்கிடமாக அமைந்திருந்ததை நினைவூட்டுகிறது. இந்த முஹர்ரம் நோன்பு பல நூற்றாண்டுகளாகத் தமிழில் மானோம்பு என வழங்கி வருகிறது. அதனையொட்டியே: 'மானோம்புச் சாவடி' (தஞ்சாவூர்), 'மானோம்புக் கிடாய்வரி' (இராமநாதபுரம்) ஆகிய புதிய சொற்கள் தமிழ் வழக்கில் வந்துள்ளன.[2] விழிப்புணர்வு காரணமாக, இந்த விழா பெரும்பாலான இஸ்லாமிய மக்களால் அண்மைக் காலங்களில் புறக்கணிக்கப்பட்டுவிட்டது. சில ஊர்களில் மட்டும் இந்த விழா கொண்டாடப்பட்டு வருகிறது.

இந்த விழாவைப் போன்று, சில கந்தூரி விழாக்களும் தமிழகத்து இந்து சகோதரர்களின் திருவிழாக்களின் சாயலில் நடைபெற்று வருகின்றன. நாகூரில் சாகுல் ஹமீது ஆண்டகை கந்தூரி, ஏறுபதியில் (ஏர்வாடி) சுல்தான் சையது இப்ராஹீம் ஷஹீது (இறைநேசர்) கந்தூரி, மதுரையில் முகையதீன் ஆண்டவர் கந்தூரி ஆகியவை பெரிய கப்பல், தேர் போன்ற அலங்காரங்கள் (தாஜியா) ஆரவாரத்துடனும் வான வேடிக்கைகளுடனும் ஊர்வலமாக எடுத்துச் செல்லப்படுகின்றன. பாமர மக்களின் ஈடுபாட்டைக் குறிக்கும் இந்த விழாக்கள், இஸ்லாமிய சமய உணர்வுகளையோ நெறிமுறைகளையோ சுட்டிக் காட்டுவதில்லை. என்றாலும், இந்த விழாக்களில் இந்து சகோதரர்களும் ஆர்வத்துடனும் ஆழ்ந்த பற்றுடனும் பங்குகொள்வது குறிப்பிடத்தக்கது. சென்னைப் பெருநகரில் உள்ள இந்துக்களில் ஒரு பிரிவினர் இஸ்லாமியரின் முஹர்ரம் நாட்களை 'அல்லா பண்டிகை' என ஆரவாரத்துடன் கொண்டாடி வருவதும் இங்கு நினைவுகூரத்தக்கது.

இதைவிட இன்னும் சிறப்பான செய்தி என்னவென்றால் தமிழகத்துத் திருக்கோயில் விழாக்களில் இஸ்லாமியர் தொடர்பான நிகழ்ச்சிகளை அமைத்துக் கடைப்பிடித்து வருவதாகும். உதாரணமாக, மதுரையில் ஆண்டுதோறும் நடைபெறும் சித்திரைப் பெருவிழாவை அறியாதவர் யாரும் இருக்க முடியாது. இந்த விழாவில் முதன்மை நிகழ்ச்சி அழகர்மலைக் கோவிலில் இருந்து அழகர் பெருமாள், குதிரை வாகனத்தில் மதுரை மாநகருக்கு ஆரோகணித்து வருவதாகும். தனது தங்கையான மதுரை மீனாட்சியின் திருமண நிகழ்ச்சியில் கலந்து கொள்வதற்காக. ஆனால், மதுரையின் வடபகுதியை – வைகை ஆற்றங் கரையை – அவர் அடைந்தவுடன், ஏற்கனவே அவர் தங்கையின் திருமணம் நிறைவேறிவிட்டதாகத் தெரிவிக்கப்படுகிறது. இந்த ஏமாற்றத்தினால் அவர் மதுரை நகருக்குள் நுழையாமல் மதுரைக்கு கிழக்கே வைகைக் கரையிலுள்ள வண்டியூருக்குச் சென்றுவிடுகிறார். அங்கு தமது அன்புக் கிழத்தியான 'துலுக்கச்சி நாச்சியார்' இல்லத்தில் தங்கிவிட்டு அடுத்த நாள், மீண்டும் அழகர்மலை திரும்புவதான நிகழ்ச்சி, ஒவ்வொரு ஆண்டும் சித்திரைப் பௌர்ணமியில் அமைக்கப்பட்டு நடைபெறுகிறது.

இந்த நிகழ்ச்சியைச் சற்று ஆழமாகச் சிந்தித்தால் சில உண்மைகள் தெளிவாகும். மதுரை மீனாட்சியின் திருமணம் என்பது ஹலாஸ்ய புராணத்தில் விவரிக்கப்படும் நிகழ்ச்சியாகும். புராண நிகழ்ச்சிகளுக்கு வரலாற்று வரம்பு எதுவும் கிடையாது. கி.பி.1623க்கு முன்னர் அழகர் மலைக்கோவிலிலிருந்து அழகர் பெருமாள் ஒவ்வொரு ஆண்டும் ஆடி மாதத்தில் புறப்பட்டு, தேனூர் சென்றுவரும் தீர்த்தவாரி வழக்கம் இருந்தது. இந்த நிகழ்ச்சியை மதுரைச் சித்திரைத் திருவிழாவாக மாற்றியமைத்தவர் மன்னர் திருமலை நாயக்கர் ஆவார். மதுரை வட்டாரத்தில் பெரும்பாலான மக்கள் ஆடி மாதத்தில் விவசாயப் பணிகளில் ஈடுபட்டிருப்பதால் விழாவிற்கான மாதமாக வசந்தகாலச் சித்திரையையும், விழா நடக்கும் ஊரான தேனூருக்குப் பதில் தமது கோநகரான மதுரையையும் அவர் தேர்வு செய்து மாற்றியமைத்தார். இத்தகைய அண்மைக்கால நிகழ்ச்சியில், 'துலுக்கச்சி நாச்சியார்' என்ற பாத்திரத்தைப் புராணக் கடவுளான அழகர் பெருமாளுடன் இணைத்து இருப்பது தமிழகத்து சமுதாய நிலையில் சமூக ஒற்றுமையைப் பேண வேண்டும் என்ற முன்னவர்களின் உரிய நோக்கம் போலும்! இதைப் போன்ற இன்னொரு நிகழ்ச்சி, திருவரங்கம் திருக்கோயில் தொடர் புடையதாகும். அத்துடன் சித்திரைத் திருவிழாத் தொடர்புடைய துலுக்கச்சி நாச்சியார் கதைக்குரிய கருவாகவும் இருக்கிறது. இந்தக் கோவிலின் மூலவர் ரங்கமன்னாரின் (அழகிய மணவாளர்) பொன்னாலான திருமேனி கி.பி. 1311இல் நிகழ்ந்த மாலிக்கபூர் படையெடுப்பின் பொழுது ஏனைய அணிமணிகளுடன் கொள்ளைப்

பொருளாகத் தில்லிக்கு எடுத்துச் செல்லப்பட்டதாக அந்தக் கோயிலின் ஒழுகுச் செய்தி அறிவிக்கிறது.[3] ரங்கமன்னாரின் திருமேனியை நாள் தோறும் தரிசித்து மகிழ்ந்த சேவிகை ஒருத்தி திருவரங்கம் அருகில் உத்தமர் கோயிலில் வாழ்ந்து வந்தாள். ரங்கமன்னார் திருமேனி எடுத்துச் செல்லப்பட்டதை அறிந்து, அதை மீட்பதற்காக தக்க துணையாக அறுபது பேர்களைத் திரட்டி தில்லி சென்றாள். அங்கேத் தில்லி பாதுஷாவைத் தமது ஆடல் பாடல்களாலும், 'ஐக்கினி' என்ற களியாட்டத்தாலும் அகமகிழச் செய்து ரங்கமன்னார் திருமேனியைப் பரிசுப் பொருளாக பெற்றுத் திரும்பினாள்.[4] இந்த சேவிகை 'பின் சென்ற வல்லி' என வழங்கப்படுகிறார். இந்த வரலாற்றின் இன்னொரு பகுதி சுவை மிகுந்ததாக இருக்கிறது.

ரங்கமன்னாரின் திருமேனி தில்லியில் இருந்தபோது அதைத் தனது விளையாட்டுப் பொருளாகக் கொண்டிருந்த பாதுஷாவின் மகள் நாளடைவில் அந்தத் திருமேனியின் அழகில் மயங்கி மானசீகக் காதல் வயப்பட்டிருந்தாள். தனக்குத் தெரியாமல், தனது தந்தையார் அந்த திருவுருவச் சிலையை ஐக்கினி ஆட்டக் குழுவினருக்குப் பரிசுப் பொருளாக வழங்கி விட்டதை அறிந்து ஆறாத் துயரடைந்தாள். அதே அவல நிலையில் அவளுடைய உயிர் பிரிந்துவிடுமோ என அச்சமுற்ற டில்லி பாதுஷா அதனை மீண்டும் தேடிப் பெறுவதற்குத் தில்லியிலிருந்து தெற்கே ஒரு படையணியை இளவரசியின் பொறுப்பில் அனுப்பி வைத்தார். தங்களை இளவரசி தொடர்ந்து வருவதை அறிந்து, பின்சென்ற வல்லியின் சகாக்கள் ரங்கமன்னாரைத் திருவரங்கத்திற்குக் கொண்டு செல்லாமல் வழியில் திருப்பதி மலையில் மறைத்து வைத்துவிட்டனர். ஆனால் நேரடியாகத் திருவரங்கம் சென்று தனது முயற்சியில் தோல்வியுற்ற இளவரசி, திருவரங்கத்தில் காத்திருந்து மரணமடைந்ததாக அந்தக் கோயில் ஒழுகு கூறுகிறது.[5]

இந்தப் புதிய 'ராதை'யின் திருவுருவைத் திருவரங்கக் கோயிலில் கருவறைக்கு வெளியே உள்ள மைய மண்டபத்தின் வடகிழக்குப் பகுதியில் ஓவியமாக அமைத்து அதற்கு நாள்தோறும் உரிய வழிபாடுகள் செய்யப்பட்டு வருகின்றன. இந்த 'தில்லி நாச்சி'யாருக்குக் கோதுமை ரொட்டியும் இனிப்புச் சுண்டலும் பருப்புப் பாயசமும் சிறப்பாகப் படைக்கப்பட்டு வருகின்றன. இத்தகைய வழிபாடு திருப்பதி திருக் கோயிலிலும் நடைபெற்று வருகிறது. இவள் 'சாந்து நாச்சியார்', 'பீவி நாச்சியார்', 'துலுக்க நாச்சியார்' என வைணவர்களால் பேதமில்லாமல் பெருமிதத்துடன் வழங்கப்பட்டு வருகிறார். ரங்கமன்னார் திருமேனி, திருவரங்கத்தைவிட்டு அந்நியர் படையெடுப்பின் போது மூன்று முறை வெளியூர்களுக்கு எடுத்துச் செல்லப்பட்டதிலும், அதை மீண்டும் கோவிலில் பிரதிஷ்டை செய்ததிலும் முரண்பாடான செய்திகள்

இருந்தாலும், இந்தத் 'துலுக்க நாச்சியார்' பற்றிய செய்திகளில் வேறுபாடு எதுவும் இல்லை என்பதைத் திருவரங்கக் கோயில் ஒழுகு உறுதிப்படுத்துகிறது.[6]

இத்தகைய புராணமும் வரலாறும் கலந்த இன்னொரு நிகழ்ச்சி புதுக்கோட்டை மானுவலில் இடம்பெற்றுள்ளது.[7] புதுக்கோட்டைக்கு அண்மையில் கோவில்பட்டி என்று ஒரு கிராமம் உள்ளது. இதை யொட்டிய திருவாப்பூரில் உள்ள கன்னி ஒருத்திக்கும் திருச்சிராப்பள்ளியில் இருந்த மலுக்கனுக்கும் (இஸ்லாமிய இளைஞன்) இடையில் மாறாத காதல் மலர்ந்தது. அந்த இளைஞன் ஒவ்வொரு நாள் இரவிலும் திருச்சியிலிருந்து குதிரையில் ஏறி வந்து தனது காதலியைச் சந்தித்துச் செல்வது வழக்கம். இந்த இளம் உள்ளங்களின் காதல் அங்கு காவல் தெய்வமாக விளங்கிய மலைக்கறுப்பருக்குப் பிடிக்கவில்லையாம். தமது எல்லையில் களவொழுக்கத்தில் திளைத்து வந்த மலுக்கனை ஒருநாள் இரவு மலைக்கறுப்பர் கொன்றுவிட்டார். மீளாத் துயரில் ஆழ்ந்த அந்தக் கன்னி தனது இதயக்கோவிலின் தெய்வமாக விளங்கிய அந்த இஸ்லாமிய இளைஞனுக்கு அவன் கொலையுண்ட இடத்தில் ஒரு நினைவுச் சின்னம் அமைத்தாள். அது நாளடைவில் கோவிலாக மாறி இன்று மலுக்கன் கோவில் என வழங்கப்படுகிறது.

மதுரை மாநகரில் நடைபெறும் இன்னொரு திருவிழா, சொக்க நாதக் கடவுள் திருவாதவூரடிகளுக்காக நரிகளைப் பரிகளாக்கிய திருவிளையாடல். ஆண்டுதோறும் ஆவணித் திங்கள் மூல நட்சத்திர நாளன்று இந்தத் திருவிழா மதுரை மீனாட்சி சுந்தரர் கோயிலில் நடைபெறுகிறது. மாணிக்கவாசகருக்காகக் கிழக்குக் கடற்கரையில் இருந்து குதிரைகளைக் கொண்டு வந்த அரபு வணிகருக்குப் பதிலாக இஸ்லாமியர் ஒருவரைக் குதிரையைக் கொண்டுவரச் செய்து விழா நடத்தும் பழக்கம் அண்மைக்காலம்வரை அந்தக் கோயிலில் இருந்து வந்தது. அதைப்போல இராமநாதபுரம் அரண்மனையில் உள்ள சேதுபதி மன்னர்களின் குடும்பக் கோயிலான ராஜராஜேஸ்வரி ஆலயத்தில் நடைபெறும் நவராத்திரி பூசையின்பொழுது, பிரசாதத்தை முதன்முதலில் பெறக் கூடிய தகுதி கன்னிராசபுரம் நாட்டாண்மை அப்துல்கனி சேர்வைக்கு இருந்துவந்தது. சேதுபதி மன்னருக்கு எதிரான போர் ஒன்றில் அப்துல்கனி சேர்வைக்காரர் ஆற்றிய அருந்தொண்டைச் சிறப்பிக்கும் வகையில் அத்தகைய தனிச் சிறப்பை முத்துராமலிங்க விஜயரகுநாத சேதுபதி மன்னர் வழங்கி இருந்தார்.[8] இப்போது சேதுபதி மன்னரும் இல்லை; இந்த மரபும் கைவிடப்பட்டுவிட்டது.

இன்னொரு செய்தி இராமநாதபுரம் சீமையில் உள்ள குணங்குடி சையது முஹம்மது புகாரி (இறைநேசர்) அவர்களுடைய தர்காவைப்

பராமரித்து வரும் உரிமை, அந்த ஊருக்கு அண்மையில் உள்ள துடுப்பூர் அம்பலக்காரர் என்ற இந்துக் குடும்பத்தினருக்கு இருந்து வருவது. இது தமிழ்நாட்டில் வேறு எங்கும் இல்லாத அறங்காவலர் முறையாகும். தமிழகத்தில் முஸ்லிம்களுக்கும் இதர சமயத்தைச் சேர்ந்தவர்களுக்கும் வழிவழியாக வந்துள்ள பிணைப்பிற்கு இதைவிடச் சிறந்த எடுத்துக் காட்டு வேறு என்ன வேண்டும்! இந்தப் புனித அடக்கத்தலத்தின் பராமரிப்பிற்கு உடலாக என்றென்றும் உதவுவதற்கு இராமநாதபுரம் மன்னர்கள் திருமலை ரகுநாத சேதுபதியும் ரகுநாத கிழவன் சேதுபதியும் பல நிலமானியங்களை வழங்கியுள்ளனர் என்பது குறிப்பிடத்தக்கது.

22

கட்டுமானங்கள்

தமிழக இஸ்லாமியர்களான சோனகர்கள் தமிழ்ச் சமுதாயத்தில் வணிகச் செருக்கினாலும், அரசியல் ஊக்குவிப்புகளாலும் வேறு எந்த நாட்டாரும் தமிழகத்தில் எய்தாத, எய்த இயலாத இலக்கிற்கு வளர்ந்து உயர்ந்து நின்றதை வரலாற்றில் பார்க்கிறோம். இந்த வளர்ச்சியின் சாயல் அவர்கள் வாழ்ந்த தமிழகத்தின் நிலையான வாழ்க்கையின் பல கோணங்களிலும் பிரதிபலித்து நின்றதை அந்தக் கால கட்டத்தின் கட்டுமானம், மருத்துவம், கைவினைக் கலைகள், இலக்கியம் ஆகிய வற்றில் காண முடிகிறது. அவர்களுடைய மாளிகைகள் மேனிலை மாடங்களுடன் கூடிய உன்னதமாக உயர்ந்து காணப்படவில்லை. வானம் நாணும் படியாக அவர்களுடைய கொடைத்திறன்தான் உயர்ந்து விளங்கியது. ஆனால் அவர்கள் வலசையாக வாழ்ந்த மனைகளில் தூய்மையும் எளிமையும் இருந்தன. 'சோனக மனையிற்றூய ...' என்பது கம்பன் வாக்கு.[1] என்றாலும், எல்லாம் வல்ல இறைவனை வழிபடுவதற் கான தொழுகைப் பள்ளிகளையும் இறைநேசர்களின் அடக்கத்தலங் களையும் அவர்கள் சிறப்பாக அமைத்து மகிழத் தவறவில்லை. புதிய சமயத்தில் அவர்களுக்கிருந்த அளவு மீறிய ஆர்வத்தையும் அவை பிரதிபலித்தன.

தமிழகத்தைப் பொறுத்தமட்டில் இந்த அமைப்புகள், அதுவரை கட்டுமானக் கலையில் புகுத்தப்படாத புதிய உத்திகளையும் நிலை களையும் சுட்டிக்காட்டின. நாளடைவில், அவற்றில் மத்திய ஆசிய இஸ்லாமியரின் கலைத் திறனும், கீழை நாட்டுத் திராவிட கலைப் பண்பாடுகளும் இணைந்து நிலைகொண்டன. சோழர்களால் துவக்கப் பட்ட குடவரை, செங்கப்படை, சிறு கற்றளி, குடவரை அமைப்புகள், பிற்காலப் பல்லவர், பாண்டியர், நாயக்கர் பாணியில் எழுநிலை மாடங்களுடன் கூடிய விண்ணகரங்களாக உயர்ந்தன. ஆனால், இந்தச் சோனகர்களின் பாணியிலான கட்டுமானங்கள் அளவில் சிறியவை யாகவும் அழகில் சிறந்தனவாகவும் அமைந்தன. குறிப்பாக இந்தக் கட்டுமானங்களின் 'வளைவுகள்', 'உள்ளொடுங்கிய விதானங்கள்'

உப்பரிகை மாடங்கள் போன்ற உத்திகள் புதுமையானவையாக தோற்றுவிக்கப்பட்டன. தமிழகக் கட்டுமானங்களில் அதுவரை அவை இடம் பெற்று இருக்கவில்லை.

பொதுவாக, தமிழகக் கட்டுமானங்களில் வாயில், முகப்பு, சாளரம் போன்ற அமைப்புகள் நேராக நிறுத்தப்பட்ட இரண்டு சட்டங்கள் நிலைகளுக்கிடையில் பிறிதொரு சட்டத்தைக் குறுக்கில் இணைத்துப் பொருத்தப்பட்டன. இவை தலைகீழாக எழுதப்பட்டுள்ள 'ப' எழுத்துப் போன்று (Ր) காட்சியளித்தன. இத்தகைய, இணைச்சட்டம் இல்லாமல் அமைக்கப்படும் கட்டடங்களைக் கும்பாஸ் அல்லது கும்பா என்று அழைப்பது உண்டு. இந்த முறையில் நிர்மாணிக்கப்பெறும் கட்டடங் களின் உட்பகுதி காற்று அழுத்தம், புழுக்கம் குறைந்தவையாக இருந்தன. மேலும், இத்தகைய கட்டடங்களின் பக்கவாட்டுச் சுவர்களுக்குப் பாரமான கற்பாளங்களைத் தாரிசாகத் தாங்க வேண்டிய நிர்பந்தமும் குறைவு. இந்தக் கட்டுமானங்களில் பிறிதொரு முறையும் கையாளப் பட்டது. அவை வளைவு அல்லது குதிரைலாட வளைவு எனப்படுவ தாகும்.

தொடக்கத்தில் இந்த வளைவான அமைப்புகள் தமாஸ்கஸ் (டமாஸ்கஸ்) நகரப் பள்ளிவாயிலில், கி.பி. 705இல் அல்வாலித் என்ற இஸ்லாமியச் சிற்பியால் ஏற்படுத்தப்பட்டன.[2] பிறகு இஸ்லாமியர் ஒன்பதாம் நூற்றாண்டில் ஸ்பெயின் நாட்டை வெற்றிகொண்டு ஆட்சி செய்த பொழுது, அங்கு இந்த முறை பரந்த அளவில் கடைப்பிடிக்கப் பட்டது. காலத்தையும் வென்று காட்சியளித்துக் கொண்டிருக்கும் அந்தக் கலைப்பேழைகளான கட்டடங்களை இன்றும் ஸ்பெயின் நாட்டின் கிரானடா, செரவில், கார்டபோ ஆகிய நகரங்களில் கண்ணாரக் காணலாம். ஐரோப்பிய பிரபுக்களின் மாளிகைகளிலும் தேவாலயங் களிலும் இந்தப் புதிய முறை 'மூரிஸ் பாணி' என்ற பகுப்புடன் பின்பற்றப் பட்டன. அங்கிருந்து உலகின் பல நாடுகளிலும் இந்த முறை, கட்டுமானங்களில் பின்பற்றப்பட்டன. சிரிய-எகிப்திய, இந்திய-பெர்ஸிய, இந்திய-சீன பாணிகள் எனக் குறிக்கப்பட்டவற்றில் இவை ஊடுருவி நிற்கின்றன. ஏற்கனவே அந்தந்தப் பிராந்தியங்கள், நாடுகளின் நடைமுறையில் உள்ள கட்டுமான முறையில், இஸ்லாமியரின் இந்தப் புதிய உத்திகளும் கலந்து பொலிவதுதான் மேலே சொன்ன பாணி அல்லது பகுப்பு என்பதாகும். நமது நாட்டுக் கட்டுமானங்களைப் பொறுத்தவரையில், ஆசிரியர் ஜான் மார்ஷல், 'இந்த இருவகையான பாணிகளுக்கும் பொதுவான இணைப்பை ஏற்படுத்துகின்ற ஆதாரமான தன்மை, இஸ்லாமிய இந்து கலை அழகை உள்ளடக்கியவை என்ற உண்மைதான். ஒன்றைப்போன்று மற்றொன்றிலும் அலங்காரம் முதன்மையானது. இருமுறைகளும் தங்களுடைய மாட்சிக்கு அதையே

சார்ந்துள்ளன' எனக் குறிப்பிட்டிருப்பது இங்கு சிந்திக்கத்தக்கதாகும். வானளாவிய கோபுரம் போன்ற கட்டுமானங்களில் 'மினாரத்' என்ற புதிய அமைப்பும் இஸ்லாமியக் கட்டுமான முறையாகும். இந்த மினாராக்களைத் தரை மட்டம் முதல் சிகரம்வரை ஒரே சீராகவோ கீழிருந்து மேலே செல்லச் செல்ல குறுகலாகவோ அமைப்பதும் உண்டு. அதற்கான உள்கூட்டுப் பாதையும் மினாராவிற்குள்ளாக அமைக்கப் பெறும். இந்த வகை ஸ்தூபிகளைப் பள்ளிவாயில்களில் முதன் முறையாக கி.பி. 673இல் பயன்படுத்தியவர் கலீஃபா முஆவியா என்பவர். இந்தக் கட்டுமானங்களில் வண்ணமும் அழகும் பொருந்தி வழிந்து நிற்பதற்கான புதிய வகையொன்றையும் அவர் ஏற்படுத்தினார். மேலும் கட்டுமான அலங்காரங்களில் மனித, மிருகத் தோற்றங்களைச் சேர்த்தல், இஸ்லாமியக் கோட்பாடுகளுக்கு முரணானது என்ற காரணத்தால் அவற்றைத் தவிர்ப்பதற்கு வண்ணக் கண்ணாடிகளைப் பதித்து அழகு படுத்தும்முறை 'மொஸாயிக்' என வழங்கப்பட்டது. இந்த முறை கி.பி. 684இல் அல்ஸுபைர் என்பவரால் புகுத்தப்பட்டது.[3]

மேற்கண்ட புதிய அமைப்பு முறைகளைக்கொண்ட பள்ளிவாயில் களையும் தர்காக்களையும் தமிழகத்து இஸ்லாமியர் அப்பொழுது பெரும்பான்மையினராக வாழ்ந்த பட்டினங்களில் நிர்மாணித்து வந்தனர். ஆனால், அவற்றை இன்று காண்பது அரிதாக உள்ளது. எனினும், காலத்தின் சீற்றத்திற்கும் ஆட்சியாளரின் அழிமானத்திற்கும் அப்பாற்பட்டு இன்றும் நிலைத்துள்ள சில தொன்மையான அமைப்பு களை இங்கு பார்ப்போம்.

திருச்சிராப்பள்ளியில் உள்ள பழமையான பள்ளிவாசல் ஒன்றில் இஸ்லாமியரின் வில் வளைவுகளைக் காணலாம். இந்தப் பள்ளிவாயில் கி.பி. 714இல் நிர்மாணிக்கப்பட்டது.[4] திருச்சிராப்பள்ளிக் கோட்டை ரயில் நிலையத்திற்கு அருகில் இன்று சிதைந்த நிலையில் இந்தப் பள்ளிவாசல் காட்சியளித்துக் கொண்டிருக்கிறது. அந்தக் காலகட்டத்தில் பிரபலமாக இருந்த அமணப் பள்ளியின் வடிவில், மிகவும் சிறியதாக முழுவதும் கல்லினால் அமைக்கப்பட்டுள்ளது. ஹாஜி அப்துல்லாஹ் இப்னு ஹாஜி அன்வர் என்பவரால் அப்போது அங்கு சிறுபான்மையின ராக வாழ்ந்த இஸ்லாமியரின் வழிபாட்டுத் தலமாக அந்தப் பள்ளி நிர்மாணிக்கப்பட்டதாகத் தெரிகிறது. இஸ்லாமியக் கட்டுமானக் கலையின் ஒரு சிறு பிரதிபலிப்பு இந்தப் பள்ளியின் அமைப்பு என்று கொள்ளலாம்.

இன்னொரு பழமையான பள்ளி, தமிழக வரலாற்றில் குறிப்பிடப் பட்டுள்ளது. 'கீட செம்பி நாட்டு பவித்திர மாணிக்கப்பட்டினத்துக் கீழ்ப்பால் சோனக சாமந்தப் பள்ளி'யாகும். பிற்காலப் பாண்டியரின்

திருச்சிராப்பள்ளியில் கோட்டை ரயில் நிலையத்திற்கு அருகில் கி.பி. 714இல் நிர்மாணிக்கப்பட்ட பழமையான பள்ளிவாசல். நிழற்படம்: கோம்பை அன்வர்.

பேராதரவில் சிறந்து இருந்த சோனகர் ஒருவர் நிர்மாணித்த இந்தப் பள்ளிக்கு நிவந்தமாக ஆம்புத்தூர், மருதூர் முதலிய கிராமங்களை திருப்புவனச் சக்கரவர்த்தி கோனேரின்மை கொண்டான் என்ற பாண்டியப் பேரரசன் கி.பி. *1276*இல் வழங்கிய ஆணையொன்றில் இந்தப் பள்ளி குறிக்கப்பட்டுள்ளது.[5]

கொழும்புவிலிருந்து மாலத்தீவு நோக்கிப் பயணமான உலகப் பயணி இப்னு பதூதாவின் கப்பல் மன்னார் வளைகுடாவில் பாறை ஒன்றில் மோதிப் பயணம் தடைபட்டதால், இராமநாதபுரம் கிழக்குக் கரையில் உயிர்தப்பிக் கரை ஏறினார். பின்னர், மதுரை சுல்தானின் உதவியுடன் தமது பயணத்தைத் தொடங்குவதற்கு முன்னர் சில நாட்கள் மதுரையிலும் பின்னர் பவித்திர மாணிக்கப்பட்டினத்திலும் தங்கினார். கி.பி. *1344*இல் இந்தப் பட்டினத்தை அவர் அரபு மொழியில் சுருக்கமாகப் 'பத்தன்' என்று குறிப்பிட்டு இருப்பதுடன் அந்தச் சோனக சாமந்தப்பள்ளியை 'முற்றிலும் கல்லாலான அழகிய பள்ளி' எனத் தமது குறிப்புகளில் வரைந்துள்ளார்.[6] இன்றைய திருப்புல்லாணி கிராமத்திற்கு அருகிலுள்ள பெரியபட்டினம் என்ற ஊரிலுள்ள கல்லாலான பள்ளியைத்தான் அவர் அங்ஙனம் குறித்திருக்க வேண்டும் என்பது வரலாற்று ஊகமாகும். இதற்குப் பொருத்தமான பல தடயங்கள் அங்கே உள்ளன.[7] பதின்மூன்றாம், பதினான்காம் நூற்றாண்டுகளில் சிறப்புற்றிருந்த இந்தக் கடல்துறை, கடந்த ஆறு நூற்றாண்டுகளில், காலக்கோளினால் சிதைந்து பூம்புகாரைப் போன்று சிற்றூராகச் சிறுமையுற்றதனால் அங்குள்ள இந்தப் பள்ளி சிதைந்து புறத்தோற்றத்தில்

மாற்றங்களுடன் தொழுகைக்கூடம் மட்டும் அப்படியே இருந்து வருகிறது. அங்கு இடம்பெற்றுள்ள பதினெட்டுக் கல்தூண்களை மட்டும் ஆதாரமாகக்கொண்டு இந்தப் பள்ளியின் கட்டுமான வகையைக் கணிப்பது இயலாததாகும். ஆனால் அந்தத் தூண்களின் அமைப்பில் இருந்து அந்தப் பள்ளிவாசல் தொன்மையானது என்பது மட்டும் உறுதியாகிறது.

இதே காலகட்டத்தைச் சேர்ந்த இன்னும் இரண்டு பள்ளிவாசல்கள் பாண்டியரின் தலைநகரான மதுரையில் உள்ளன. முதலாவது மதுரையின் தென்மேற்கு மூலையிலுள்ள காஜிமார் தெருவில் உள்ள சிறிய தொழுகைப் பள்ளியாகும். பாண்டியன் மாறவர்மன் சுந்தர பாண்டியன் ஆட்சிக் காலத்தில் நிர்மாணிக்கப்பட்டதென்றும், இதைப் பராமரிக்க அந்த மன்னரால் மதுரையை அடுத்துள்ள விரகனூர் புளியங்குளம் வழங்கப்பட்டுள்ளது என்றும் தெரிய வருகிறது.[8] பள்ளியின் கட்டுமானம் நீண்ட சதுர வடிவில் திராவிடக் கட்டுமானப் பாணியில் அமைக்கப் பட்ட கல்தூண்களுடன் காட்சி அளிக்கிறது. ஏற்கனவே அங்கு அமைக்கப் பட்ட பள்ளி சிதைவுற்றதால், அங்கு நாயக்கர் ஆட்சியின் போது இந்தக் கட்டுமானம் அமைக்கப் பெற்றிருத்தல் வேண்டும். மற்றது மதுரைப் பெருநகரின் வைகை ஆற்றில் வடகரைக்கு அடுத்ததாக உள்ள கோரிப்பாளையம் சுல்தான் அலாவுதீனுடைய தர்காவாகும். கி.பி. 1050இல் மாலிக்குல் முல்க் என்ற தளபதியுடன் சமயப் பணிக்காக மதுரை வந்த ஹஜரத் சுல்தான் அலாவுதீன் என்ற இறைநேசரின் அடக்க இடத்தின் மீது கட்டப் பட்டுள்ள கட்டுமானமாகும். இதை சுல்தான் அலாவுதீன் தர்கா என மக்கள் வழங்கி வருகின்றனர். இஸ்லாமியக் கட்டுமான முறையில் கீழே விரிந்து மேலே சுருங்கிய கும்பாஸ் (குப்பா) அமைப்பில் காட்சி யளிக்கிறது. தரைமட்டத்திலிருந்து 22 அடி உயரத்தில் முடிவு பெறும் இந்தக் கும்பாஸ் 69 அடி சுற்றளவில் சுமார் 12 அடி உயரத்தில் அமைக்கப்பட்டுள்ளது. மேலும் இந்தக் கும்பாஸ் முழுவதும் ஒரே கல்லால் அமைக்கப்பட்டதாகக் குறிக்கப்பட்டுள்ளது.[9] இத்தகைய கும்பாஸ் முறை அடக்கத்தலங்கள் கீழக்கரை ஜாமியா மஸ்ஜிது பள்ளியின் எதிர்புறத்திலும், ஏறுபதி சுல்தான் இப்ராஹீம் ஷஹீது அடக்கத்தலத்திலும், இராமநாதபுரம் நூர் சாகிப் (வலி) அடக்கத் தலத்திலும், புதுக்கோட்டைக்கு அண்மையில் காட்டுபாவா சாகிபு அடக்கத்தலத்திலும் உள்ளன.

மேலும் தொண்டி திறப்புக்காரர் தர்கா, புனித சேகு அபுபக்கர் சாயபு, முத்துராமலிங்கப்பட்டினம் புனித சையது முஹம்மது சாயபு, பாசிப்பட்டினம் புனித நெய்னா முஹம்மது சாகிபு தர்கா, கோட்டைப் பட்டினம் புனித ராவுத்தர் சாயபு, முத்துப்பட்டினம் புனித சேகு தாவுது,

அதிராம்பட்டினம் புனித ஹாஜா அலாவுதீன் அடக்கத்தளங்களும் கும்பாஸ் முறையிலேயே அமைக்கப்பட்டுள்ளன. இவை பிற்காலத்தில் சுமார் மூன்று நூற்றாண்டுக் கால இடைவெளியில் நிர்மாணிக்கப்பட்டவை.

அடுத்து, காயல்பட்டினத்தில் உள்ள பழைய குத்பா பள்ளிவாசலும் தமிழக இஸ்லாமியரின் தொன்மையான அமைப்பில் உள்ளதாகும். இந்தப் பள்ளி முழுவதும் கல்லால் அமைக்கப்பட்டுள்ளது. சதுர வடிவில் உள்ள இந்தப் பள்ளியில் வளைவுகளோ, கும்பாஸ் விதானங்களோ, மினாராக்களோ இல்லாமல் எளிமையான அழகுடன் காட்சியளிக்கிறது. காயலில் பாண்டியன் மாறவர்மன் குலசேகரனின் (1274-1310) பேரவையில் முதன்மை அலுவலராக விளங்கிய பெரு வணிகர் சுல்தான் ஜமாலுத்தீன் என்பவரால் பதின்மூன்றாம் நூற்றாண்டின் இறுதியில் இந்தப் பள்ளி நிர்மாணிக்கப்பட்டதாகும். அவர், அரபு நாட்டிலிருந்து காயல்பட்டினத்தில் குடியேறியவரானாலும், அப்போதைய நடை முறையில் இருந்த 'மூரிஸ்' முறையைப் பின்பற்றி இந்தப் பள்ளியை அமைக்கவில்லை. அதற்கான காரணம் என்ன என்பதும் புலனாக வில்லை.

இராமேஸ்வரத்தில் உள்ள தொழுகைப்பள்ளி, வரலாற்றுத் தொன்மை வாய்ந்தது ஆகும். இதை 1311இல் தென்னகப் படை யெடுப்பின் இறுதி நிகழ்ச்சி எனக் குறிப்பிடத்தக்க வகையில் தில்லி பேரரசர் அலாவுதீன் கில்ஜியின் தளபதி மாலிக் கபூர் அமைத்தார்.[10] 1318இல் அங்கு மற்றொரு படையெடுப்பிற்குத் தலைமை தாங்கிச் சென்று தில்லி திரும்பிய தளபதி குஸ்ருகான் அந்தப் பள்ளியில் மராமத்துப் பணிகளை மேற்கொண்டதாக வரலாற்றுக் குறிப்புகளில் காணப்படுகிறது.[11] இந்தச் சிறு பள்ளிவாசல் முழுவதும் கல்லினால் அமைக்கப்பட்டு நீண்ட சதுர வடிவில் உள்ளது. வழிபாட்டுப் பேரவையை உள்ளடக்கியதாக முகப்பிலும் தெற்கிலும் வடக்கிலுமாக நீண்ட பத்திகளுடன் விளங்கு கிறது. இன்ன பாணியிலான கட்டுமானம் எனக் குறிப்பிடும் வகையில் அங்கு நுணுக்கமான வெளிப்பாடுகள் எதுவும் இல்லை. தளபதி மாலிக் கபூரின் படையெடுப்பின் பொழுது, குறுகிய காலத்தில் அவசரப் பணியாக இந்தக் கட்டுமானத்தை அமைத்திருக்க வேண்டும் என்பதே இதற்குத் தெளிவான விடை.

அடுத்து, குறிப்பிடப்பட வேண்டிய பள்ளி, கீழக்கரையில் உள்ள ஜாமியா மஸ்ஜிது என அழைக்கப்படும் தொழுகைப் பள்ளியாகும். அங்கு தொழுகைப் பள்ளிகள் பல இருந்த பொழுதிலும், வரலாற்றுச் சிறப்பும் கட்டுமானச் செறிவும் கலந்து விளங்குவது இந்தப் பள்ளிவாசல் மட்டுமே. ஏன் தமிழகத்திலேயே இத்தகைய கலைப் பேழையாக விளங்கும் பள்ளிவாசலை வேறு எங்கும் காண முடியாது! பதினேழாம்

நூற்றாண்டின் திராவிடக் கட்டடக்கலைக்குக் கட்டியம் கூறும் இந்தக் கலைப் படைப்பை இஸ்லாமிய உலகிற்குக் காணிக்கையாகத் தந்தவர் காலமெல்லாம் புகழப்படுகிற வள்ளல் சீதக்காதி என்ற ஷெய்கு அப்துல் காதர் மரைக்காயரும் அவருடைய இளவல் பட்டத்து அபூபக்கர் மரைக்காயரும் ஆவர். நீண்ட சதுர வடிவில் நான்கு சுவர்களும், இருபத்து நான்கு தூண்களும், விதானமும் அனைத்தும் நல்ல வெள்ளைப் பாறைக் கல்லால் வடிவமைக்கப்பட்டு விளங்குகின்றன. ஆலயங்களில் உள்ள திருச்சுற்றாலை போன்று கம்பீரமாகக் காட்சியளிக்கும் இந்த அமைப்பில், சிற்பிகளின் கைத்திறன் சிற்றூண்கள், சாளரம் அனைத்திலும் கனிந்து ஒளிர்கின்றது. இவற்றில் இஸ்லாமியச் சமயக் கோட்பாடு களுக்கு இணங்க உருவங்கள் எதுவும் இல்லாமல் மலர்கள், கொடிகள் முதலியவற்றுடன் அமைக்கப்பட்டு இருப்பது குறிப்பிடத் தக்கது.

வரலாற்றுத் தொடர்புடைய இன்னொரு இஸ்லாமியக் கட்டுமானம் நாகூரிலுள்ள புனித சாகுல் ஹமீது ஆண்டகையின் அடக்க இடமாகும். இந்த இறைநேசரிடம் முழுமையாக, ஆன்மபூர்வமாக ஈடுபட்டு, அடிமையாகிவிட்ட தஞ்சை மன்னர் பிரதாப்சிங், இந்தக் கட்டிடத்தை நிலையான அன்புக் காணிக்கையாக அமைத்திருக்கிறார். அங்குக் காணப் படும் கல்வெட்டு ஒன்றிலிருந்து இந்தக் கட்டுமானம் முழுவதும் 1757இல் பதினேழு நாட்களில் அமைத்து முடிக்கப்பட்டதாகத் தெரிகிறது.[12] இவ்வளவு குறுகிய காலத்தில் அமைக்கப்பட்ட இந்தப் பிரம்மாண்டமான கட்டுமானத்தில் கலை நுணுக்கமான உத்தி எதையும் எதிர்பார்த்தல் இயலாத ஒன்று. என்றாலும், இந்தத் தர்காவை ஒட்டி எழுப்பப்பட்டுள்ள ஏழு கொடி மாடங்களும் தமிழகக் கட்டுமானக் கலைக்குப் புதுமையானவை. உலகில் இத்தகைய கொடி மாடங்கள் முதன்முறையாக சிரிய நாட்டில், ஏழாம் எட்டாம் நூற்றாண்டுகளில் கண்காணிப்பு மேடை போன்று உயரமாக எழுப்பப்பட்டன.[13] அதையொட்டி, பின்னர், கிறிஸ்தவத் தேவாலயங் களில் சதுர வடிவில் மணிக் கூண்டுகளாக, உயரமாக அமைக்கப் பட்டன. பிற்கால இஸ்லாமியக் கட்டுமான அமைப்பான 'மினாரா'க் களுக்கு இத்தகைய கட்டடக்கலை முன்னோடியாகும்.

பத்தொன்பதாம் நூற்றாண்டில் அமைக்கப்பட்ட இஸ்லாமியக் கட்டுமானங்களில் மீண்டும் இஸ்லாமிய உத்திகள் ஓங்கி மிளிர்கின்றன. காரணம் அப்போது தமிழகத்தில் பெரும்பகுதி ஆற்காட்டு நவாபின் ஆதிக்கத்தில் இருந்தது. அதனால் அரசியல் ஆதரவுடன் அமைக்கப்பட்ட அந்தக் கட்டுமானங்களில் இஸ்லாமிய உத்திகள் பரவலாகப் பயன் படுத்தப்பட்டன. அவற்றை நன்கு அறிந்திருந்த சிற்பிகளும் கல்தச்சர் களும் அப்போது தமிழகத்தில் ஏராளமாக இருந்தனர். சென்னைச்

சேப்பாக்கத்திலுள்ள ஆற்காட்டு நவாப் மாளிகை போன்ற ஓரிரு கட்டுமானத் தொகுதிகளைத் தவிர ஏனையவை அனைத்தும் இறைவழிபாட்டிற்காக ஆங்காங்கு அமைக்கப்பட்ட தொழுகைப் பள்ளிகளாகும். சென்னைப் பெருநகரிலும், தஞ்சை, திருச்சிராப்பள்ளி, மதுரை, இராமநாதபுரம், திருநெல்வேலிப் பகுதிகளிலும் உள்ள பெரும்பாலான தொழுகைப் பள்ளிகள் இந்தக் கால கட்டத்தையும் வகையையும் சேர்ந்தவையாகும்.

இன்னொரு அற்புதமான படைப்பு காயல்பட்டினத்தில் உள்ளது. தமிழகத்தில் வேறு எங்கும் காணப்பெறாத இஸ்லாமியக் கட்டடக் கலைச் சின்னத்தை 1865இல் பாக்தாத் மௌலானா என அழைக்கப்பட்ட சமயச் சான்றோர் நிர்மாணித்துள்ளார். பாக்தாத்திலிருந்து காயல் பட்டினத்திற்குக் குடிபெயர்ந்த அவர் அந்தக் காலகட்டத்தில் சுமார் நாற்பதினாயிரம் ரூபாய் செலவில் ஆறு ஆண்டுக் காலத்தில் இதைக் கட்டி முடித்துள்ளார்.[14] இஸ்லாமியரின் ஞான மார்க்கமான காதரியா தரீக்காவைப் பின்பற்றுபவர்கள், ஒன்றுகூடி அமர்ந்து இறைத் தியானம் *(திக்ரு)* செய்வதற்குப் பயன்படும் பொது மண்டபமாக இதை அமைத்தார்.

தமிழகக் கட்டுமானக் கலையில் முழுமையான இஸ்லாமியப் பகுப்பைப் பறைசாற்றும் பாணியில் விளங்குகின்ற இந்த வில் விதான மண்டபம், நாற்பத்து இரண்டு அடி உயரமும் நூற்று இருபத்தாறு அடி உட்புறச் சுற்றளவும் கொண்டதாகக் கவிழ்க்கப்பட்ட தேங்காய் மூடி போன்ற அமைப்பில் காணப்படுகிறது. உட்புறத்தில் எவ்வித விட்டங்களோ சட்டங்களோ பயன்படுத்தாமல் 'கும்பாஸ்' அமைப்பாக உள்ள இதனை 'மஹ்ழறா' என அழைக்கின்றனர். கூடும் இடம் என்ற பொருளில் உள்ள அரபுச் சொல்லான *மஹ்ழறா,*[15] தமிழில் வழங்கப்படுகிற பல அரபுச் சொற்களைப் போன்று இந்தக் கட்டுமானமும் அரபுச் சொல்லில் மாற்றம் இல்லாமல் அப்படியே இன்றும் வழங்கப்பட்டு வருகிறது.

ஆனால், திண்டுக்கல் பேகம்பூரில் உள்ள தொழுகைப் பள்ளிவாசல் மட்டும் மேலே கண்ட பகுப்புகளில் வரையறுக்க முடியாததாகும். காரணம் இந்தப் பள்ளிவாசலை நிர்மாணித்தவர், மைசூர் அரசரின் ஆட்சியின் ஒரு பகுதியாக இருந்துவந்த அந்தப் பாளையத்தின் ஆளுநராக விளங்கிய செய்யது சாகிபின் மனைவியும் திப்பு சுல்தானின் அத்தையுமான அம்ருன்னிஸா பேகத்தின் நினைவாக அந்தத் தாகாவும் தொழுகைப் பள்ளியும் நிர்மாணிக்கப்பட்டன. அவற்றின் பராமரிப் பிற்காக 360 ஏக்கர் கொண்ட நிலத்தையும் மேட்டுப்பட்டிக் கிராமத்தையும் மன்னர் திப்புசுல்தான் அளித்தார்.[16] இந்தப் பள்ளியும்

இஸ்லாமியக் கட்டுமானத்திற்கு ஏற்றதொரு எடுத்துக்காட்டாக, எளிய, அழகிய, மிடுக்கான தோற்றத்துடன் விளங்குகிறது.

இந்தக் கால கட்டடதைச் சேர்ந்த இன்னொரு பழமையான அமைப்பு சென்னைப் பெருநகரில் சேப்பாக்கம் கடற்கரையோரம் உள்ள நவாப் வாலாஜா முஹம்மது அலீயின் மாளிகை ஆகும். ஆற்காட்டிலிருந்து தமது இருப்பிடத்தைச் சென்னைக்கு மாற்றிக்கொண்ட நவாப் முஹம்மது அலீ அப்போது சென்னைக் கடற்கரையில் அமைக்கப் பட்டிருந்த ஆங்கிலேயரின் பண்டகசாலையையும் கோட்டையையும் அடுத்து கி.பி. *1763*இல் இந்த அழகு மாளிகையை அமைத்தார்.[17] பற்பல தொகுதிகளான கட்டடங்களையும் பூங்கா, நீச்சல்குளம் ஆகியவற்றுடன் விளங்கிய இந்த மாளிகை, ஆங்கிலேயரின் ஆட்சியில் அழிவைச் சந்தித்தது. ஆனால் கால்சா மகால், ஹுமாயூன் மகால், திவானே கான்வாரா ஆகிய பகுதிகள் மட்டும் எஞ்சி நின்று இந்த நாட்டின் பாரம்பரியக் கலைக்குப் பல்லாண்டு பாடிக் கொண்டிருக்கின்றன.

*1801*இல் ஆற்காட்டு நவாபின் ஆட்சியைத் தமிழக வரலாற்றிலிருந்து அகற்றிவிட்டு, தமிழக நிர்வாகத்தை நடத்திய ஆங்கிலப் பேரரசின் பிரதிநிதிகளான கிழக்கிந்தியக் கம்பெனியார், தங்களுடைய ஆட்சியின் பொழுது, சில பொதுக் கட்டுமானங்களை அமைத்தனர். கடந்த கால ஆடம்பரத்தையும் நிகழ்காலத் தேவையையும் உள்ளடக்கியதாக அவை அழகுடன் மிளிர்கின்றன. குறிப்பாக, சென்னைத் தலைமை நீதிமன்றம், கோவை விவசாயக் கல்லூரி, மதுரை, தஞ்சை மாவட்ட ஆட்சியர் அலுவலகங்கள் ஆகியன. இவை அனைத்திலும் இஸ்லாமியக் கட்டடக் கலைக் கூறுகளான பகுப்புகளான வில்வளைவு, உள்ளொடுங்கிய விதானம், சாய்ந்த, வளைந்த படிக்கட்டுகள் சிறு மினாராக்கள் போன்றவற்றைப் பல அளவுகளிலும் முறைகளிலும் பயன்படுத்தி அழகு சேர்த்துள்ளனர்.

இத்தகைய இஸ்லாமியக் கட்டடக்கலை ஊடுருவால் தமிழகக் கட்டடக்கலையின் தொன்மையும், அழகும், கம்பீரமும், புதிய பரிணாமங் களில் பிரதிபலித்து நின்றன. கட்டடக் கலைஞர்கள், சிற்பிகளின் சிந்தனையும் செயல் திறனும் இந்தப் புதிய கலப்பினால் வளர்ந்து முதிர்ச்சி பெற்றுள்ளன. இந்த வளர்ச்சி மனித நாகரிகத்திற்கும் பண்பாட்டிற்கும் தொடர்ந்து பலனளிக்கும். அப்போது கடந்த பற்பல நூற்றாண்டுகளாக மனித ஆற்றலும் அழகுணர்வும் கலந்து மலர்ந்துள்ள பிரம்மாண்டமான கட்டுமானங்களின் கவிதை ஒலியில், இறைவனின் சாந்தி மார்க்கமான இஸ்லாத்தின் இதயத் துடிப்பும் எதிரொலிக்கும்.

23

கல்வெட்டுகளும் செப்பேடுகளும்

தமிழக வரலாற்றைத் தெளிவாக வரைவதற்குத் தக்க சாதனமாக தமிழகத்தின் முடியுடை மன்னராக விளங்கிய சேர, சோழ, பாண்டியர்களும், மன்னர்களும், நாயக்கர்களும் தங்களுடைய ஆட்சிக் காலத்தில் பொறிக்கச் செய்த கல்வெட்டுகளும் செப்பேடுகளும் அமைந்துள்ளன. அவற்றிலிருந்து அன்றைய ஆட்சிமுறை, ஆட்சிக்குட்பட்ட நாடுகள், அரசியல் நிகழ்ச்சிகள், அரும்பெரும் செயல்கள் போன்ற பல செய்திகள் பெறப்படுகின்றன. கால வெள்ளத்தில் அழிந்து போன வரலாற்றின் கூர்மையான விளிம்புகளின் விளக்கமாகவும் அவை விளங்குகின்றன. ஆனால், இந்தச் செய்திகள், தமிழக இஸ்லாமியர்களைப் பற்றி அவர்களுடைய தொன்மை, பண்பாடு, பழக்க வழக்கங்கள், தமிழ்ச் சமுதாயத்தில் அவர்களுடைய பங்கு என்பன போன்ற பலவற்றை முழுமையான அளவில் புரிந்துகொள்ள உதவவில்லை. காரணம், தமிழகத்தில் இஸ்லாமியர்களின் அரசு, ஆட்சி, ஒரு நூற்றாண்டுக் கால அளவில்கூடத் தமிழகத்தில் தொடர்ந்து நடைபெறவில்லை. ஆதலால் இஸ்லாமிய மன்னர்களோ ஆளுநர்களோ வழங்கிய சாசனங்களை வரலாற்றில் காண்பது அரிது.

என்றாலும், தமிழகத்தில் ஏழாம் நூற்றாண்டு முதல் அரபுக்குடா நாடுகளில் இருந்து வணிகத்திற்காகவும் சமயப் பணிக்காகவும், இஸ்லாமியர் குடிபுகுந்தது, தொழுகைப்பள்ளி நிர்மாணம், அரசியல் ஊக்குவிப்புகளுக்கு உரியவர்களாக விளங்கியமை, இறையிலிகள் பெற்றமை, தமிழ் மக்களுடன் இணைந்து செயல்பட்டமை போன்ற செய்தித் தொடர்கள் சில கல்வெட்டுகளிலும் செப்பேடுகளிலும் குறிக்கப் பெற்று இருப்பதால், அவற்றையே நமது ஆய்வுக்குரிய தமிழக இஸ்லாமியரைப் பற்றிய கல்வெட்டுகளும் செப்பேடுகளும் எனக் கொள்ளுதல் பொருத்தமாகும்.

முதல் கல்வெட்டு

முஹம்மது நபி (ஸல்) அவர்களுடைய இறைமறையை, அவருடைய காலத்திலேயே தாங்கிவந்த தவச் செல்வர்களான நபித்தோழர் உல் அன்சாரியின் அடக்கமும் நபித்தோழர் உக்காஸாவின் அடக்கமும் முறையே கோவளத்திலும் முஹம்மது பந்தரிலும் அமைந்துள்ள போதிலும் திருச்சிராப்பள்ளியில் முஹம்மது அப்துல்லாஹ் இப்னு ஹாஜி முஹம்மது அப்துல்லாஹ் நிர்மாணித்த தொழுகைப் பள்ளியில் வரையப் பெற்றுள்ள ஹிஜ்ரி 114 (கி.பி. 734)ஆம் ஆண்டு அரபிக் கல்வெட்டுதான் தமிழகத்தில் நமக்குக் கிடைத்துள்ள தொன்மையான இஸ்லாமியக் கல்வெட்டாகக் கொள்ள வேண்டும். தமிழகத்தில் எட்டாம் நூற்றாண்டில் இஸ்லாமியர் தங்கி வாழத் தொடங்கினர் என்பதை ஆதாரப்பூர்வமாகக் காட்டுகிறது இந்த சாசனம். இஸ்லாமியர்களின் புதிய குடியிருப்புகள் திருச்சிராப்பள்ளியில் மட்டும் அல்லாமல் பாண்டியனின் தலைநகரான மதுரையிலும், அந்த நாட்டின் கீழைக் கடற்கரையெங்கும் அஞ்சுவண்ணங்களாக அமைந்து இருந்தன. அதை இராமநாதபுரம் மாவட்டம் தீர்த்தாண்ட தானக் கல்வெட்டுச் சான்று பகர்கின்றது. அந்தக் கல்வெட்டில் 'இவ்வூரில் இருக்கிற அஞ்சுவண்ணமும், மணிக்கிராமத்தோரும் ஆரியர் சாமாந்தப் பண்டக சாலையும், பட்டாரியரும், தோயா வத்திரச் செட்டிகளும், தென்னிலங்கை வலஞ்சியரும், கைக்கோளரும், தூசுவரும், வாணியரும், நீண்ட கரையாரும், கோயில் திருமுன்பிலே நிறைவறக் கூடியிருந்து' எனக் குறிப்பிடப்பட்டுள்ளது.[1]

சோனகர்களின் அஞ்சுவண்ணம் தமிழகத்தில் பல பகுதிகளில் அமைந் திருந்ததைப் பல இலக்கியச் சான்றுகள் தெரிவித்தாலும் இந்தக் கல்வெட்டின் வாசகம்தான் வரலாற்றுக்கு ஆதாரமாக உள்ளது. சங்க இலக்கியங்கள் சுட்டுகின்ற யவனச் சேரிகள் போன்று, சோனகரின் அஞ்சுவண்ண மொன்று மதுரைப் பெருநகரில், ஒன்பதாம் பத்தாம் நூற்றாண்டில் இருந்தது. சோனகர் பதினாயிரம் பொன் கொடுத்து, கூன்பாண்டிய னிடமிருந்து கைக்கொண்ட காணி உரிமை பற்றிய வழக்கு ஒன்று பின்னர் கி.பி. 1573இல் மதுரை மன்னரான முத்துவீரப்ப நாயக்கரால் தீர்வு பெற்றதை மதுரைக் கோரிப்பாளையக் கல்வெட்டு அறிவிக்கிறது.[2]

வணிகர்களாக வந்த சோனகர், நாளடைவில் இந்த மண்ணின் மாண்புக்குரிய மக்களாக நிலைத்துவிட்டனர். அவர்களுக்குப் பத்தாம் நூற்றாண்டில் சோழர்களின் ஆட்சியிலும், பன்னிரண்டாம், பதின் மூன்றாம் நூற்றாண்டிலும், பிற்காலப் பாண்டிய அரசுகளிலும் நல்ல சமூகச் சூழ்நிலைகளும் அரசியல் ஊக்குவிப்புகளும் உதவின. 'தஞ்சைப் புறம்பாடி ராஜ்ய வித்தியாதரப் பெருந்தெருவில் இருக்கும் சோனகன் சாவூர்' (சாமுன் என்று இருத்தல் வேண்டும்) என்ற ராஜராஜ

சோழனின் தஞ்சைப் பெருவுடையார் கோவில் கல்வெட்டிலும் 'திருமந்திர ஓலை நாயகனான கங்கைகொண்ட சோழபுரத்து ராஜ வித்தியாதரப் பெருந்தெருவில் இருக்கும் சோனகன் சாவூர்' என ராஜேந்திர சோழனின் கோலார்க் கல்வெட்டிலும் சோனகரின் பெருந் தலைவர் ஒருவர் குறிப்பிடப்பட்டுள்ளார். இவருக்கு 'இராஜேந்திரச் சோழபுரத்து இராச விச்சாதிரப் பெருந்தெருவில் இருக்கும் சோனகன் சாவூர் பரஞ்சோதியான சோழ கந்தர்வப் பேரரயன்' எனப் புகழுரை சூட்டப்பட்டுள்ளது.[3] சோழர்களின் பேரவையை அலங்கரித்த இந்தச் சோனகரைப் போன்று, பாண்டியரின் அரசியல் பணியிலும் சோனகர் ஒருவர் சாமந்தராக இருந்தார் என்பதைத் திருப்புல்லாணிக் கோயிலில் உள்ள கோனேரின்மை கொண்டானான பாண்டியன் சடையவர்மனின் எட்டாம் ஆண்டுக் கல்வெட்டு ஒன்று குறிக்கிறது. பாண்டியப் படைப் பிரிவின் சாமந்தனராக விளங்கிய சோனகர் ஒருவர் பெயர் அறியத் தக்கதாக இல்லை. பவுத்திரமாணிக்கப் பட்டினத்தில் அமைத்த பள்ளிக்கு நிவந்தமாக ஆம்புத்தூர் மருதூர் முதலான ஊர்களை இறையிலியாக இருந்துவரப் பாண்டியன் கோனேரின்மை கொண்டான் ஆணை இட்டான். அந்த ஆணை,

> ...கீட் செம்பிநாட்டு பவித்திர மாணிக்கப்பட்டினத்தில் கீழ்ப்பால் சோனக சாமந்தப் பள்ளியான பிழார்ப்பள்ளி ஆழ்வாருக்கும், இவர் செய்யத் திருவாய் மலர்ந்தருளிய படிக்கு...

என நீண்டு தொடர்கிறது.[4] பதினான்காம் நூற்றாண்டின் தொடக்கத்தைச் சேர்ந்த தஞ்சை மாவட்டம் திருக்களர்க் கல்வெட்டு, பாண்டியரின் அரசுக் கட்டிலுக்கான போட்டியில் பாண்டிய நாட்டு முஸ்லிம்கள், சுந்தர பாண்டியனைச் சார்ந்து நின்று உதவிய உண்மையை வெளிப்படுத்துவ துடன் அந்த உள்நாட்டுப் பூசலினால் உருக்குலைந்த தமிழகத்தையும் அந்தக் கல்வெட்டுத் தொடர் கீழ்க்கண்டவாறு உணர்த்துகிறது:[5]

> ...முன்னாள் இராஜராஜன் சுந்தர பாண்டியத் தேவர் துலுக்கருடன் வந்த நாளிலே, ஒக்கூருடையாரும், இவர் தம்பிமாரும், அனைவரும், அடியாரும்... செத்தும் கெட்டுப் போய் அலைந்து, வரும் வெள்ளத் தாலும் கலகத்தாலும் பாழாய் இருக்கிற அளவிலே...

இதே காலத்தில் தென்பாண்டி நாடு சேர மன்னன் உதய மார்த்தண்டனின் ஆட்சியில் அமைந்து இருந்தது. அங்கும் இஸ்லாமியர் அரசின் ஆதரவுக்கு உகந்தவர்களாக இருந்தனர் என்பதைக் காயல்பட்டினக் கல்வெட்டு ஒன்றிலிருந்து தெரிகிறது. அந்தக் கல்வெட்டின் வாசகம்:

> சோனாடு கொண்டான் பட்டினத்து ஜும்மாப் பள்ளிக்கு உதய மார்த்தாண்டப் பெரும்பள்ளி எனப் பெயருங் கொடுத்து அவ்வூரில், காதியாரான அலுவக்கருக்கு உதய மார்த்தாண்ட காதியார் எனப் பேரும் கொடுத்து இந்தப் பள்ளிக்குச் சுவந்திரமாக இந்தச் சோனாடு

கொண்டான் பட்டினத்துறையில், ஏற்றுமதி இறக்குமதி கொள்ளும் பொருளிலும், விலைப்படி உள்ள முதலுக்கு நாலு பணத்துக்குக் கால் பணமாக உள்ள விழுக்காடு கொள்ளும்படி...[6]

என ஆணையிடுகிறது. கி.பி. *1330-1378*வரை மதுரையில், தன்னாட்சி செய்த சுல்தான்களின் ஆட்சிக் காலத்துப் பொறிக்கப்பட்ட நான்கு கல்வெட்டுகள் இராமநாதபுரம், புதுக்கோட்டை மாவட்டங்களில் கிடைத்துள்ளன. அதுவரை தமிழகக் கல்வெட்டுகள் வரையப்பட்டுள்ள வகையிலிருந்தும் அவை மாறுபட்டுள்ளன. அவற்றில் இருந்து சில பகுதிகள் கீழே கொடுக்கப்பட்டுள்ளன:

'இராசர்கள் தம்பிரானுக்கு *761* ஞ பங்குனி மாதம் 5ஆம் தேதி பொன்னமராவதி நாட்டு நாட்டாரோம் விரையாச் சிலை உள்ளிட்ட ஊரவருக்கும் கோட்டியூர் உள்ளிட்ட ஊரவரும் பிடிபாடு பண்ணிக் கொடுத்த பரிசாவது.

'இராசாக்கள் தம்பிரானுக்கு சூரக்குடி அழியச் செய்வதாக மஞ்சிலிக எலிசுகானை, ஆசம் காத்தானை, முஸாக் கான்கானை, இராசாத்தி கானுடனே பரிகாரம் ஏவப்பட்டு, சூரக்குடியும் அழியச் செய்து, மாத்தூர் குளத்திலே விடுதியா விரைச்சிலை, கோட்டியூர் ஊரவர் களைக் காணச் சொல்லி அருளிச் செய்தபடியாலே, இவ்வடிகள் கண் அளிவுக்கு இராசாக்கள் தம்பிரானார் தோசது கானுக்கும் எங்களுக்கும் பிரமாணம் வரகாட்டி அருளினபடி...[7]

'... ஆதி சுரத்தானுக்கு ...சித்திரை ...தியதி பூர்வபட்சத்து ஏகாதேசியும் திங்கட்கிழமையும் பெற்ற பூசத்து நாள் பொன்னமராவதி நாட்டு இராசசிங்கமங்கலத்து ஊராக..

'இசைந்த ஊரவர்க்கு கானநாடான விருதராச பயங்கர வளநாட்டு ஆதனூர் ஊராக இசைந்த ஊரோம் காவல் பிரமாணம் பண்ணிக் கொடுத்த பரிசாவது துலுக்கர் கலகமாய் எங்குங்...

'கட்டாளும் பிடியாமல் பரிகரித்து வேறு ஒருவர் இவ்விடங்களில் நிலை நரருங் கொள்ளாமல் பரிகரித்து கள்வனூர் அடித்துக்கொண்டு போன கன்றுங்காலியும் விடுவித்துத் தந்து...

'நாங்கள் இங்கு இருக்குமளவும் சோறு பாக்கும் ஆராய்ந்து எங்களைப் பரிகரித்துக் கொண்டு போக வேணுமென்கிற...[8]

'...மகாமதி சுரத்தானுக்கு யாண்டு பங்குனி எந்தியதி நாள் பொன்னமராபதி நாட்டுப் பனையூர் குளமங்கலத்து ஊரக இசைந்த ஊரவரோம் குளமங்கலத்தில் தரகு காரியமாக இரண்டு ஊரும் படை பொருது ஆளும்பட்டு ஊரும் அழிந்து வேண்டின நிக்கே போய் மீண்டும் ஊரிலே குடி புகுதுகையில் எங்களில் குடி இராதபடியாலே

நகரத்தாரும் கம்மாளரும் கூடி எங்களைச் சேர இருக்கையில்...[9]

இவற்றிலிருந்து நான்கு உண்மைகள் பெறப்படுகின்றன:

1. முதன்முறையாக இஸ்லாமியரின் ஹிஜ்ரி ஆண்டுக் கல்வெட்டில் கையாளப்பட்டுள்ளது.
2. தமிழகத்தின் ஏனையக் கல்வெட்டுகளில் காணப்படுவது போல இவற்றில் மன்னரின் விருதாவளிகள் பயன்படுத்தப்படவில்லை.
3. தொடர்புடைய இஸ்லாமியப் பெயர்கள் தமிழின் ஒலி வடிவத்திற்கு ஏற்பத் தமிழுருப்பெற்று பயன்படுத்தப்பட்டுள்ளன.
4. கல்வெட்டின் நடை கொடுந்தமிழாகவோ, கொச்சைத்தமிழாகவோ இல்லாமல் நல்ல பழகு தமிழாக அமைக்கப்பட்டுள்ளது.

ஏறத்தாழ நானூறு ஆண்டுகளுக்குப் பின்னர் தமிழக வரலாற்றில் மட்டுமல்ல, இஸ்லாமியக் கல்வெட்டிலும் மாற்றம் காணப்படுகின்றன. கி.பி. 1749இல் வரையப் பெற்றுள்ள ஆற்காட்டு நவாபின் கல்வெட்டு[10] ஒன்றில்,

> ...மகா மண்டலேசுவர மேதின மீசுர, அனேக சதுரங்காதிபதி, கெடிமண்ணியம் சுல்தானன், நாவலப் பெருந்தீவு நவமணி வேந்தன், பூர்வ, தட்சிண, பச்சிம, உத்திர, சது சமுத்திராதிபதி தில்லி ஆலங்கீர்ஷா மம்மதுஷா பிரிதிவி ராஜ்ஜியம் பண்ணி அருளா நின்ற சாலிவாகன சகாப்தம் 1645க்கு மேல் செல்லா நின்ற சோப கிருது ஸ்ரீசோமவாரத்தில் பூர்வ பக்ஷத்து ஸப்தமியும், அனுகார நாம யோகம் தைலாகரணமும் மகா நட்சத்திரமும் பெத்த நாளில் ஜெயங் கொண்ட தொண்டை மண்டலத்தில், தெண்ட கண்டு நாட்டில், ஊத்துக்காட்டுக் கோட்டத்தில் கருநாடக சுபா திவான் பாட்சா துல்லார்கான் பகதூர் ராச்சியம் பண்ணுகையில்...

என்ற மணிப்பிரவாள நடை அந்நியரான ஆற்காடு நவாப் ஆட்சியில் பயன்படுத்தப்பட்டுள்ளதால் அன்றைய நிலையில் செந்தமிழ் வழக்கு சோபையற்று விளங்கியது தெரியவருகிறது.

கல்வெட்டுகளைப் போன்று, காலத்தையும் கடந்து சென்றவர்களின் சாதனையையும் கட்டியம் கூறுபவை பட்டயங்கள் என்ற செப்பேடுகள். ராஜேந்திர சோழனின் ஆனைமங்கலச் செப்பேடுதான் இஸ்லாமியர்களைப் பற்றிய பழமையான செப்பேடாக உள்ளது. இந்தச் செப்பேட்டில் 'சத்திரிய சிகாமணி வளநாட்டுப் பட்டினம் கூற்றத்து சன்னமங்கலத்து மத்யஸ்தன் துருக்கனகுமது' கையெழுத்திட்டுள்ளார். பத்தாவது நூற்றாண்டில் சோழர்களின் ஆட்சியில் இஸ்லாமியர்கள் அஞ்சுவண்ணத்தைச் சேர்ந்தவர்களாக மட்டுமல்லாமல், தமிழ்ச் சமுதாயத்தில் தக்க சிறப்புடன் வாழ்ந்தனர் என்பதைச் சூசகமாக சொல்லும் செய்திதான் இது. தொடர்ந்து பாண்டியப் பேரரசிலும்,

தமிழக இஸ்லாமியர்களுக்குத் தனிச் சலுகையும் சிறப்பும் இருந்தன. ஆனால் அவற்றை விளக்கக்கூடிய செப்பேடுகள் எதுவும் கிடைக்கவில்லை. என்றாலும் மதுரையில் காஜிமார் தெருவில் உள்ள தொழுகைப் பள்ளியை நிர்மாணிப்பதற்கு உதவியதுடன் அதைப் பராமரிக்கவும் மதுரையை அடுத்த விரகனூர்க் கிராமத்தை முற்றூட்டாக வழங்கி ஆணையிட்ட சுந்தரபாண்டியனின் செப்பேடு இன்றும் அந்தப் பள்ளியின் நிர்வாகியிடம் இருப்பதாகத் தெரிகிறது. நூற்றாண்டுகள் பல முடிந்த பொழுதும், ஏகத்துவ நெறியைப் போதித்து ஆன்ம நேய ஒருமைப்பாட்டை உருவாக்கிவந்த தமிழக இஸ்லாமியர்பால் ஆட்சியாளரின் அன்பும் அனுதாபமும் தொடர்ந்தன என்பதைத் தஞ்சை மராட்டிய மன்னர்கள், இராமநாதபுரம் சேதுபதி மன்னர்களின் செப்பேடுகள் பல தெரிவிக்கின்றன. அனுமந்தக்குடி, இராமேஸ்வரம், ஏறுபதி, இராமநாதபுரம், கீழக்கரை ஆகிய ஊர்களில் அடக்கம் பெற்றுள்ள இஸ்லாமியத் தவச் செல்வர்களிடம் பெருமதிப்புக்கொண்டு அந்தப் புனித இடங்களைப் பராமரிக்கவும், விளக்கு ஏற்றவும், அங்கு வருபவர்களுக்கு உணவு படைக்கவும், பல நூறு ஏக்கர் விளை நிலங்களை நிலக்கொடையாகத் திருமலை சேதுபதி, கிழவன் என்ற முத்துக் குமார விஜய ரகுநாத சேதுபதி, குமார முத்துக்குமார சேதுபதி ஆகியோர் வழங்கினர். இன்றும் அந்த தர்மங்கள் தொடர்கின்றன.

பதினெட்டாம் நூற்றாண்டில், பெரும்பாலும் சேது நாட்டில் உள்ள இஸ்லாமியர்கள் நெசவாளர்களாக இருந்தனர் என்பதை சேதுபதிகளின் பிற செப்பேடுகளில், 'நமது காவல்குடியான துலுக்கர் போட்டால், தறியொன்றுக்கு ஒரு பணமும்'[11] என்ற தொடர்கள் விளக்குகின்றன. நாகூரில் அடக்கம் பெற்றுள்ள இறைநேசர் சாகுல் ஹமீது ஆண்டகைக்கு மராட்டிய மன்னர் துல்ஜாஜி 1753இல் கிராமங்களை வழங்கிய செப்பேடுகள் மோடி மொழியில் உள்ளன. அந்தக் கட்டத்தில் நெல்லை, மதுரை மாவட்டங்களில் இஸ்லாமிய சமுதாயத்தில் இதரப் பிரிவினர்களுடன் இணைந்து பொதுநலனில் அக்கறை கொண்டவர்களாக இருந்தனர் என்பதைப் பதினெட்டாம் நூற்றாண்டைச் சேர்ந்த வெத்திலைக்குண்டு, குற்றாலம் ஆகிய ஊர்களின் இரு செப்பேடுகள் தெரிவிக்கின்றன.[12]

இந்தச் செப்பேடுகளில் இங்குக் குறிப்பிடத்தக்கவை கி.பி. 1738இல் இராமேஸ்வரம் ஆபில் காபில் தர்காவிற்கும் 1745இல் ஏறுபதி சுல்தான் சையது இப்ராஹீம் ஷஹீது அவர்களுடைய தர்காவிற்குமாக வழங்கிய சர்வமானிய நிலக்கொடைகள் பற்றியவை. அவற்றை வரலாறு புகழ வழங்கியவர் அப்பொழுது இராமநாதபுரத்தில் அரசோச்சிய சைவத் துரை என வழங்கப்பட்ட முத்துக்குமார விஜய ரகுநாத சேதுபதி மன்னராவார். இராமேஸ்வரம் தர்காவிற்குப் பக்கிரிபுதுக்குளம்

என்ற பேருரை நிவந்தமாக வழங்கும் அந்தப் பட்டயம். தமிழக இஸ்லாமியரின் தன்னுணர்வுகளை மன்னர் நன்கு அறிந்து இருந்ததும் மேலே கண்ட செப்பேடுகளின் வாசகங்களிலிருந்து புலப்படுகிறது. தமிழகச் செப்பேடு களின் சொற்றொடர் அமைப்பில் இங்ஙனம் ஒரு புதிய பாணியையும் இந்த மன்னர் உருவாக்கி உதவியிருப்பதையும் இந்த வாசகங்கள் நினைவுபடுத்துகின்றன.

இதுவரை இங்கு குறிப்பிடப்பட்ட கல்வெட்டுகளும் செப்பேடுகளும் தமிழக வரலாற்றின் தவிர்க்க முடியாத காலகட்டத்தில், அந்நியர்களாக இந்தத் தமிழ்மண்ணில் அடியெடுத்து வைத்த சிறு பிரிவினரான இஸ்லாமியர், சில நூற்றாண்டு காலத்தில் இந்த மண்ணின் மணத்துடன் மலர்ந்து, மக்களுடன் கலந்து, இந்த மண்ணின் மைந்தர்களாக, மகிபதி களாக, மொழி, அரசியல், பண்பாடு ஆகிய துறைகளில் உயர்ந்து நின்ற வித்தையை விளங்க வைக்கும் கருவூலங்களாகக் காட்சி அளிக்கின்றன. பொதுமக்களின் கவனத்திற்கு வராமலும் வரலாற்று ஆசிரியர்களின் ஆய்வுகளுக்கு உட்படாமலும் இருக்கின்ற இந்தக் கல்வெட்டுகளையும், செப்பேடுகளையும் இன்னும் விரிவாகவும் ஆழமாகவும் ஆய்வு செய்தால் தமிழக இஸ்லாமியரின் வரலாறு மட்டுமன்றி, தமிழகத்தின் உண்மையான வரலாற்றையும் வெளிக்கொணர முடியும் என்பதில் ஐயமில்லை.

24

இலக்கிய அரங்கில்

வாழையடி வாழையாக வளர்ந்து வந்துள்ள தமிழக இஸ்லாமியர்களின் வரலாறு என்பது கடந்த ஆயிரத்து இருநூறு ஆண்டுகளை அடக்கியுள்ள ஏடாகும். எத்துணையோ துறைகளை எடுத்து இயம்புகின்ற அந்த ஏட்டிலே அவர்களுடைய தமிழ்த் தொண்டு என்பதும் ஒரு சிறப்பான பகுதியாகும். அதை வரலாற்றுப் பார்வையில் பகுத்து நோக்குதல் அவசிய மாகும். பொதுவாகப் பிற்காலப் பாண்டியரின் பெருமைமிக்க ஆட்சியில், தமிழ்க் குடிகளாக விளங்கிய சிறுபான்மைத் தமிழக இஸ்லாமியர், அரசியல் ஊக்குவிப்புகளால் உயர்ந்து வணிகச் சிறப்புடன் சமுதாயச் சிறப்பையும் எய்தினர். அதுகாறும் ஆங்காங்கு அஞ்சு வண்ணங்களில் தனித்து ஒதுங்கி வாழ்ந்த அவர்கள், நாளடைவில் பெருநகர்களிலும் குடியேறி, பிற பகுதியினருடன் கலந்து வாழும் வாய்ப்பைப் பெற்றனர். வணிகச் சாத்துக்களினாலும், அரசியல் பணிகளாலும் தமிழ்மொழி யுடன் அவர்கள் கொண்டிருந்த தொடர்பு, அதைக் கற்றுத் தேர்ந்து தெளியும்படிச் செய்தது. ஏற்கனவே அவர்களுடைய தாய்மொழியான அரபும் பார்சியும் காலப்போக்கில் தொடர்மொழியாகி, அவர்களுடைய வழிமொழியான தமிழ்மொழி அவர்களுடைய வாய்மொழியாகி, தாய்மொழியாக வாய்த்துவிட்டது.

ஆதலால், இஸ்லாமியச் சமயச் சிந்தனைகளை இறைமறையியல் கருத்துகளை, தமிழக மக்கள், குறிப்பாகத் தமிழகத்தில் இஸ்லாத்தைப் புதிதாக ஏற்றுக்கொண்டவர்கள், தமிழ் மூலம் எளிதில் புரிந்துகொள்ளக் கூடிய முயற்சிகளில் ஈடுபட்டனர். அதற்கென அவர்கள் தேர்வு செய்த ஒரே முறை, தமிழை அரபு வரிவடிவில் அமைத்து வழங்கியது ஆகும். அதையே பிற்காலத்தில் அரபுத் தமிழ் என அருமையுடன் சொல்லி வந்தனர். தங்களுக்குள்ள ஓரளவு தமிழ்ப் பயிற்சியைக் கொண்டு தமிழ் ஒலிவடிவிற்கிணைய அரபு மொழியில் வரிவடிவம் அமைக்கப் பட்டதுதான் இந்தப் புதுத்தமிழ். தமிழ்மொழியின் உயிர்மெய்களான 'ள, ங, ன, ட ஆகிய எழுத்துகளுக்கு ஏற்ற ஒலிக்கூறு கொண்ட எழுத்துகள்

அரபு மொழியில் இல்லாததால் இந்தத் தமிழ் எழுத்துகளுக்குப் பொருத்தமாக ஒலிக்கின்ற அரபு எழுத்துகளுக்கு முன்னும் பின்னும் மேலும் கீழும் சிறு குறியீடுகளைச் சேர்த்து தக்க ஒலியை உண்டாக்கப் பயன்படுத்தினர். இதன் காரணமாக அரபு நெடுங்கணக்கு எழுத்துகள், இருபத்து எட்டில் இருந்து முப்பத்து ஆறாக உயர்ந்தன. தமிழ்மொழி யின் அனைத்து உயிர்மெய் எழுத்துகளையும் இணைத்து ஒலிக்கும் முறை இதனால் உருவாக்கப்பட்டது.

இந்த முறையில், அரபுச் சொற்களின் இன்றியமையாத சொற்கள் அவற்றின் அரபு மூல உச்சரிப்புக் குன்றாமல் அவற்றின் இயல்பான வளமையும், வன்மையும், மென்மையும், இனிமையும் இணைந்து அப்படியே தமிழில் ஒலித்தன. குறிப்பாக அல்லா (இறைவன்) ரஸூல் (இறைத்தூதர்), ஆலிம் (மார்க்க மேதை), கலீஃபா (ஆட்சித் தலைவர்), தரீக்கா (ஞானவழி) போன்றவை அந்தச் சொற்களில் சில. இது தமிழுக்கும் புதுமையானதாக இருந்தாலும் அன்றையக் காலகட்டத்தில் இந்தியத் துணைக் கண்டத்தில் மேற்குக் கரையிலும் வங்கத்திலும் அரபிகள் இத்தகையதொரு முறையை மேற்கொண்டிருந்தது தெரிய வருகிறது. இதைப் போன்று, அரபிகள் இந்தியாவில் நிலை கொள்வதற்கு முன்னர் கிழக்கு ஆப்பிரிக்க தன்ஜானிய நாட்டில் வணிகத் தொடர்பு கொண்டிருந்தனர். அதனால் அங்கு வழங்கப்பட்ட சுவாஹிலி மொழியையும் பின்னர் மலேசியா இந்தோனேசிய நாடுகளின் ஜாவி மொழியையும் அரபு மொழி வடிவில் வழங்கி வந்ததை அந்தந்த நாட்டு வரலாறுகள் தெரிவிக்கின்றன.

திருமறைக்கான விரிவுரையும் நபிகளாரின் நல்லுரைகளை ஆதார மாகக் கொண்ட நடைமுறை விளக்கங்களும் இந்தப் புதிய வரிவடிவில் தமிழகத்தில் இடம்பெற்றன. இத்தகையதொரு முறையை, பதினான்காம் பதினைந்தாம் நூற்றாண்டைச் சேர்ந்த வைணவ பாஷ்யக்காரர்களும் தமிழகத்தில் மேற்கொண்டிருந்தனர். அவர்களுடைய சமய நூலான நாலாயிர திவ்விய பிரபந்தத்திற்கு விரிவான உரைகளை மிகுதியும் வடமொழிச் சொற்களின் துணைகொண்டு புதிய உரையொன்றில் அவர்கள் வரைந்துள்ளனர். அவை தமிழ் உரையாக இருந்தாலும், அவற்றின் வரிவடிவம் கிரந்தத்தில் உள்ளது. சில உரையாசிரியர்கள் இந்தக் கிரந்த எழுத்துகளுக்கிடையில் வடமொழிச் சொற்களையும் அப்படியே வழங்கி உள்ளனர். இதற்கு 'மணிப்பிரவாள நடை' எனப் பெயரிட்டனர். நாட்டு விடுதலைக்குப் பின்னர், மொழி உணர்வு காரணமாக அண்மைக் காலத்தில் இந்தத் தமிழ்நடை கைவிடப்பட்டு மறைந்துவிட்டது.

எனினும், இதையொத்த அரபுத் தமிழ், தமிழக இஸ்லாமியரிடையே இன்னும் வாழ்ந்து வருகிறது. வழக்கில் இருந்தும் வருகிறது. அரபு

மொழியில் உள்ள கலைஞானங்களை அறிந்துகொள்வதற்கான எளிய சாதனமாகத் தொடர்ந்து பயன்பட்டு வருகிறது. இந்த வகைத் தமிழில் படைக்கப்பட்ட தொன்மையான ஆக்கங்கள் எதுவும் நம்மிடையே இன்று இல்லை. ஆனால் இருநூற்று ஐம்பது ஆண்டுகால வரையறைக்கு உட்பட்ட அரபுத் தமிழ் நூல்கள் மட்டும், தமிழகத்திலும் ஈழத்திலும் மார்க்கக் கல்வி பெறும் அரபுக் கல்லூரி மாணவர்களுக்குப் பாடமாக இருந்து வருகின்றன. இவற்றுள் வள்ளல் சீதக்காதியின் ஆசானாக விளங்கிய ஞானி சதக்கத்துல்லாவின் இளையரும் அரபு வித்தகருமான ஞானி ஷாம் ஷிகாபுதீனின் அரபுத்தமிழ் நூல்கள் குறிப்பிடத்தக்கவை. இங்ஙனம் தமிழக இஸ்லாமியரின் தமிழ், அரபுத் தமிழாக வளர்ந்து அடுத்த சில நூற்றாண்டுகளில் தனித்தமிழாகி காப்பியத் தமிழாக மணங்கமழ வழி துலக்கியது.

இவ்விதம் தமிழைத் தமது தாய் மொழியாகக் கொண்ட இஸ்லாமியர், அதே காலத்தில் பிற சமயத்தினர் பல துறைகளைச் சேர்ந்த பலநூறு இலக்கியங்களைத் தமிழில் படைத்திருப்பதைப் படித்து அறிந்தனர். பிற்காலத்தில் பௌத்த, சமண, சைவ, வைணவச் சார்புடைய சமய இலக்கியங்களாக அவை பகுக்கப்பட்டுள்ளன. சமயப் பற்றும், சமுதாயப் பிடிப்பும் தாய்மொழித் தேர்ச்சியும் விஞ்சி ஒளிர்கின்ற அந்த நூல்களைக் காதாரக் கேட்டு, கண்குத்திப் படித்துச் சுவைத்தும் அவற்றின் இனிமையில் ஈடுபட்ட அவர்களுடைய இதயம், தங்களுடைய சமயநெறிகளையும், சான்றோர் வாழ்வையும் சொல்லக்கூடிய நூல்கள் தங்களுடைய தமிழ்மொழியில் இல்லையே என ஏங்கியது. அவர் களுடைய நினைவிலே இனித்து, நெஞ்சத்திலே நிலைத்து அதனால் எழுந்த ஊக்கமும், நாளடைவில் உருப்பெற்று உயர்ந்ததுதான் இன்று நம்மிடையே எஞ்சியுள்ள இஸ்லாமியத் தமிழ் இலக்கியச் செல்வங்களாகும்.

காலத்தின் அழிவுக் கரங்களிலிருந்து தப்பிப் பிழைத்த தொன்மை யான பேரிலக்கியங்கள் எதுவும் தமிழக இஸ்லாமியருக்குக் கிட்ட வில்லை. என்றாலும், *பல்சந்தமாலை* என்ற பழம் நூலின் எட்டுப் பாடல்களை மேற்கோளாகக் கொண்ட 'களவியற் காரிகை'யை பேராசிரியர் வையாபுரிப்பிள்ளை முதன்முறையாக வெளியிட்டுள்ளார். தமிழ் இலக்கிய உலகிற்கு, குறிப்பாக இஸ்லாமியத் தமிழ் இலக்கியப் பட்டியலுக்கு அணி சேர்க்கும் இந்தப் பாடல்களை இலக்கிய உலகிற்கு வெளிக்கொணர்ந்த அவருக்கு இஸ்லாமியர் என்றென்றும் கடமைப் பட்டுள்ளனர். இந்தப் பாடல்களிலிருந்து *பல்சந்தமாலை* ஆசிரியரின் பெயரும் காலமும் அறிந்துகொள்வதற்கு இல்லை. ஆனால், இதுவரை அச்சில் கொணரப்பட்ட இஸ்லாமியத் தமிழ் இலக்கியப் பாடல்களில் தொன்மையானவை இவை என்பதை அறுதியிட்டுச் சொல்லக்கூடிய

வாய்ப்புகள் உள்ளன. அத்துடன் தமிழக இஸ்லாமியரின் தமிழ்ப் பணிக்கும் இந்த நூல் முன்னோடியாக அமைந்துள்ளது.

பொதுவாக, தமிழ்மொழியின் தொண்ணூற்று ஆறு வகையான சிற்றிலக்கியங்களின் பட்டியலில் *பல்சந்தமாலை* என்ற பகுப்பும் தொகுத்துக் கொடுக்கப்பட்டுள்ளது. பதின்மூன்றாம் நூற்றாண்டு இலக்கண நூலான பன்னிருபாட்டியலில் *பல்சந்தமாலை* என்ற பகுப்பு பேசப்பட்டுள்ளது.

பதினைந்தாவது நூற்றாண்டு இலக்கியமான பிரபந்தத் திரட்டும், 'பத்துக்கொரு சந்தம் பாடி பா நூறாக வைத்தல்...' எனப் *பல்சந்தமாலை* அணி இலக்கணப்படி வாடல், ஊடல், கூடல் என்ற அகத்துறைகளை அங்கமாகக் கொண்டு தொகுக்கப்படுவது இந்தப் பாமாலை. தமிழ் இலக்கியத்தில் இத்தகைய *பல்சந்தமாலை* வேறு எதுவும் புனையப்பட்டு இருப்பதாக இதுகாறும் செய்தி இல்லை. மேலும் கிடைத்துள்ள இந்தப் *பல்சந்தமாலைப்* பாடல்களில்,

'வில்லார் நுதலிய நீதிமன்றே சென்றுமேவுதின் சூது
எல்லாம் உணர்ந்த ஏழ்பெரும் தரங்கத்து *இயவனர்கள்*'

'*இயவன ராசன் கலுபதி* தாமுதல் எண்ண வந்தோர்...'

'இறையாகிய *கலுபா* முதலானோர் யானைகளின்...'

'கலைமதி வாய்மைக் *கலுழ்பா* வழிவருங் கற்பமைந்த...'

என்று பாடல் தொடர்களில் இயவனராசன், கலுபா, கலுழ்பா, கலுபதி என்ற சொற்கள் பயன்படுத்தப்பட்டுள்ளன. பொதுவாக '*யவனர்*' என்ற சொல் சங்க இலக்கியங்களிலும், பின்னர் சிலப்பதிகாரம், சீவக சிந்தாமணி, பெருங்கதை ஆகிய படைப்புகளிலும் தமிழகம் புகுந்த பிற நாட்டாரைக் குறிக்கக் கையாளப்பட்டுள்ளது. இந்தச் சொல்லின் பிரயோகம் இறுதியாக, பதின்மூன்றாம் நூற்றாண்டைச் சேர்ந்த நச்சினார்க்கினியரின் உரையிலும் காணப்படுகிறது. பிற்கால இலக் கியங்கள் எதிலும் காணப்படாத இந்தச் சொல் *பல்சந்த மாலையில்*தான் இடம் பெற்றுள்ளது. இந்தக் காரணத்தால் இந்த நூல் பிற்கால இலக்கியம் அல்லவென்பதை உறுதிப்படுத்த முடிகிறது. அடுத்து, *கலுபா* என்ற சொல்லின் ஆதாரத்தைக் கொண்டு அல்லாஹ்வைத் தொழுகின்ற இயவனர்களின் அரசன் *கலுபா* என்பதும், வச்சிரநாட்டில் வகுதாபுரிக்கு இறைவன் என்பதும் பெறப்படும். *காலிப்* (Caliph) என்ற அரபுச் சொல்லின் தமிழாக்கம்தான் இந்தக் கலுபா என்ற சொல் என்பது சிலருடைய முடிவு. இந்தச் சொல்லின் அரபு வழக்கை ஆய்வு செய்யும் பொழுது அந்த முடிவு பொருத்தமற்றது என்பதும் பெறப்படுகிறது.

சிரியா நாட்டிலும், ஸ்பெயின் நாட்டிலும் எட்டாம் நூற்றாண்டி லிருந்து பதின்மூன்றாம் நூற்றாண்டு வரையிலும் ஆட்சிபுரிந்த அப்பாஸிய மன்னர்களும், பத்து, பன்னிரண்டாம் நூற்றாண்டுகளில் மிஸ்ரு (இன்றைய எகிப்து) நாட்டை ஆட்சி செலுத்திய பாத்திமத் கிளை அரசர்களும் தங்களுடைய பெயர்களுடன் இணைத்துக் கொண்ட அரசியல் விருதுப்பெயர் இறைவனின் பிரதிநிதி என்பதே இந்தச் சொல்லின் பொருளாகும். நபிகளாரைக் குறிக்க திருமறையில் *கலிஃபத்துல் ரசூல்* என்றும், *கலிஃபா-யெ-ரசூல்* என்றும் பிரயோகம் வந்துள்ளது.[1] ஆனால் இந்தப் பாடல்களில் எளிதாக கலிஃபா எனக் குறிப்பிடாமல் கழுபா எனக் குறிக்கப்பட்டுள்ளது. *கலிமில்லா* (இறையருள் பெற்ற வெற்றியாளன்) என்ற அரபுச் சொல்லின் திரிபாக இந்தச் சொல் அமைதல் வேண்டும் என எண்ணுதற்கும் இடமுள்ளது. கி.பி. *1223* முதல் ஸ்பெயின் நாட்டை ஆட்சி செய்த முஹம்மது அபுல் அஹமது என்ற பேரரசன் இதே விருதைப் புனைந்துகொண்டு இருந்ததும் ஈண்டு சிந்திக்கத் தக்கதாகும். ஆதலால் இந்தச் சொல்லைப் *பலசந்தமாலை* ஆசிரியர் பயன்படுத்தியதிலிருந்து இந்த நூல் பதின் மூன்றாம் நூற்றாண்டிற்குப் பிற்பட்டது என முடிவிற்கு வருதல் பயனுள்ளதாக இருக்கும். ஆனால் இலங்கைப் பேராசிரியர் ஒருவர் *பல்சந்தமாலை* பாடலின் இலக்கண அமைதியை ஆய்வுசெய்து இந்த இலக்கியம் பதின்மூன்றாம் நூற்றாண்டிற்கு முற்பட்டது என கருத்துத் தெரிவித்துள்ளார்.[2]

மேலும் இந்தப் *பல்சந்தமாலையின்* பாட்டுடைத் தலைவனாகிய கழுபா, வச்சிர நன்னாட்டு வகுதாபுரிக்கு இறைவன் என்பது அந்த மாலையில்,

*'நகுதாமரை மலர் வாவி சூழ் வச்சிர நாடர் தங்கள் வகுதாபுரியன்ன...'**

என்ற பாடலிலிருந்து பெறப்படுகிறது. ஆனால் தமிழகத்தில் வச்சிரநாடும் வகுதாபுரியும் எந்தப் பகுதியில் எந்தக் கால எல்லையில் அமைந்து இருந்தன என்பதைப் புலப்படுத்த போதுமான ஆதாரம் இல்லை. இஸ்லாமியரின் கோநகரான பகுதாதைப் போன்று சிறப்புற்றிருந்த பெருநகர் என்ற பொருளில் வகுதாபுரி என இலக்கிய வழக்கு பெற்று இருப்பதாக சில நூல் ஆசிரியர்கள் கருத்து தெரிவித்துள்ளனர். எகிப்து நாட்டுப் பட்டணமான காஹிராவில் (கெய்ரோ) இருந்து குடிபெயர்ந்து வந்தவர்கள் என்ற பொருள் கொள்ளும்படி காயல்பட்டின முஸ்லிம்கள் இலக்கிய வழக்காக, காயல்பட்டினத்தை காயினூர் என வழங்கி இருப்பதும் இங்கு நினைவுகொள்ளத்தக்கதாக உள்ளது.

* புலவர் நாயகம் நிருபச் செய்யுட்கள், ஹஸன் பதிப்பு, *1980*, பக்கம்: *65-66*.

நூறு நாமா பாடிய வகுதை அகமது மரைக்காயர், காயலின் வளமையைக் கூற 'காகிறு நாட்டு வளம்' என்ற பகுதியை அந்த நூலில் சேர்த்திருப்பது இங்குக் குறிப்பிடத்தக்கது. அந்தப் புலவர் காகினூராகிய காயலை, வகுதை நன்னாட்டில் இருப்பதாகப் பாடியுள்ளார். களவியல் காரிகையைப் பதிப்பித்த பேராசிரியர் வையாபுரிப்பிள்ளை, 'வகுதா புரியை இக்காலத்தில் காயல்பட்டினம் என வழங்குவர்' எனக் கருத்து தெரிவித்துள்ளார். ஆனால் முற்காலத்தில் வகுதாபுரி,

'எந்நாடுங் கொண்ட இறைவன் வச்சிரநாடான்' (கண்ணி 66)

'மானாபரன் செய்ய வகுதாபதிக் கிறைவன்' (கண்ணி 15)

எனப் பெரும் புலவர் உமறு கத்தாப் வள்ளல் சீதக்காதி மரைக்காயரின் திருமணக் கோலத்தைக் கண்ணாரக் கண்டு, களிகூர்ந்து, திருமண வாழ்த்து பாடும் பொழுது வச்சிர நாட்டையும் வகுதையையும் குறிப்பிடுகிறார். இன்னும் *சீதக்காதி நொண்டி நாடக* ஆசிரியரும்

'வகுதையில் வாழ் மண்டலிகன்'
'திருவுலாவிய வகுதைநகர் வருகருணை வாருதி'
'வகுதை நகர் சீதக்காதி...'

என வள்ளல் சீதக்காதி மரைக்காயர் கீழக்கரை மாளிகையில் கொலுவீற்றுச் சிறப்புற்று இருந்ததைப் பாடியுள்ளார்.

இவற்றுக்கு எல்லாம் மேலாக, காயல்பட்டினத்துப் புலவர் நாயகமான ஷெய்கு அப்துல் காதிரு நயினார் லப்பை ஆலிம் புலவர் கீழக்கரைதான்' அந்தக் காயல் வகுதை என்பதை,

'பவத்தடையறுத்து பலன்தருநெறியின்
தவத்துறை பயிலுரு சான்றவர் வாழும்
வகுதை யம்பதியான் ...' என்றும்,
'வையமெல்லாம் தனிக்கீர்த்தி வழங்கவருங்
கருணைமுகில் வகுதை வேந்தன்...'

என்றும் கீழக்கரை வள்ளல்கள் முஹம்மது காசீம் மரைக்காயரையும் ஷெய்கு சதக்கத்துல்லா மரைக்காரையும் புகழ்ந்துரைப்பதிலிருந்து கீழக்கரை தான் புலவர் நாவில் பொருந்திய வகுதை என்பது விளக்கமும் துலக்கமும் பெறுகிறது.

மேலும், பதின்மூன்றாம் நூற்றாண்டில் தமிழகத்தில் ஆங்காங்கு பரவலாக அரபிகள், தமிழக இஸ்லாமியராக நிலைபெற்றுக் கொண்டிருந்தனர். அப்பொழுது பாண்டியப் பேரரசரான மாறவர்மன் குலசேகரப் பாண்டியனின் ஆட்சியில் தமிழகத்திற்கும் அரபுத் தாயகத்திற்கும் இடையில் விறுவிறுப்பான குதிரை வணிகம் நடைபெற்று வந்ததும் இதற்கு முக்கியமான காரணங்களில் ஒன்றாகும். தமிழில் தேர்ச்சி

பெற்று, காப்பியம் படைக்கின்ற தகுதியையோ தமிழ்ப் புலவர் ஒருவரின் இலக்கியப் படைப்பைக் காணிக்கையாகப் பெறக்கூடிய தகுதியையோ இஸ்லாமியப் பெருமகன் ஒருவர் அப்போது பெற்று இருப்பதற்கு வாய்ப்பில்லை. மேலும் அந்த நூற்றாண்டிலே இந்த நூலும் இயற்றப்பட்டிருந்தால், அதைத் தொடர்ந்து இஸ்லாமிய இலக்கியங்கள் வேறு எதுவும் பதினாறாம் நூற்றாண்டு முற்பகுதிவரை ஏன் இயற்றப்பட வில்லை என்ற வினாவும் எழுகிறது.

அத்துடன் பதின்மூன்று, பதினான்காவது நூற்றாண்டுகளில்தான் அரபிக்குடா, பாரசீகப் பெருங்குடா நாடுகளிலிருந்து அரபிகள் பெருமளவில் மாபாரிலும் (தமிழகக் கடற்கரைப் பகுதி), ஈழத்திலும், மலேசியா தீபகற்ப நாடுகளிலும் குடி பெயர்ந்து வந்துள்ளனர் என்பதை வரலாற்றில் அறியும் பொழுது அரபிகள், தமிழ்ச் சமுதாயத்தில் இணைந்து கலந்து, தமிழக இஸ்லாமியர்களாகத் தமிழ் மக்களாக மாறியது பதினைந்தாம், பதினாறாம் நூற்றாண்டு என முடிவிற்கு வருவதே ஏற்புடையதாகும். ஆதலால், அவர்கள் பேசுந் தமிழைப் பிறப்புத் தமிழாகக் கொண்டு பெருமையுடன் வாழத்தொடங்கியதும் அந்த நூற்றாண்டுகளில்தான்.

பதினான்காம் நூற்றாண்டின் இடையில் தமிழகம் போந்த அரபு நாட்டுப் பயணியான திமிஸ்கி கிழக்குக் கடற்கரைப் பட்டினமான பத்தினி என்ற பட்டினத்தைக் குறிப்பிட்டுள்ளார். இந்த ஊருக்கு அடுத்து வஜ்ரம்-அல்-தவாப் என்ற கோயில் இருப்பதாகவும் அந்தக் கோயிலுக்கு இந்து சமய மக்கள் பக்திப் பரவசத்துடன் வந்து பூமியில் உருண்டு புரண்டு தங்களுடைய நேர்த்திக் கடனைச் செலுத்துவதாகவும் தமது குறிப்புகளில் பதித்துள்ளார். வஜ்ரம் என்பது தருப்பைப் புல்லைக் குறிப்பதால் இந்த ஊர் திருப்புல்லாணியாக அமைதல் வேண்டும். மேலும் இராமகாதை 'பொருள் நயந்து நன்நூல் நெறியடுக்கிய புல்லில் கருணையங்கடல் கிடந்தது' என இராமன் அங்கு புல்லைப் பரப்பி படுத்திருந்ததாகக் குறிப்பிடுவதும், இன்னொரு பிற்கால இலக்கியமான புல்லையந்தாதி 'விருப்புறப் புற்பரப்பி ஆங்கண விரும்பித் தூங்கும் தருப்பையான்...' எனக் குறிப்பிட்டு இருப்பதும் இங்கு சிந்திக்கத் தக்கதாக உள்ளன.[3]

அண்மையில் மேற்கொண்டுள்ள ஆய்விலிருந்து பத்னி என்பது இராமநாதபுரம் வட்டத்தில் உள்ள பவித்திரமாணிக்கப்பட்டினம் என்ற பெரியபட்டினம் என்பது நிலைநிறுத்தப்பட்டுள்ளது. ஆதலால் 'வஜ்ரம்-அல்-தவாப்' உள்ள நாடு புல்லாரணியநாடு, புல்லங்காடுநாடு, வச்சிரநாடு, பாண்டிய நாட்டு கிழக்குக் கடற்கரையில் இஸ்லாமியர் வாழ்ந்த, இஸ்லாமிய குறுநில மன்னர் ஆளுகைக்குள் அமைந்த பகுதி

என்பது பெறப்படுகிறது. பன்னிரண்டாம் நூற்றாண்டின் இறுதியில் அரபிகள் பாண்டிய நாட்டில், வைப்பாறு, வைகை ஆகிய இரு நதிகளுக்கு இடையில் மன்னார் வளைகுடாவை அடுத்த தென்கிழக்குப் பகுதியின் பல இடங்களில் குடியேறி இருந்தனர் எனப் பேராசிரியர் ஹுஸைன் குறிப்பிடுவதும் இந்தப் பகுதியாக இருக்கலாம்.[4]

மேலும் தமிழகம், வடுகரின் ஆட்சியின் கீழ்வந்த பிறகு, பதினைந்தாம், பதினாறாம் நூற்றாண்டில் ஆங்காங்கு பாண்டிய இளவல்கள் விஜயநகர மேலாதிக்கத்திற்கு உட்பட்டு, பல ஊர்களில் குறுநில மன்னர்களாக இருந்து வந்துள்ளனர். அவர்களைப் போன்று பிற்காலப் பாண்டியரின் ஆட்சியிலும், அடுத்து மதுரை சுல்தான்களின் ஆட்சியிலும் வணிக, அரசியல் செல்வாக்குப் பெற்ற பல அரபிகளும் கிழக்குக் கடற்கரைப் பகுதிகளில் குறுநில மன்னர்களைப் போன்று அதிகாரம் செலுத்தி வந்துள்ளனர். கி.பி. 1498இல் போர்த்துகீசியத் தளபதி ரொட்டிரிகோ காயல்பட்டினத்திற்கு வந்த பொழுது, அந்தப் பகுதி அரபு மன்னரின் ஆட்சிக்குட்பட்ட கோநகராக விளங்கியதைக் குறிப்பிட்டுள்ளார்.[5] 1515இல் காயல் கடற்கரையைப் பற்றிக் குறிப்பிடும் பேராசிரியர் பர்போஸா, பழைய காயலையும் கீழக்கரை முஸ்லிம்களையும் குறிப்பிடும் போது, அங்கு அரசரைப் போன்று செல்வ வளமும், அரசியல் செல்வாக்கும் மிக்க முஸ்லிம் ஓதுவார் இருந்தார் என்றும், அங்குள்ள முத்துச்சிப்பி பாறைகளுக்கு அவர் தீர்வை வசூலித்து வந்தார் என்றும், அவருடைய ஆணைக்கும் தீர்ப்புக்கு' அனைத்து முஸ்லிம்களும் கட்டுப்பட்டு நடந்தனர் என்றும் வரைந்துள்ளார். 1523இல் அங்கு போந்த போர்த்துகீசிய நாட்டைச் சேர்ந்த இன்னொரு கிறிஸ்தவப் பாதிரியார்கள் குழு அங்குள்ள இஸ்லாமியர் பெரும் எண்ணிக்கையினரான பரவர்களை அடக்கி ஆண்ட சூழ்நிலையையும், அதன் காரணமாக 1532இல் அந்தப் பரவர்களில் பலர் இந்து சமயத்திலிருந்து ஏசு மதத்திற்கு மதமாற்றம் அடைந்த விவரத்தையும் குறிப்பிட்டுள்ளது.[6] மேலும் 1678இல் இராமநாதபுரம் மன்னர் உடையான் திருமலை சேதுபதி வழங்கிய செப்புப் பட்டயமொன்றில் பொறிக்கப்பட்டுள்ள விருதாவளியில், அவர் வல்லமைமிக்க யவன அரசர்களை வென்றதாகத் தெரிகிறது.[7] இந்த நிகழ்ச்சிகளிலிருந்து பதினாறாம் நூற்றாண்டுவரை இஸ்லாமியர்களுக்குத் தமிழகத்தின் சில பகுதிகளில் அரசியல் பிடிப்பு இருந்து வந்த விவரமும், இத்தகையதொரு குறுநிலக்கிழார்தான் பல்சந்தமாலையின் பாட்டுடைத் தலைவனாகிய கலுபா என்பதும் ஊகிக்க முடிகிறது. அத்துடன் இஸ்லாமிய முதல் தமிழ் இலக்கியமான *ஆயிரம் மசாலா* கி.பி. 1572இல் அரங்கேற்றம் பெற்றதிலிருந்து தொடர்ந்து அடுத்து அடுத்துப் பல இஸ்லாமியத் தமிழ் இலக்கியங்கள் தமிழுக்குக் கிடைத்துள்ளன.

மேலும், தமிழ் இலக்கியத்தில் 'மாலை' என்ற பகுப்பைச் சேர்ந்த சிற்றிலக்கியம் எப்பொழுது படைக்கப்பட்டது என்ற ஆய்வையும் இங்கு மேற்கொள்ளுதல் பயனுடையதாக அமையும் என்பது உறுதி. முதல் முறையாகத் தமிழில் மாலை என்ற சிற்றிலக்கியம், பதினெண் கீழ்க்கணக்கு நூலான *திணைமாலை ஐம்பதுக்குப்* பிறகு ஆறாம் நூற்றாண்டில் காரைக்கால் அம்மையாரின் *திருவிரட்டை மணி மாலையும்* எட்டாம் நூற்றாண்டில் கபிலர் என்ற புலவரின் *மூத்த நாயனார் இரட்டை மணிமாலை, சிவபெருமான் திருவிரட்டை மணிமாலையும்* பதினோராம் நூற்றாண்டில் நம்பி ஆண்டார் நம்பியின் *திரு உலா மாலையும்* வெளி வந்துள்ளன. இரண்டாம் குலோத்துங்கனைப் பற்றிப் பன்னிரண்டாம் நூற்றாண்டில் பெரும் புலவர் கூத்தர்பிரானால் *பிள்ளைத்தமிழ் மாலையொன்று* இயற்றப்பட்டதாகத் தெரிகிறது (இந்த நூல் கிடைக்க வில்லை). அடுத்து, மாலை இலக்கியங்கள் பதினைந்தாவது நூற்றாண்டில் தான் மிகுதியாகப் படைக்கப்பட்டுள்ளன. திருப்பனந்தாள் திருமடத்தைச் சேர்ந்த அம்பலவாண தேசிகர் *அதிசய மாலையையும்*, *நமச்சிவாய மாலையையும்* யாத்துள்ளார். அடுத்து, வேதாந்த தேசிகரின், *நவரத்தின மாலை, திருச்சின்னமாலை* மணவாள மாமுனிவரின் *உபதேச ரத்தின மாலை,* குகை நமச்சிவாயரின் *பரமரகசிய மாலை* ஆகியவை பதினைந்தாம் நூற்றாண்டைச் சேர்ந்தவை. குமரகுருபரரின் *இரட்டை மணிமாலை, சகலகலாவல்லி மாலை,* அழகிய சிற்றம்பலக் கவிராயரின் *தனசிங்க மாலை* சிவப்பிரகாச சுவாமிகளின் *நால்வர் நான் மணிமாலை, கைத்தல மாலை, சோணசலமாலை* முதலியன பதினாறாம் நூற்றாண்டைச் சேர்ந்தவை. இன்னும் பிற்காலத்தில் படைக்கப்பட்ட மாலைகள் பட்டியலை இங்குக் குறிப்பிடுவது இயலாத காரியமாகும். காரணம், இஸ்லாமியப் புலவர்கள் மட்டும் இயற்றியுள்ள மாலைகளின் எண்ணிக்கையே இருநூறுக்கு மேற்பட்டவை ஆகும். இதை இணைப்புப் பட்டியலில் காண்க.

பதினாறாம் நூற்றாண்டின் இறுதியில் வாழ்ந்த இஸ்லாமியப் பெருமகனான வண்ணப்பரிமளப் புலவர் *அதிசயப் புராணம்* என்ற ஆயிரம் மசாலாவைப் படைத்து அளித்தார். அவரை அடுத்து ஆலிப் புலவரின் *மி.ஃராஜ் மாலை,* கனகக் கவிராயரின் *கனகாபிஷேக மாலை,* உமறுப் புலவரின் *சீறாப் புராணம்,* பனீஅகமது மரைக்காயரின் *சின்னச் சீறா* போன்றவை தோன்றின. இவற்றுக்கு எல்லாம் முன்னோடியாக, பதினைந்தாம் பதினாறாம் நூற்றாண்டில் பல்சந்த மாலை புனையப் பட்டிருக்க வேண்டும் என்பதும் இலக்கிய வரலாற்று ஆய்வாளர்கள் ஏற்றுக்கொள்ளத்தக்க ஒருமித்த கருத்தாகும். ஏற்கனவே பௌத்த, சமண, சைவ, வைணவ நெறிகளைத் தமிழ் இலக்கிய வார்ப்புகளாக அழகு தமிழில் வடித்து, தமிழுக்கு அணி சேர்த்திருந்த அரிய பணியை, தமிழக

இஸ்லாமியரும் இந்த நூற்றாண்டுகளிலிருந்து தொடர்ந்து வந்துள்ளனர். இதனால், இஸ்லாமிய நெறிகளைக் கூறும் நூற்றுக்கணக்கான சிற்றிலக்கியங்களையும் பேரிலக்கியங்களையும் படைத்து இஸ்லாமியத் தமிழ் என்ற தனியொரு பகுப்பையும் தமிழுக்குத் தந்துள்ளனர்.

இஸ்லாமியத் தமிழர் என்று தொகுத்து அழைக்கும் வகையில் மக்கள் பிரிவினராக அவர்கள் மாறியதும் அவர்களுடைய வாய் மொழியான தமிழ்மொழி, தாய் மொழியாகியது. அதைப் பயின்று பேசி, ஆய்ந்து அகம் மகிழ்ந்து கன்னித்தமிழில் கனிவுறும் காவியங்கள் புனைய வேண்டும் என்ற வேட்கையும் அவர்கட்கு எழுந்தது. காரணம் அப்போது காப்பியங்களும் சிற்றிலக்கியங்களும் தமிழில் படைக்கப் பட்டு, அவை தமிழ் மக்களால் பெரிதும் உவந்து ஓதப்பட்டு வந்தன. இறைமணங் கமழும் தேவாரமும் திருப்பாசுரங்களும் இனிய இசை யோடு முழங்கின. அவற்றைக் கேட்கும் பொழுதெல்லாம் அவர்களுக்கு நபிமார்களின் வாழ்வும் முஹம்மது நபி (ஸல்) அவர்கள் அருளிய உபதேசங்களும் (ஹதீஸ்களும்) அவர்களுடைய நெஞ்சத்தை நெருடின. திருக்குர்ஆனும் தப்ஸீரும் (விரிவுரையும்) ஹதீஸூம் தாய்மொழியான தமிழில் இருந்தால் இதயத்திற்கு இன்னும் நெருக்க மாகவும் இதமாகவும் இருக்கும் என்ற எண்ணங்கள் அவர்களிடம் இழையோடின.

அதுவரை, அன்றாட வாழ்க்கையில் தொழுகை, ஓதுதல், பிரார்த்தனை ஆகியவற்றுக்காக அரபு மொழியையும் திருக்குர்ஆனையும் ஆழமாகப் பயின்று வந்த இஸ்லாமியப் பெருமக்கள், தமிழ்மொழியின் எழுத்து, சொல், பொருள், யாப்பு, அணி ஆகிய பகுப்புகளுக்கான ஏடுகளையும் ஆர்வமுடன் படித்தனர். அதன் முடிவு, *இஸ்லாம் எங்கள் வழி, இன்பத் தமிழ் எங்கள் மொழி* எனப் பெருமைகொள்ளும் வகையில் இலக்கியங் களைப் படைத்துத் தாய் மொழிக்கு அணிவித்து அழகு பார்த்தனர். சுவைத்துச் சுவைத்து இன்ப சுகம் கண்டனர். இஸ்லாத்தின் இலக்கான ஏகத்துவத்தை முழக்கமிடும் படைப்புகளாக இறைத்தூதர்கள் தாவூது நபிகளார், சுலைமான் நபிகளார், இப்ராஹீம் நபிகளார், மூஸா நபிகளார், யூசுப் நபிகளார், முஹம்மது நபிகளார் ஆகியோர் பற்றிய வரலாறுகள், அவர்களுடைய வாழ்க்கை வரலாறு பற்றிய காவியங்கள், முகையதீன் அப்துல் காதர் ஜீலானி, ஏர்வாடி சுல்தான் சையது இப்ராஹீம், அஜ்மீர் குவாஜாசாகிப், நாகூர் சாகுல் ஹமீது ஆண்டகை போன்ற இறைநேசர்கள் பற்றிய இலக்கியங்கள், இன்னும் ஏராளமான சிற்றிலக்கியங்கள் - இவை போல்வன.

அந்தாதி, அம்மானை, அலங்காரம், ஏசல், கலம்பகம், கிஸ்ஸா, கும்மி, குறவஞ்சி, கீர்த்தனை, கோவை, ஞானம், பதம், பள்ளு, படைப்போர்,

பிள்ளைத்தமிழ், சதகம், சிந்து, மஞ்சரி, மசாலா, மாலைகள், முனாஜாத், நாமா, லாவணி, வண்ணம், வாழ்த்து என்ற பல்வேறு சுவையும் துறையும் கொண்ட இலக்கிய வடிவங்கள் இஸ்லாமியத் தமிழ்ப் புலவர்களால் உருவாக்கப்பட்டன. இவற்றில் *கிஸ்ஸா, முனாஜாத், மசாலா, நாமா, படைப்போர்* என்பன முழுவதும் தமிழுக்குப் புதுமையான கலை வடிவங்கள்; இலக்கியப் படைப்புகள். கன்னித் தமிழுக்கு இஸ்லாமியர் வழங்கிய காணிக்கைகளாகக் காலமெல்லாம் கட்டியம் கூறி நிற்கின்றன அவை. இத்தகைய எழில்மிகு இலக்கியங்களை இஸ்லாமியப் புலவர்கள் படைப்பதற்கு அவர்களுடைய தமிழுணர்வு காரணமாக இருந்தாலும் அவற்றை அன்று ஆவலுடன் ஏற்றுக்கொள்வதற்கு, அனைத்து இஸ்லாமியர் மட்டுமல்லாமல், அன்றைய தமிழ்கூறும் நல்லுலகம் முழுவதுமே முனைந்து நின்றது. இல்லையெனில் இத்துணை இலக்கியங்கள் தமிழக இலக்கிய வரலாற்றில் அடுத்தடுத்து தலையெடுத்திருக்க முடியாது. அதிலும் குறிப்பாக வடுகர்களின் ஆட்சியில் வடமொழியும் தெலுங்கும் அரசியல் ஆதரவு பெற்ற அரசு மொழியான பேறு பெற்ற நிலையில், தமிழுக்கு இவ்வளவு சிறப்பா? அதிலும் தமிழ் இலக்கிய உலகிற்குப் புதியவர்களான தமிழக இஸ்லாமியப் புலவர்களால்? இதற்குச் சான்றாக இரண்டு வரலாற்று நிகழ்வுகளை இங்குக் குறிப்பிடுவது மிகவும் பொருத்தமாக இருக்கும். நமக்குக் கிடைத்துள்ள இஸ்லாமிய இலக்கியங்களில் தொன்மையாகக் கருதப்படும் ஆயிரம் மசாலா என்னும் அரிய நூல் மதுரையிலிருந்த தமிழ்ச் சங்கத்தினர் முன் கி.பி. 1572இல் அரங்கேற்றம் பெற்றுள்ளது. இதை அந்நூலாசிரியரின் பாயிரம்,

அந்தமுறு மதுரை தனில் செந்தமிழோ
சங்கத்தில் அரங்கம் ஏற்றி...

என அறிவிக்கின்றது. மற்றொரு நிகழ்ச்சி இந்நூலை அடுத்து இஸ்லாமியத் தமிழ் உலகிற்குக் கிடைத்த இணையற்ற இலக்கியக்கொடை ஆலிப் புலவரின் மிஃராஜ் மாலையாகும். இதைப் புனைந்த செவ்வல் மாநகரின் செந்தமிழ்ப் புலவர் இஸ்லாமியர்கள் மிகுதியாக வதியும் கோட்டாறு நகரில் அரங்கேற்றுவதற்கு ஆசைப்பட்டார். அதற்கான முயற்சிகளில் ஈடுபட்டார். என்றாலும் அன்றைய நிலையில் இஸ்லாமியருக்கு இலக்கியப் படைப்பு ஒன்றின் அரங்கேற்றம் என்பது அவர்களுக்கு முற்றும் புதுமையான செயலாக இருந்தது. அதனால் அம்முயற்சியில் ஈடுபாடும் இணக்கமும் இல்லாது இஸ்லாமியர் காணப்பட்டனர்.

ஆயினும் அதே நகரில் வாழ்ந்த இந்துக் கைக்கோளர் தலைவரான பாவாடைச் செட்டியார் என்ற பைந்தமிழ் ஆர்வலரின் முயற்சியால் 1590இல் கோட்டாறு கைக்கோளர்கூடிய சபையில் சிறப்பாக அரங்கேற்றம் பெற்றது. இந்நிகழ்ச்சிகளை இன்று நினைக்கும் பொழுதும் நெஞ்சமெல்லாம் தமிழ் போல இனிக்கிறது. தாய்மொழியான தமிழ்,

சாதி, இனம், மதம் ஆகிய குறுக்குக் கோடுகளைக் கடந்து நாயக மொழி யாக விளங்கி வந்துள்ளதை இந்த நிகழ்ச்சிகள் நினைவூட்டுகின்றன. திறமான புலமையெனில் தமிழோர் பாராட்டிப் பெருமை செய்தல் இயல்புதானே. இதனை மதுரைப் பல்கலைக்கழகப் பேராசிரியர் ஒருவர்,

> தமிழ்நாட்டு முஸ்லிம்கள் அரபு மொழியில் பயிற்சி பெற்றார் அல்லர், அரபு எழுத்துகளை வாசிக்கவே அறிந்து இருந்தனர். இவர் களிடையே சமயப்பற்றை உண்டாக்கும் பொருட்டு இவர்களுக்கு இலகுவில் விளங்கக்கூடிய தமிழ்மொழியில் நூல்கள் எழுத நேர்ந்தது. எனவே இஸ்லாமியக் கோட்பாடுகளை அடிப்படையாகக் கொண்ட தமிழ் நூல்கள், தமிழ்நாட்டு முஸ்லிம்களுக்குப் பயன்படக்கூடிய முறையில் இயற்றப்பட்டன. இந்த நூல்கள் பெரும்பாலும் அரபு மொழியில் உள்ள இஸ்லாமிய முதல் நூல்களையே பின்பற்றி இயற்றப்பட்டன.

எனப் பிறிதொரு காரணத்தையும் குறிப்பிட்டுள்ளார்.

> ஆனால் இது தொடக்கநிலை. பின்னர் அரபிகளுக்கும் தமிழ் மக்களுக்கும் ஏற்பட்டிருந்த கலாச்சார வணிகக் கலப்பால், மொழி நிலையிலும், இலக்கிய நிலையிலும், தமிழ்ச் சமுதாயம் பல புதிய கலாச்சாரக் கூறுகளைத் தன்னுள் ஐக்கியப்படுத்திக் கொண்டது. அரபிகள் பரப்பிய இஸ்லாமிய சமயம் பன்னிரண்டாம் நூற்றாண்டு முதல், மெல்ல மெல்லத் தமிழ்ச் சமுதாயத்தில் தன் சுவடுகளைப் பதித்து வந்தது. இஸ்லாமியக் கலாச்சாரப் பாதிப்பால், தமிழ் இஸ்லாமியப் பண்பாட்டின் ஒருசில இணைப்பாலும், பல இஸ்லாமியத் தமிழ் இலக்கியங்கள் தமிழ்மண்ணில் பிறப்பெடுக்கத் தொடங்கின...

என வரைந்துள்ளார்.* காரணங்கள் எதுவானாலும் கன்னித் தமிழுக்குப் புனையப்பட்டுள்ள இஸ்லாமியரின் இலக்கியத் தொண்டு என்ற அழகுத் தோரணங்கள் எண்ணிறந்தன என்பது வரலாறு.

இவை தவிர, தங்களுடைய மூதாதையரின் இலக்கியக் கருவூலங்களை மறுத்து, ஊமையராய், குருடர்களாய், செவிடர்களாய்த் தமிழ் மக்கள் வாழ்ந்து வந்த அந்நியச் சூழ்நிலையில், இஸ்லாமியத் தமிழ்ப் புலவர்கள், தங்களுடைய தேர்ந்த மொழியாற்றலை, தெளிந்த சமய உணர்வுகளை வெளியிடுவதற்கு மட்டுமல்லாமல் தமிழ்மக்கள் அனைவரின் தளர்ந்த உள்ளங்களில் தமிழ்ப்பற்றை ஊட்டி, உயிர்ப்பிக்க வேண்டும் என்ற உன்னத நோக்கிலும் உந்துதலிலும் இந்த இலக்கியங்களை அவர்கள் படைத்துள்ளனர். தொட்டாலே கைமணக்கும் தூய தமிழ்ப் பாக்களால் தொடுக்கப்பட்ட அவற்றில் பல, காலத்திற்கு எட்டாமலே மறைந்து விட்டன.

* புலவர் நாயகம் நிருபச் செய்யுட்கள், ஹஸன் பதிப்பு, 1980, பக்கம்: 65-66.

இலக்கிய அரங்கில் ♦ 153

இஸ்லாமியத் தமிழ்ப்புலவர்கள் தங்களுடைய இலக்கியங்களில், தாங்கள் உணர்த்தப்போகும் செய்திகளுக்கு அராபிய, பாரசீக, துருக்கி, உருது சொற்களைக் கொணர்ந்து, தமிழ்மொழியின் யாப்பிற்கு இயைந்தவாறு முழுக்க முழுக்க அதே சொற்களை உரிய பொருள் சிதைவுறாமல் இருப்பதற்கு அப்படியே கையாண்டு இருக்கின்றனர். சில சமயங்களில் சிறு மாறுதல்களுடனும், அவற்றைப் புகுத்தி இருப்பதைப் பல இலக்கியங்களில் காணலாம். அவற்றுள் சில:

அசர், பஜர், லுஹற் - பாரசீகச் சொற்கள்.

'பொருளில் அசர் லுகர் பஜறுளவும் பரிபூரணமாய்'

– ஞானமணி மாலை

அத்தஹிய்யாத் - பாரசீகச் சொல்.

'அத்தகி யாத்தி ஆர்ந்திரு பொருள்கான்'

– மிஃராஜ் மாலை, பாடல் **593**

அமான் - பாரசீகச் சொல். தமிழில் *அம்* சாரியை பெற்று 'அமானம்' ஆகியுள்ளது.

'கன்திரு மகனாக கவிதை உள்ளிடத்து *அமானம்'*

– முகையதீன் புராணம், பாடல் 10:23

ஹாஸிம் - அரபுச் சொல். தமிழில் 'ஆசிம்' எனத் திரிபு பெற்றுள்ளது.

'நிலமிகை *ஆசிம்* குலம்பெயர் ஓங்கு...'

– சீறாப் புராணம், பாடல் **687**

இஜ்ஜத் - அரபுச் சொல்.

'அரத்தொடும் *இஜ்ஜத்தாம்* எனப் பகர்ந்தனர்'

– முகையதீன் புராணம், பாடல் 44:32

வலிமா - அரபுச் சொல். தமிழில் ஒலிமா எனத் திரிபு பெற்றுள்ளது.

'வந்தவர் விருப்பிறண்ணும் வகை ஒலிமாவும் ஈந்தார்.'

– நாகூர் புராணம், பாடல் 8:122

ஹதீஸ் - அரபிச் சொல். தமிழில் 'கதீது' எனத் திரிபு பெற்றுள்ளது.

'சொல்லரும் புகழ் தூதர் *கதீதுகள்'*

– சின்னச் சீறா, பாடல் 34:155

குறைஷ் - அரபுச் சொல்.

'குறைசி யக்குலத் தொரு மதனை'

– சீறாப் புராணம், பாடல் 4:63

ஸக்காத் - பார்சிச் சொல்.

'பரிகடனென்றும் *சக்காத்துப்* பொருளலால்'

– குதுபு நாயகம், பாடல்:243

குத்துபா - பார்சிச் சொல்

'சொல்லிய வணக்கத்திற்குரிய கொத்துபா பள்ளி'

– புது குஷ்ஷாம், பாடல் **47: 49**

தஸ்பீ - அரபிச் சொல்.

'நிறத்தகு மணியின் செய்த நெடுந் தசுபீகு தன்னை'

– முகியுத்தீன் புராணம், பாடல் **11:41**

இவை போன்ற பிறமொழிச் சொற்கள் ஏற்கனவே தமிழ் வழக்கில் இருந்த காரணத்தாலும், அவற்றை அவர்கள் நன்கு புரிந்துகொள்ள இயலும் என்ற காரணத்தினாலும், இஸ்லாமியத் தமிழ்ப் புலவர்கள் இத்தகு அரபி, பாரசீகச் சொற்களைச் சரளமாகப் பயன்படுத்தி உள்ளனர்.

அள்ளல உஹதாக நின்றமரம்
ஆதி ரகுமத்தாய்ப் பூத்துப் பூத்து
வல்லற் கொடியாகப் படர்ந்து காய்த்து
பகுதி அஹதாகக் காலியாமே
சொல்லத் தகுமல்ல இப்பொருளை
சுருட்டி மறைக்கின்றேன் ஷரகுக்காக
எல்லை யறிந் துன்னை வணங்க வல்லவர்க்கு
இரங்கி இருப்போனே துணை செய்வாயே.

– தக்கலை பீர் முகமது

நல்ல ஷரிஅத்து வித்தாச்சுது
நலமாம் தரீக்கத்து மரமாச்சுது
எல்லை ஹகீக்கத்து பூவாச்சுது
இலங்கும் கனியாச்சு மஃரிபத்து

– நூகுலெப்பை ஆலிம்

இன்னும் ஆர்வம் மிகுதியாக அரபிக் கஸீதாக்களை அப்படியே தமிழ்ப் பாடலைப் போன்றே பாடிப் படைத்து மகிழ்ந்த புலவர்களும் உண்டு.

மேலும் அரபு கஸீதாக்களை அப்படியே அழகும் பொருளும் வடிவும் வழக்கும் மாறாமல், தமிழில் வடித்த செய்திகளும் உண்டு. பூஸரி (ரஹ்) அவர்களுடைய புர்தா ஷரிபு அரபுப் பகுதி,

'கஸ்ஸஹ்ரி/ ஃபீதர ஃ பின்/வல்பத்ரி/ஃபீ ஷரஃ பின்
வல்பஹ்ரி/ ஃபீகரயின் / வத்தஹ்ரி/ ஃபீ ஹிமரி.'

அருமைத் தமிழில்-அதே கண்ணி,

மலர் போல்வார் மென்மையிலே மதிபோல்வார் மேன்மையிலே
அலை போல்வார் ஈகையிலே ஆண்மையினிற் காலமொப்பார்.

– காதிறு முகையதீன் மரைக்காயர், மதுரை

எனத் தூய தமிழ்ச் சரமாகத் தொடுக்கப்பட்டுள்ளது.

இதைப் போன்றே உருதுமொழிக் கவிஞர்களின் *கஜல்களும்* தமிழ் மொழிக் கவிகளாக இஸ்லாமியப் புலவர்களால் ஏற்றம் பெற்றுள்ளன. இத்தகைய மொழிக் கலப்பால் இஸ்லாம் வளர்ந்தது. இனிய தமிழ் இலக்கியங்கள் பெருகின. மேலும், இலக்கியத் தமிழ் பயன் பெற்றதுடன் இயல் தமிழும் சொல் வளம் பெற்றது.

இஸ்லாமியப் புலவர்வழி நின்று, தமிழக இஸ்லாமியர், தங்களுடைய அன்றாட வாழ்க்கையில் ஏராளமான அரபு, பார்சி, துருக்கி, உருதுச் சொற்களைப் பயன்படுத்தினர். இன்றும் பயன்படுத்தி வருகின்றனர். அவற்றின் பட்டியல்கள் இணைப்பில் கொடுக்கப்பட்டுள்ளன. அத்துடன் அவர்களுடைய மொழி வழக்கில் இனிய, தூய தமிழ்ச் சொற்களும் இருந்து வருவது பெருமைப்படத்தக்கதாக உள்ளது. தமிழக இஸ்லாமிய மக்களின் இந்த நற்பணியைப் பெருமையுடன் பாடுகிறார் ஒரு புலவர்.

பாத்திரத்தை *ஏனம்* என்போம்
பழையதுவை *நீர்ச்சோறு* என்போம்
ஆத்திரமாய் மொழி குழம்பை
அழகாக *ஆணம்* என்போம்
சொத்தை யுரை பிறர் சொல்லும்
சாதத்தை *சோறு* என்போம்
எத்தனையோ தமிழ் முஸ்லிம்
எங்களுயிர்த் தமிழ் வழக்கே!

— நாகூர் புலவர் ஆபிதின்

இன்னும் இவைபோல *தொழுகை, நாச்சியார், பசியாறுதல், வெள்ளாட்டி, குடிப்பு, பெண்டுகள், நடையன், நோவு* போன்ற தனித்தமிழ்ச் சொற்களும் தமிழக இஸ்லாமியரின் வழக்கில் இன்றும் இருந்து வருவது தமிழ் மொழிக்குப் பெருமை சேர்ப்பதாகும்.

25
வரலாறு தொடர்கிறது...

வரலாறு என்பது வற்றாத வளமான ஜீவநதி. அதன் போக்கில் வளைவும், வீழ்வும், விரைவும், இயல்பும் காணப்படலாம். ஆனால் அதன் இலக்கு முன்னோக்கி ஓடிக்கொண்டே இருப்பதாகும். தமிழக இஸ்லாமியர்களின் வரலாறும் அந்த நிரந்தர நியதிக்கு விலக்கானதல்ல. தமிழ்ச் சமுதாயத்தின் பெருமைக்குரிய பங்குதாரர்களாகிய அவர்களுடைய நிலையில் இழைவும் குழைவும் ஏற்பட்டுள்ளன. இறை யுணர்வு விஞ்சிய சமயச் சான்றோர்களாக, வளமெல்லாம் குவித்த வணிக வேந்தர்களாக, அறிவார்ந்த ஆட்சியாளராக, ஆற்றல் மிகுந்த போர் மறவர்களாக விளங்கியது எல்லாம் அவர்களுக்குக் கடந்த காலமாகி விட்டது. சமூக, கல்வி, பொருளாதாரத் துறைகளில் பின்னடைந்தவர்களாக, நலிவும் மெலிவும் பெற்றவர்களாக வாழ்ந்து வருவது நிகழ் காலமாக உள்ளது. சில இஸ்லாமியர் தங்களுடைய தொழில் திறமையாலும் அரசியல் செல்வாக்காலும் தோல், தோல் பொருட்கள், விவசாய விளைபொருட்கள், வெளிநாட்டு வியாபாரத் தொடர்புகள் காரணமாகச் சிறிது வசதியுடன் வாழ்ந்து வருகின்றனர். ஆனால், தமிழக இஸ்லாமியர் என்ற பெரும் அமைப்பில் இவர்கள் மிகச் மிகச் சிறுபான்மையினராக இருப்பதால் அவர்களுடைய முன்னேற்றமும் வளர்ச்சியும் தமிழக இஸ்லாமியர் எய்திய ஏற்றம் என 'மொத்தத்தில்' கொள்வது இயலாததொன்று.

மாறாக மனத்தை நெருடக்கூடிய வகையில், ஆயிரக்கணக்கான தமிழக இஸ்லாமியர் அரபு நாடுகளிலும் மலேசியா, சிங்கப்பூர், புருனை நாடுகளிலும் 'வயிறு வளர்ப்பதற்காக' தொழில் செய்து வருகின்றனர். அவர்களுடைய உழைப்பும் வாழ்வும் அந்தந்த நாட்டின் முன்னேற்றத்திற்கும் மலர்ச்சிக்கும் பயன்பட்டு வருகின்றன. இவர்களால் பிறந்த மண்ணிற்குப் பெருமை சேர்ப்பது எங்ஙனம்? அவர்களுடைய உழைப்பையும் ஊதியத்தையும் நம்பி, தமிழ்நாட்டில் வாழ்கின்ற அவர்களுடைய உற்றார் உறவினர்கள் தன்னிச்சையான முறையில் கல்வியும் தொழில் முன்னேற்றமும் காண்பது எப்பொழுது? அறிவும்

ஆற்றலும் பெற்றுள்ள ஏனைய சிறுபான்மை பெரும்பான்மை மக்களுடன் இவர்களும் இணைந்து தேசிய உணர்வும் ஒருமைப்பாடும் பெறுவது எவ்விதம்...?

தமிழக இஸ்லாமியரைப் பற்றிய இக்கட்டான இந்த வினாக்களுக்கு விடைகள் வழங்க வேண்டியது எதிர்காலம். என்றாலும், 'பழங்கால மேகங்கள் வருங்கால மழை படைக்கும்' என்று கவிஞர் ஒருவரின் வாக்கிற்கிணங்க பழமையில் நனைந்தால்தான் புதுமைகள் புலப்படும், வரலாற்று உணர்வும் பழமை பற்றிய சிந்தனைகளும் அவற்றை ஊக்கு விக்கும் என்ற கருத்தில், போக்கில் தமிழக இஸ்லாமியரைப் பல புதிய வரலாற்று, இலக்கியத் தடயங்களுடன் எடுத்துக்காட்டுவது இந்தத் தொகுப்பு. இது ஒரு தொடக்க முயற்சி.

எனினும் வரலாறு தொடர்கிறது...

குறிப்புகள்

1 *கிழக்கும் மேற்கும்*

1 William Robertson, *An Historical Disquisition Concerning The Knowledge Which The Ancients Had of India*, 3rd edn., (Edinburgh: Doig and Stirling, 1799).

2 Stobart J.W.H., *Islam And its Founder* (London: Society For Promoting Christian Knowledge, 1878).

3 *New Testament*, *II Chromiscs 7.9:1.*

4 William Robertson, *An Historical Disquisition Concerning The Knowledge Which The Ancients Had of India*,3rd edn (Edinburgh: Doig and Stirling, 1799).

5 Ibid.

6 Ibid.

7 *ஔவை சு. துரைசாமி (ப.ஆ.), 1963,* பதிற்றுப்பத்து

8 Oakeshott W.F., *Commerce And Society*, 1st edn (London: Oxford Clarendon Press, 1936).

9 Nilakanta Sastri.K.A., *Foreign Notices of South India* (Madras: University of Madras 1972).

10 Ibid., p.58.

11 Oakeshott W.F., *Commerce And Society*, 1st edn (London: Oxford Clarendon Press 1936).

12 Pilini - Book - Chap. 26.

13 *சிலப்பதிகாரம், வாழ்த்துக்காதை, பாடல் எண் 26.*

14 Hunter W. W., *History of Orissa* (London: Smith, Elder & co., 1872).

15 Gopalachari.K., *Early History of The Andhra Country* (Madras: University of Madras 1976).

16 'மெய்ப்பை புக்க வெருஉவரும் தோற்றத்து, வலிபுணர் யாக்கை, வன்கண் *யவனர்,' முல்லைப்பாட்டு, 60, 61.*

17. 'இரவலர்க்கு அருங்கலம் அருகாது ஈயா யவனர் நன்கலம் தந்த தண்கமழ் தேறல்.' புறநானூறு 56: 18.

18. 'யவனர் இயற்றிய வினைமான் பாவை கையேந்தி ஐயகல் நிறைநெய் சொரிந்து', நெடுநல்வாடை, 102, 103.

19. 'வேள்வித் துணைத் தளச்சி யவனர் ஓதிம விளக்கின் உயர் மிசை கொண்ட', பெரும்பாணாற்றுப்படை 16, யவகை கைவினை.

20. Joseph Hell, *The Arab Civilization*, translated from German to English by S. Khuda Baksh (London: W. Heffer & Sons Ltd 1926).

21. பிறையன்பன், 1963, கலையும் பண்பாடும், இலங்கை, ப. 8.

22. Appadorai A., *Economic Conditions in Southern India: From 1000-1500 AD* (Madras: University of Madras 1936).

23. Nilakanta Sastri. K.A., *Foreign Notices of South India* (Madras: University of Madras 1972).

24. Nilakanta Sastri. K.A., *History of Srivijaya* (Madras: University of Madras 1949).

25. Appadorai. A., *Economic Conditions in Southern India: From 1000-1500 AD* (Madras: University of Madras 1936).

26. Chau Ju-Kua, *Records of Foreign Nations*, translated from Chinese by Friedrich and W.W. Rockhill (St. Petersburg: Imperial Academy of Sciences 1911).

27. பிறையன்பன், 1962, கலையும் பண்பாடும், இலங்கை, பக். 87-88.

28. மேலது.

2 தமிழகத்தில் அரபிகள்

1. அப்துற் றகீம் எம்.ஆர்.எம்., 1974, இஸ்லாமியக் கலைக்களஞ்சியம், தொகுதி 1.

2. William Logan, *Malanar Manual* (1881).

3. *Gazetteer of Malabar and Anjemgo*, N.L 1. 8422

4. கே.பி.எஸ். ஹமீது, 1973, இஸ்லாமியத் தமிழ் ஆராய்ச்சி இரண்டாவது மாநாட்டு மலர், பக். 51,56.

5. எஸ். எம் கமால், உலகமகா தேவிப்பட்டினம், ஆய்வுரை.

6. இன்றையத் தமிழகத்தில் நத்தம் என்ற பெயர் விகுதிகளின் மூலம் சில ஊர்களுக்கு இருந்து வருவது ஈண்டு ஒப்புநோக்கத்தக்கது.

புத்த(ர்) நத்தம்	-	திருச்சி மாவட்டம்
ஈசநத்தம்	-	திருச்சி மாவட்டம்
பிள்ளை(மா)யார் நத்தம்	-	நெல்லை மாவட்டம்
வேடர் நத்தம்	-	நெல்லை மாவட்டம்
அரசர்நத்தம்	-	நெல்லை மாவட்டம்

முதுவார் நத்தம் - இராமநாதபுரம் மாவட்டம்

அபிராம நத்தம் - இராமநாதபுரம் மாவட்டம்

7 Pate S.R., *Gazetteer of Tirunelvely.*

8 சதாசிவ பண்டாரத்தார், தி. வை, 1961, *கல்வெட்டு கூறும் உண்மைகள்*, ப.21.

9 A.R. 598/1926, *தீர்த்தாண்ட தானம்*, இராமநாதபுரம்.

10 *களவியற்காரிகை*, 1945, வையாபுரிப்பிள்ளை பதிப்பு, ஆலிப்புலவர், மிகுராஜ் மாலை, 1962, ப.86.

11 Travancore Cochin Archaeological Series, Vol.II.

12 Moreland.W.H., *From Akbar to Aurangzeb: A Study in Indian Economic History* (London: Macmillan 1923)

13 A.R. 77/1905, கோரிப்பாளையம், மதுரை.

14 J.H. Nelson, *The Madura Country,* Part II (Madras: Asylum Press 1868).

15 இரா. நாகசாமி, *தஞ்சைப் பெருவுடையார் கோவில் கல்வெட்டுகள்,* முதல் தொகுதி, பக். 232, 257.

16 'சாமூன்' என்ற அரபிச் சொல்லின் திரிபு, சாலூர்.

17 நடன. காசிநாதன், 1978, *கல்வெட்டு ஓர் அறிமுகம்*, ப. 83.

18 Subbarayalu. Y., *Political Geography of Chola Country,* Map 11, List No. 91 (3), Tamilndnadu.

19 மகாவித்துவான் மு. ராகவ ஐயங்கார், 1938, செந்தமிழ், ஆராய்ச்சி தொகுதி, ப. 154.

20 *களவியற்காரிகை*, 1945, வையாபுரிப்பிள்ளை பதிப்பு, ப. 139.

21 Hultzch. E., *South Indian Inscriptions*, Vol. II, Part I, P. 7, Ins. No. 6.

22 *களவியற்காரிகை*, வையாபுரிப்பிள்ளை பதிப்பு, ப.132.

23 Burhan-ibn-Hassan, *Tuzak-i-Walajahi*, Translated from Persian to English By S.M.H. Nainar (Madras: University of Madras 1934).

24 Col. Wilks M., *Historical Sketches of the South of India*, (London: Longman, Hurst, Rees, Orme and Brown 1817).

25 Nicholas C.W., and Paranavitana. S., *A Concise History of Ceylon* (Colombo: University of Ceylon Press 1961).

26 Yule.H., and Cordier. H., *The Book of Ser Marco Polo*, Vol.II (Londan: Sribner 1874).

3 துலுக்கர்

1 புலவர் ஜெயங்கொண்டார், *கலிங்கத்துப்பரணி*, பாடல் 333.

'வத்தலர் மத்திகர் மாளுவர்

மாகதர் மச்சர் மிலேச்சர்களே
சூத்திரர் குத்தர் குடக்கர்
பிடக்கர் குருக்கர் துருக்கர்.'

2 கவியரசு ஒட்டக்கூத்தர், *குலோத்துங்கச் சோழன் பிள்ளைத் தமிழ்* (முத்த பருவம், பாடல் எண் *52).*

3 மகாகவி கம்பன், *இராமாவதாரம், பாலகாண்டம், வரைகாட்சிப் படலம்*, பாடல் எண் *908.*

4 *தென்னிந்தியக் கோவில் சாசனங்கள்*, எண் 309/D-2949-I, தாராபுரம்.

5 சுப்பிரமணியம் பூ, *1885, மெய்க்கீர்த்திகள், பக். 294-95.* கணேச 68/D-2871

6 *தென்னிந்தியக் கோயில் சிலாசாசனங்கள்*, தொகுதி I, சாசனம் 309/D-2949-1.

7 A.R. *642/1902* திருக்களர்

8 *தென்னிந்தியக் கோயில் சாசனங்கள்*, தொகுதி I, எண். *523*, பக். *82-17.*

9 வள்ளியம்மை, *1981*, திருப்புத்தூர், ப.*17.*

10 திரிகூடராசப்பக் கவிராயர், 'மக்கம், மராடம், துலுக்காணம், மெச்சி குற மகளும்.' பாடல் எண் *63-1, திருக்குற்றாலக் குறவஞ்சி.*

11 'வழுமன் மரகதர், துலுக்காணர், சோழர் ...' திருமலை ரகுநாத சேதுபதி வண்ணம் (*செந்தமிழ் தொகுதி).*

12 A.R. *409, 406/1913*

13 *மதுரைத் தல வரலாறு*, மதுரைத் தமிழ்ச் சங்கப் பதிப்பு.

14 A.R. *587/1902*

15 *தென்னிந்தியக் கோயில் சாசனங்கள்*, தொகுதி I. L.R. 52/17 திருவொற்றியல்.

16 *பெருந்தொகை*, மதுரைத் தமிழ்ச் சங்கப்பதிப்பு, *1935*, பாடல் எண் *1638.*

17 பரஞ்சோதி முனிவர், *திருவிளையாடற்புராணம், மாணிக்கம் விற்ற படலம்*, பாடல் எண் *65.*

4 சோனகர்

1 William Logan, 1881, *Malabar Manual (*1881).

2 Nagaswamy. R., *South Indian Studies*, Vol 1 (1978 Madras: Society for archaeological, historical and epigraphical research).

3 Geiger.w., *Mahavamsa: Great Chronicle of Ceylon* (Colombo 1958).

4 நாகசாமி இரா, *1962*, *தஞ்சை பெருவுடையார் கோவில் கல்வெட்டுகள்*, பக். *232, 237, 255.*

5 AR.*172/1903*, திருக்காளத்தி.

6. Krishnaswamy Aiyangar. S., *South India and Her Muhammadan Invaders* (London: H. Milford 1921), Oxford University Press.
   சதாசிவ பண்டாரத்தார், 1950, தொ.மு.பாண்டியர் வரலாறு, ப.216.
7. AR 455/1903, மாறமங்கலம்.
8. AR 401/1903, திருப்புல்லாணி.
9. களவியற்காரிகை, 1931, வையாபுரிப் பிள்ளை (ப-ஆ).
10. திருவாலவாயுடையார் புராணம், 1972, உ.வே. சாமிநாத ஐயர் (ப-ஆ), ப.206.
11. இராமாவதாரம், ராஜம் கம்பெனிப் பதிப்பு, யுத்த காண்டம், ஊர்தேடும் படலம், பாடல் 110.
12. திருவிளையாடல் புராணம், திருமணப்படலம், பாடல் 74.
13. பிரபந்தத் திரட்டு, 1982, சென்னை, பாடல் 325.
14. பிரபந்தத் திரட்டு, 1982, சென்னை, பாடல் 326.
15. லெக்சிகன் பேரகராதி, 1932, சென்னை, 1932, ப.3395.
16. நாகசாமி இரா., 1962, தஞ்சைப் பெருவுடையார் கோயில் கல்வெட்டுகள், தொகுதி I, ப.42.
17. A.R. 172/1930, திருக்காளத்தி.

5 ராவுத்தர்

1. உருத்திரங்கண்ணனார், பட்டினப்பாலை.
2. மதுரைக்காஞ்சி, பாடல் எண் 8-16. 28.
3. திருத்தக்க தேவர், சீவக சிந்தாமணி, மணமகள் சிலம்பகம், பாடல் 158.6.
4. Nilakanta Sastri. K. A., *Foreign Notices of South India* (Madras: University of Madras 1972).
5. A.R. 556/1904
6. கமால், எஸ்.எம்., 1984, இராமநாதபுர மாவட்ட வரலாற்றுக் குறிப்புகள், பக். 71-72.
7. திருவாதவூரார், திருப்பெருந்துறைப் புராணம்.
8. பரஞ்சோதி முனிவர், திருவிளையாடற்புராணம்.
   பெரும்பற்றப் புலியூர் நம்பி, திருவாலவுடையார்.
   திருவிளையாடல் புராணம் நரி குதிரையான படலம், பாடல் 83.
9. அருணகிரி நாதர், கந்தர் அலங்காரம்.
10. Elliott. H. M and John Dowson, *History of India*, Vol. III (London: Trubner & Co.,1873).
11. Sethu Pillai R.P., *Words and their Significance in Tamil Literary and Colloquial* (Madras 1943).

12 *ஒட்டக் கூத்தர் தனிப்பாடல் திரட்டு.*

13 Nagaswamy.R., *South Indian Studies*, Vol. 1 (1978 Madras: Society for archaeological, historical and epigraphical research).

14 Nilakanta Sastri.K.A., *Foreign Notices of South India* (Madras: University of Madras 1972)

15 Syed Yousuff, *Guide to Hyderabad and Golconda Fort.*

16 *Tirumala Tirupati Inscription* TT 164, GT 11, 40.

17 A.S.S.I., Vol 4 (1886).

18 *இராமய்யன் அம்மானை* ***(1958).***

19 **A.R. 442/1906, கோபிச்செட்டிப்பாளையம்.**

20 **A.R. 169/1910, விஜயமங்கலம்.**

21 **A.R. 367/1912, காவேரிப்பாக்கம்.**

22 **A.R. 414/1913, ஆறகழூர்.**

23 *மதுரைத் திருப்பணி மாலை* **பாடல் எண்.**

24 Edgar Thurston, Rangachari. K., *Castes and Tribes in South India,* Vol 5 (Madras: Government Press).

25 *பிரபந்தத் திரட்டு,* ***1982,*** **பாடல்** ***362.***

26 **உமறுப்புலவர்,** *சீறாப்புராணம்,* **மணம்புரிபடலம், பாடல்கள்** ***58, 73.***

6 மரைக்காயர்

1 *பிரபந்தத் திரட்டு,* ***1982,*** **பாடல் எண்.** ***351.***

2 **பிறையன்பன்,** ***1962,*** *கலையும் பண்பாடும்,* **ப.** ***58.***

3 Pudukottai State Inscriptions No. 58.

4 **A.R. 392/1914, பரமக்குடி.**

5 **A.R. 324/1912, திர்ஷணப்பள்ளி.**

6 **பிறையன்பன்,** ***1962,*** *கலையும் பண்பாடும்,* **இலங்கை, ப.** ***58.***

7 லெப்பை

1 *முஹமது ஹுசேன் நயினார்,* ***1953,*** *வள்ளல் சீதக்காதி,* **தனிப்பாடல் இணைப்பு, பக்.** ***45, 47.***

2 *Census Report*, 1881, Government of India.

3 Francis W., *Madurai Gazetteer,* 1906.

4 Rajaram Rao. S., 1891, *Manual of Ramnad Samasthanam* (1898).

5 Ibid.

[6] *சோதுகுடி அப்துல் காதிர் ராவுத்தர், 1911, விஜயன் அப்துல் ரஹ்மான் அகப்பொருட் பல்துறைக்கோவை, ரங்கூன்.*

8 தக்னிகள்-பட்டாணிகள்

[1] Ishwari Prasad, *A Short History of Muslim Rule in India* (Allahabad: The Indian Press Ltd 1939).

[2] *Oxford English Dictionary*, 1944.

[3] G.O. Ms. No. 1298 (pub.) dated 17. 12. 1975.

9 வணிகம் வந்த வழியில்

[1] Mohammed Hussain Nainar.S., *Arab Geographers Knowledge of South India*, (Madaras 1942).

[2] *அப்துற் றகீம். எம். ஆர். எம்., 1962, இஸ்லாமியக் கலைக்களஞ்சியம், தொகுதி* III, *ப. 375.*

[3] Appadorai. A., *Economic Conditions of South India: From 1000 to 1500 AD (Madras: University of Madras, 1936).*

[4] Nelson J.H., *The Madura Country* (Madras: Asylum Press 1868).

[5] *ஜெயங்கொண்டார், கலிங்கத்துப்பரணி, பாடல் 382.*

'விட்ட தண்டிளின் பீனவர் ஐவரும்

கெட்ட கேட்டினைக் கேட்டிலை போலும்நீ.'

[6] *முஹம்மது இப்ராஹீம் லெப்பை, 1954, ஷஹீது சரிதை, ப. 138.*

[7] Nelson J.H., *The Madura Country* (Madras: Asylum Press, 1868).

[8] Ibid.

[9] Hussaini S.A.Q., 1962, *History of Pandiya Country (Karaikudi: Selvi Pathippagam).*

[10] Mohammed Hussain Nainar.S., *Arab Geographers Knowledge of South India* (Madaras 1942).

10 அரசியல் முதன்மை

[1] *நடன காசிநாதன், 1976, கல்வெட்டு ஓர் அறிமுகம், ப. 33.*

[2] A.R. 112/1905, மன்னார் கோயில்.

[3] Nilakanta Sastri.K.A., *Studies in Chola History And Administration* (Madras 1932)

[4] *Epigraphica India*, Vol. V.

[5] *மதுரைத் திருப்பணி மாலை, 1932, மதுரைத் தமிழ்ச் சங்கப் பதிப்பு.*

[6] *சுப்பிரமணியன் க.நா., தென்னிந்திய கோயில் சாசனங்கள், பகுதி 2, ப. 77,* தொகுதி III.

7 *முஹமது இப்ராஹீம் லெப்பை, 1953, ஷஹீது சரிதை.*

8 Hussaini. S.A.Q., 1962, *History of Pandiya Country* (Karaikudi: Selvi Pathippagam).

9 *துர்க்காதாஸ் ஸ்வாமி, 1960, கம்மந்தான் கான்சாகிபு.*

10 *முஹமது இப்ராஹீம் லெப்பை, 1953, ஷஹீது, பக்.142-43.*

11 *வண்ணக்களஞ்சியப் புலவர், 1898, தீன் நெறி விளக்கம்.*

12 Yule. H and Cordier. H., *The Book of Ser Marco polo*, Vol. II (London: Sribner 1874).

11 இஸ்லாமிய அமைச்சர்கள்

1 Krishnaswamy Aiyangar. S., *South India and her Muhammadan Invaders*, (London: H. Milford 1921).

2 Yule. H and Cordier.H., *The Book of Ser Marco polo*, Vol. II (London: Sribner 1874)

3 Elliot. H. M., Edited by John Dowson, The History of India as told by its own Historians: The Muhammadan period, Vol. III (London: Trubner Company 1867).

4 Ibid.

5 Nilakanta Sastri. K.A., 1972, *Foreign Notices of South India* (Madras: University of Madras 1972).

6 Elliot. H. M., Edited by John Dowson, T*he History of India as told by its own Historians: The Muhammadan period,* Vol III, (London: Trubner Company 1867).

7 Nicholas C.W. and Paranavitana. S., *A Concise History of Ceylon* (Colombo: University of Ceylon Press 1961).

8 A.R. 110. 113/1903.

9 Krishnaswamy Aiyangar. S., *South India and her Muhammadan Invaders*, (London: H. Milford 1921).

10 Nicholas C.W. and Paranavitana. S., *A Concise History of Ceylon* (Colombo: University of Ceylon Press 1961).

11 Nilakanta Sastri. K.A., 1972, *Foreign Notices of South India* (Madras:Inversity of Madras 1972).

12 Ibid.

13 Ibid.

14 Ibid.

15 Krishnaswamy Aiyangar. S., *South India and her Muhammadan Invaders* (London: H. Milford 1921).

16 Islami, *Futuh-Us-Salatin*, English Translation by A.M. Hussain, Edited by A.S. Usha, Vol. II (Bombay: Asia Publishing House 1976).

12 தில்லியும் தமிழ்நாடும்

1. A.R. 642/1902, திருக்களர்.
2. Krishnaswamy Aiyangar. S., *South India and her Muhammadan Invaders* (London: H. Milford 1921).
3. Elliot. H. M., Edited by John Dowson, *The History of India as told by its own Historians: The Muhammadan period*, Vol III (London: Trubner Company 1867).
4. Islami, *Futuh-Us-Salatin*, English Translation by A.M. Hussain, Edited by A.S. Usha, Vol. II (Bombay: Asia Publishing House 1976).
5. Hussaini .S.A.Q., *History of Pandiya Country* (Karaikudi: Selvi Pathippagam,1962).
6. Venkataramayya, *Journal of Madras University*, Vol. XI-1, pp. 44, 47.
7. Krishnaswamy Aiyangar. S., *South India and her Muhammadan Invaders* (London: H. Milford 1921).
8. *Journal of Madras University,* Vol. XI, No. 1, p.56.
9. Hussaini . S.A.Q., *History of Pandiya Country* (Karaikudi: Selvi Pathippagam,1962)
10. Krishnaswamy Aiyangar. S., *South India and her Muhammadan Invaders* (London: H. Milford 1921).
11. *Madura Vijayam*, 1957, Annamalai University Publication.
12. கமால் எஸ்.எம், *1979, தமிழ்நாட்டு வரலாற்றுக் கருத்தரங்கு, ப.312.*
13. Stuart A.J., 1928, *Tinnevely Manual*.
14. Nelson.J.H. *The Madura Country* (Madras: Asylum Press 1868).
15. Bishop Robert Caldwell, Political and General History of the District of Tinnevely (Madaras: Government of Madras Presidency, 1881).

13 நாயக்கர்களின் நேயம்

1. Sathianathaier. R., *History of the Nayaks of Madurai*, Edited by Krishna swamy Aiyengar. S. (London: Oxford University Press, 1924).
2. Ibid.
3. Ibid.
4. Arunachalam S., *History of the Pearl Fishery of the Tamil Coast* (Annamalai Nagar: Annamalai University 1952).
5. Ibid.
6. Vincent Kronin, *A Pearl to India: The Life of Roberto De Nobili* (New York: Rupert Hart-Davis, 1959).
7. அப்துற் றகீம், எம். ஆர். எம், *1959, தொண்டி மாநகர், ப.12.*
8. *Old Historical Manuscripts*, Vol. II, p. 35.

9   Board's Miscellaneous Register, Tamilnadu Archives, Vol. II.
10 Sathianathaier.R.,*History of the Nayaks of Madurai*, Edited by Krishnaswamy Aiyengar. S. (London: Oxford University Press, 1924)

14 சேதுபதிகள் ஆட்சியில்

1   Nagaswamy. R., *The Hindu*, October 26, 1986.
2   ARE - 35 (B) / 1942-43.
3   இராமநாதபுரம் சமஸ்தானம் நிலமான்யக் கணக்கு.
4   இராமநாதபுரம் சமஸ்தானம் நிலமான்யக் கணக்கு மற்றும் இராமேஸ்வரம் ஆபில்காபில் தர்கா செப்பேடு, ஏறுபதி செய்யது இபுறாஹிம் (வலி) தர்கா செப்பேடு, இராமநாதபுரம் ஈசா சாயபு தர்கா செப்பேடு.
5   சீதக்காதி நொண்டி நாடகம், 1952, முஹம்மது உசேன் நயினார் பதிப்பு, பாடல் 171.
6   Rajaram Rao. S., *Manual of Ramnad Samasthanam*, 1891.
7   அமீர்அலி. என். ஏ., 1982, வள்ளல் சீதக்காதி வாழ்வும் காலமும், ப. 194.
8   Madurai District Records, Vol. 4669.
9   Sanjay Subramanian, *Citakhati Prince of Poets and Poht*, Delhi, p.16.
10 Rajaram Rao. S., *Manual of Ramnad Samasthanam*, 1891.
11 Tamilnadu Archives, Public Consultations, Vol. 184.
12 Tamilnadu Public Consultations.
13 சேதுபதி மன்னர் செப்புப்பட்டயம் எண் 28, இராமேஸ்வரம் திருக்கோயில் கும்பாபிஷேக மலர், 1965.
14 Seshadri. S., *Sethupathis of Ramnad*, Unpublished Thesis.

15 பரங்கியரும் முஸ்லிம்களும்

1   Pieris. P.E. and Naish. R.B., *Ceylon And The Portuguese: 1505-1658* (Ceylon: American Ceylon Mission Press 1920).
2   Fr. Pereira, *History of Ceylon*, English translation by M.G. Francis from Dutch (Mangalore Codialbail Press 1913).
3   Ibid.
4   Arunachalam S., *History of the Pearl Fishery of the Tamil Coast* (Annamalai Nagar: Annamalai University 1952).
5   நாகசாமி. ஆர்., 1969, தஞ்சை பெருவுடையார் கோயில் கல்வெட்டுகள், பக். 13, 14.
6   Arunachalam S., *History of the Pearl Fishery of the Tamil Coast* (Annamalai Nagar: Annamalai University 1952).

7. Ibid.
8. Ibid.
9. சேதுபதி மன்னர் செப்பேடுகள்.
10. Madurai District Records, Vol. 4676/20-6-1828 p.155.
11. சொக்கு சுப்பிரமணியம், 1985, சிந்துபாடும் சேதுநாடு, திருச்சி (வானொலி வடிவம்).
12. Appadorai, *Economic Conditions of South India,* 1000 -1500 AD (Madras: University of Madras 1936).
13. A.R. 396/1907.
14. Fr. Pereira, *History of Ceylon,* English translation by M.G. Francis from Dutch (Mangalore Codialbail Press 1913).
15. Sathianathaier. R., *History of the Nayaks of Madurai,* Edited by Krishnaswamy Aiyangar. S. (London: Oxford University Press, 1924)
16. Arunachalam S., *History of the Pearl Fishery of the Tamil Coast,* (Annamalai Nagar: Annamalai University 1952).
17. Ibid.
18. Fr. Pereira, *History of Ceylon,* English translation by M.G. Francis from Dutch (Mangalore Codialbail Press 1913).
19. Whiteway.R.S., *Rise of Portuguese Power in India*: 1497-1550 (London: Oxford University Press, 1924).
20. Rev Alex. J.D.D'orsey, *Portuguese Discoveries, Dependencies and Missions in Asia and Africa* (London: W.H. Allen & Co).
21. Sathianathaier R., *History of the Nayaks of Madurai,* Edited by Krishnaswamy Aiyangar. S. (London: Oxford University Press, 1924).
22. Krishnaswami. A., *Tamil Country Under Vijayanagar* (Annamalai Nagar: Annamalai University 1964).

16 மீண்டும் வணிகத்தில்

1. தனிப்பாடல், நமச்சிவாயப் புலவர்.
2. உமறுப்புலவர், *சீதக்காதி திருமண வாழ்த்துக் கண்ணிகள், 75-83, 1952.*
3. அமீர் அலி, என்., *1993, சீதக்காதி சமயமும் வாழ்வும்.*
4. *Memoirs of Hendrick Zwaardecroon: Commander of Jaffnapatam,* Translated from Dutch into English by Sophia Pieters (Colombo: H.C. Cottle, Government Printer 1911).
5. Arunachalam S., *History of the Pearl Fishery of the Tamil Coast* (Annamalai Nagar: Annamalai University 1952).

6. Ibid.
7. கமால் எஸ். எம்., *1984, இராமநாதபுரம் மாவட்ட வரலாற்றுக் குறிப்புகள்*, ப. 75.
8. Madurai District. Records, Vol. 4673, 15-8-1825.
9. Tamilnadu Archives, Military Consultations, Vol. 105A p. 2622.
10. அமீர் அலி என். ஏ. கேப்டன், *1973, இஸ்லாமியத் தமிழ் ஆராய்ச்சி மாநாட்டு மலர்*, பக். 41, 42.
11. Revenue Consultations, Vol. 62.A., pp.1796-9.
12. Madurai Collectorate Records, Vol. 1140 - 18-10-1802, p.141
13. Ibid.
14. Madurai Collectorate Records, Vol. 1178, p.4-71.
15. Revenue Consultations, vol. 91A., 15-12-1797 9 45, 64.
16. Reveneu Consultations, vol, 91A., p. 45-61.
17. கமால் எஸ்.எம், *1987, விடுதலைப் போரில் சேதுபதி மன்னர்*, பக். 156-157.
18. Tamilnadu Archives, *Revenue Consultations*, Vol. 62A pp. 17, 96,97.
19. Madurai Collectorate Records, Vol. 4681, B, 26-2-1833, p.p. 33-34.
20. Ibid., 17-1-1833, p.p. 20-25.
    Tamilnadu Archives, Public Consultations, Vols XIII, XI, XXVII, XXX.

17 விந்தை மனிதர்

1. Sathianathaier R., *History of the Nayaks of Madurai*, Edited by Krishna swamy Aiyangar. S. (London: Oxford University Press, 1924).
2. Rajayyan K.., *History of Madurai: 1736-1801,* (Madurai: Madurai University 1974).
3. M. C. C., Vol. IX, 25-.5-1761.
4. M.C.C., Vol. VIII, 11-2-1760, pp. 293-296.
5. Ibid., 5-7- 1760, p.218.
6. Ibid., 4-7-1760, p.213.
   M.C.C., Vol. 9., 26-6-1761, p.78.
7. Rajayyan . K.., *Hiistory of Madurai: 1736-1801,* (Madurai: Madurai University 1974).
8. M.C.C., Vol. X, 14-11-1762, p. 314.
9. M.C.C., Vol XII, 14-2-1763, pp. 356-397.
10. Military Despatches, Vol 3, p.p.84,85.
11. Bishop Robert Caldwell, *Political and General History of the District of Tinnevely* (Madras: Government of Madras Presidency, 1881).

[12] Hill. S. C., 1940, *Yousuf Khan: The Rebel Commandant,* (London: Longmans, Green & Co., 1914).

18 தமிழகம் வந்த அரபிப் பயணிகள்

[1] Mohammed Hussain Nainar.S., *Arab Geographers Knowledge of South India,* (Madaras 1942).

[2] Ibid., p. 144-153.

[3] Ibid., p. 168.

[4] Mohammed Hussain Nainar.S., *Arab Geographers Knowledge of South India,* (Madaras 1942).

[5] Ibid., p.121, 134.

[6] Ibid., p.173.

[7] Ibid., p.173.

[8] Ibid., p.176.

[9] Ibid., p.159.

[10] Ibid., p.175.

[11] Ibid., p.109.

[12] Ibid., p.169.

[13] Nilakanta Sastri. K.A., 1972, *Foreign Notices of South India* (Madras:Inversity of Madras 1972)

[14] Ibid., p. 278

[15] Ibid., p. 252.

[16] Ibid., p. 282, 283.

[17] Ibid., p. 165.

[18] Ibid.

19 சமுதாயப் பிரதிபலிப்புகள்

[1] Appadorai.A., *Economic Conditions in Southern India: From 1000-1500 AD* (Madras: University of Madras 1936).

[2] Mohammed Hussain Nainar.S., *Arab Geographers Knowledge of South India,* (Madras 1942).

[3] *The History of Tabari,* Vol. II, Translated from Persian to English by William M. Brinner (Albany: State University of New York Press 1987).

[4] Philip K. Hitti, *History of the Arabs* (London: Mavmillan & Co., 1937).

[5] Thomas Patrick Hughes, *Dictionary of Islam* (London: W.H. Allen & Co., 1885).
[6] AR 136 / 1908, திருப்பத்தூர்.
[7] நாகசாமி ஆர்., *1968, தஞ்சைப் பெருவுடையார் கோவில் கல்வெட்டுக்கள்.*
[8] தமிழ்நாடு தொல்பொருள்துறைடுக் கல்வெட்டு, எண் *1976/105-78.*
[9] Neelakanta Satri K. A., *The Pandyan Kingdom: From the Earliest Times to the Sixteenth Century* (Madras: Swathi Publications 1929).
[10] Pudukottai State Inscriptions No. 260, 262, 265, 292, 269, 305-308, 328.
[11] AR 412/1914, Aruppukottai.
[12] AR 459/1914, Aruppukottai.
[13] AR 399/1907, Suddhamalli.
[14] AR 399/1907, Melakodumaloor.
[15] Appadorai.A., *Economic Conditions in Southern India: From 1000-1500 AD* (Madras: University of Madras 1936).
[16] ARE 284 / 1923.
[17] AR 242 / 1892, கொண்ட வீடு.

20 இணைப்பும் பிணைப்பும்

[1] AR 598 / 1926, தீர்த்தாண்டதானம்.
[2] Sewell.R., *List of Antiquities,* Copper Plate No.65 A (Madras: Government Press,1882).
[3] AR 43/1946 (CP).
[4] AR 43/1946 (CP).
[5] AR 116 / 1903, திருப்புல்லாணி.
[6] Hussaini.S.A.Q., *History of Pandiya Country* (Karaikudi: Selvi Pathippagam, 1962)
[7] AR 311 / 1964, காயல்பட்டினம்.
[8] Sewell.R., *List of Antiquities,* (Madras: Government Press,1882).
[9] *Antiquities,* Vol. I, p.298.
[10] சேதுபதி மன்னர் செப்பேடுகள்.
[11] இராமநாதபுரம் சமஸ்தான நிலமான்யக் கணக்கு.
[12] மேலது.
[13] Sewell. R., *List of Antiquities,* Copper Plate No.53 (Madras: Government Press, 1882).
[14] Ibid.

15. MER / 911. p.p. 89. 90.
16. அப்துற் றகீம் எம்.ஆர். எம்., *1970, இஸ்லாமிய கலைக்களஞ்சியம்,* தொகுதி *1, ப. 628.*
17. Sewell.R., *List of Antiquities,* Copper Plate No.43 (Madras: Government Press,1882).
18. Ibid.
19. A. S. S. I., Vol. 4.
20. Rangacharya, A Topographical List of The Inscriptions of The Madras Presidency With Notes and References (Collected till 1915), Vol. II (Madras: Government Press).
21. Gopinath Rao T. A., Trans &Edtd., *Copper Plate Inscriptions belonging to the Sri Sankracharya of The Kamakoti-Pitha,* Vol. II.
22. Rangacharya, A Topographical List of The Inscriptions of The Madras Presidency With Notes and References (Collected till 1915), Vol. II (Madras: Government Press).
23. Bowring Lewin Bentham, Haidar Ali and Tipu Sultan and The Struggle With Musalman Powers of The South (London: Oxford Clarendon Press 1899).
24. ஆயிசா பேகம், *1979, தமிழ்நாட்டு வரலாற்றுக் கருத்தரங்கு, ப. 295.*
25. மதுரை செய்யது இஸ்மாயில் சாயபு, சகம் 1706இல் *(1784)* திருவாட்சியை வழங்கியது அதில் பொறிக்கப்பட்டுள்ளது.
26. Elliott H. M., Edited by John Dowson, The *History of India As Told By Its Own Historians: The Muhammadan Period,* Translated from Persian (London: Trubner & Co., 1871).
27. தஞ்சாவூர் மன்னர் செப்பேடு, *1983, தொல்லியல் கருத்தரங்கு, ப. 3.*
28. Srinivasachari C.S., *History of Gingee and its Rulers* (Annamalai nagar: Annamalai University Press 1943).

21 சமயமும் விழாக்களும்

1. Philip K. Hitti, *History of the Arabs* (London: Macmillan & Co., 1937).
2. Rajaram Rao S., 1898, *Manual of Ramnad Samasthanam,* p. 22.
3. Hari Rao. V., 1961, *Koil Olugu,* p. 25.
4. Krishnaswamy AiyangarS., *South India and her Muhammadan Invaders,* (London: H. Milford 1921).
5. Hari Rao V., 1961, *Koil Olugu,* p. 27.
6. Ibid. p.28.

7. Venkatarama Iyer K.R., 1938, *Manual of Pudukottai State*, Vol. I. 1938.
8. இந்தச் செய்தியை அன்புடன் தெரிவித்தவர் சேதுபதி மன்னர் வழி யினரான முன்னாள் பாராளுமன்ற உறுப்பினர் இராமநாதபுரம் ஆர். காசி நாததுரை அவர்கள்.

22 கட்டுமானங்கள்

1. *கம்பராமாயணம், சுந்தர காண்டம், ஊர்தேடு படலம், பாடல் எண் 112 (207).*
2. Philip K. Hitti, *History of the Arabs* (London: Macmillan & Co., 1937).
3. *பிறையன்பன், 1962, கலையும் பண்பாடும், ப. 99.*
4. *ஹமீது கே.பி.எஸ், 1973, இரண்டாவது இஸ்லாமியத் தமிழ் ஆராய்ச்சி மாநாட்டு மலர், பக். 308, 310.*
5. A.R. 116 / 903, திருப்புல்லாணி.
6. Nilakanta Sastri. K.A., *Foreign Notices of South India* (Madras:University of Madras 1972)
7. *கமால் எஸ்.எம்., 1978, தமிழக வரலாற்றுக் கருத்தரங்கு, பக். 308-310.*
8. Hussaini .S.A.Q., *History of Pandiya Country* (Karaikudi: Selvi Pathippagam,1962).
9. Ibid.
10. Krishnaswamy Aiyangar. S., *South India and her Muhammadan Invaders* (London: H. Milford 1921).
11. Elphinstone, *History of India* (London: Macmillan & Co., 1937).
13. Philip K. Hitti, *History of the Arabs* (London: Macmillan & Co., 1937)
14. *சையது அஹமது எம்.கே. ஹாபிஸ், 1978, இஸ்லாமியத் தமிழ் இலக்கிய கட்டுரைக்கோவை, ப. 234.*
15. Ibid.
16. Board's Misc. Register, 1811.
17. Former Residence of Nawab of Arcot, *The Hindu*, 1963, September 3.

23 கல்வெட்டுகளும் செப்பேடுகளும்

1. A. R. 598 / 1926, தீர்த்தாண்டதானம்.
2. A. R. 77 / 1905, கோரிப்பாளையம்.
3. A. R. 402 / 1903, திருப்புல்லாணி.
4. A. R. 112 / 1905, மன்னர்கோவில்.
5. A. R. 642 / 1902, திருக்களர்.

6 A. R. 311 / 1964, வீரபாண்டியப் பட்டிணம்.

7 *திருக்கோலக்குடிக் கல்வெட்டு.*

8 *ராங்கியம் கல்வெட்டு.*

9 *பனையூர் (புதுக்கோட்டை) கல்வெட்டு.*

10 *பனையூர் (புதுக்கோட்டை) கல்வெட்டு.*

11 *சேதுபதி மன்னர் செப்பேடுகள்.*

12 *Antiques,* Vol. I.

24 இலக்கிய அரங்கில்

1 Philip K. Hitti, *History of the Arabs* (London: Macmillan & Co., 1937).

2 உவைஸ், ம. மு., *இஸ்லாமியத் தமிழ் இலக்கியத் தொகுதி 1, ப.* **87**, மதுரைப் பல்கலைக்கழகம், **1986.**

3 *கம்பராமாயணம்,* யுத்த காண்டம், கடல் சீறிய படலம், பாடல் 42.

4 Hussaini .S.A.Q., *History of Pandiya Country* (Karaikudi: Selvi Pathippagam,1962).

5 Arunachalam S., *History of the Pearl Fishery of the Tamil Coast*, (Annamalai Nagar: Annamalai University 1952).

6 Duarte Barbosa, *The Book of Duartee Barbosa*,Edited by M.L. Dames Vol.II (London: Hakluyt Society 1918).

7 A.S.S.S.I Volume IV No. p.59.

இஸ்லாமியரின் வழக்காறுகள்

தமிழ்ச் சொற்கள்

அசதி
அசமந்தம்
அடுக்களை
அடுப்பங்கரை
அடை
அத்தா
அப்பம்
அம்பா
அம்மா
அலைவாய்க்கரை
அலைவாய்க்கரைவாடி
ஆணம்
ஆப்பம்
ஆவத்தி
இசைவு
இரணம்
இறைச்சி
ஈறு
ஈறுகோலி
ஈனத்தனம்
ஈனம்
உண்ணுதல்
உவப்பு
உறக்கம்
உறி
எழுவான்
என்னைகுத்தி
ஏலம்
ஓச்சம்
ஒழுக்கம்

ஓங்காரித்தல்
ஓதுதல், ஓதி முடித்தல்
கசம்
கஞ்சி
கண் எச்சில்
கண்ணுக்கரண்டி
கண்ணேறு
கரண்டகம்
கரண்டி
கரைச்சல்
களரி
காவடி
கொல்லை
சங்கை
சம்பல்
சிரிப்பாணி
சீரணி, சீக்கு
சுண்டல்
சுளுவாக
சேர்மானம்
சோறு
தட்டுக்கெட்டு
தடா
தலைக்கனம்
தறுதலை
திராணி
துணைக்கறி
துலக்கம்
துலாம்பரம்
துவையல்

தொழுகை
தொழுகைப்பள்ளி
நடையன்
நன்மாராயம்
நாச்சியார்
நாசுவன்
நிரப்பம்
நெய்ச்சோறு
நேர்ச்சை
நொந்து கொள்ளல்
நொந்து போதல்
நொம்பலம்
நோக்காடு
நோவு
நோன்பு
நோன்புக்கஞ்சி
பசியாறுதல்
படிக்கம்
படுவான்
பதனம்
பருப்பு ஆணம்
பள்ளி
பிந்தி
பிழை
பிள்ளை
பிள்ளைகுட்டி
புட்டகம்
புழக்கம்
புழுக்கை
புளியாணம்

பொரிக்கன் சட்டி	மாய்ச்சல்	முருக்கு
மச்சு	மாறுபாடு	முற்றம்
மருதாணி	மிடா	வட்டா
மன்றாட்டம்	மிளகுத் தண்ணி	வியஞ்சனம்
மாங்கலிய கூழ்	முக்குழி	வெள்ளாட்டி
மாங்கலியம்	முந்தி	வேசை

இஸ்லாமியச் சொற்கள்

அக்கல்	கபன்	தக்பீர்
அத்தார்	கபூல்	தப்ரூக்
அசர்	கமிஸ்	தர்கா
அசல்	கர்தார்	தர்பார்
அதாப்	கராமத்	தராசு
அதானி	கரூர்	தராவீஹ்
அநபி	கல்கண்டு	தரீக்கா
அமல்	கலம்	தலாக்
அமீல்தார்	கலிமா	தவாபு
அமீனா	கஸ்தூரி	தாசில்தார்
அல்லாஹ்	காமான்	தீன்
அவுலியா	கிதாப்	துதி முஸாபிர்
அளிலியா	கிப்லா	துவா
ஆகிரத்	கியம்	துனியா
ஆமீன்	கியாமம்	தைக்கா
இக்காமத்	கிரஸ்த்தார்	நகல்
இத்தா	கிலேதார்	நபி
இமாம்	கினாம்	நபில்
இஜ்ஜத்	குத்பி	நஜர் பரக்கத்
இஷா	குர்ஆன்	ரஹ்மத்
இஸ்லாம்	குருமா	நிக்காஹ்
ஈமான்	குல்லா	நிய்யத்
உதிக்கும்	குஸ்தி	நுக்கத்
உம்மத்	கைதி	பட்டா
உம்மா	சந்தா	பத்வா
உம்ரா	சம்ரா	பயஹம்பர்
கச்சேரி	சராசரி	பயான்
கத்தம்	சுமார்	பரி
கத்தீப்	சுன்னத்	பற்மு
கத்தை	தக்கா	பஜர்

பஸ்லி	மூபத்	ஜக்காத்
பாங்கு	மூமின்	ஜவாப்
பாத்திஹா	மையத்	ஜன்னத்
பித்னா	மோஸ்தர்	ஜனாஸா
பிரியாணி	மௌலூது	ஜிப்பா
பீங்கான்	மௌலவி	ஜியாரத்
புகார்	ரக்அத்	ஜில்லா
பைசல்	ரசூல்	ஜுஸ்வு
பௌஸ்தார்	ராஜினாமா	ஜும்ஆ
மக்ரிபு	ருக்ஊ	ஷர்பத்
மகர்	ரூஹ்	ஷாபி
மகஷர்	லுஹர்	ஸக்தா
மத்ரஸா	ஸலவாத்	ஸப்
மதஹபு	வக்கீல்	ஸபர்
மவுத்	வகித்	ஸபூர்
மஸ்ஜிது	வகையறா	ஸலாத்
மிம்பர்	வசூல்	ஹக்கீம்
மின்னாகி	வபாத்	ஹதியா
முகந்	வரவா (இல்லை)	ஹயாத்
முகௌ	வலி	ஹராம்
முத்தவல்லி	வலிமா	ஹல்வா
முல்லா	வாகிபு	ஹவால்
முன்சீப்	வாப்பா	ஹவுல்
முஸ்லிம்	வாபஸ்	ஹஜ்
முஸல்லா	வாய்தா	ஹிஜ்ரத்
மூகியத்	ஃபக்கீர்	

தமிழ் வழக்கு (மாற்றத்துடன்)

அவுக	-	அவர்கள்	ஒவர்ச்சி	-	உயர்ச்சி
இவுக	-	இவர்கள்	இரெண	-	இரணம்
ஒடல்	-	உடல்	இப்ப	-	இப்பொழுது
ஒலகம்	-	உலகம்	நேத்து	-	நேற்று
ஒவப்பு	-	உகப்பு	பொறை	-	பிறை
ஒலக்கை	-	உலக்கை	எடம்	-	இடம்
ஒரல்	-	உரல்	நெலம்	-	நிலம்
ஒசரம்	-	உயரம்	நெறம்	-	நிறம்
ஒரைப்பு	-	உரைப்பு			

உசாத்துணை

அப்துற் றகீம் எம்.ஆர்.எம்., இஸ்லாமியக் கலைக்களஞ்சியம் தொகுதி 3.

அமீர் அலி என். ஏ., சீதக்காதி வாழ்வும் காலமும்.

இஸ்லாம் வளர்த்த தமிழ், மதுரை காமராசர் பல்கலைக்கழகம்.

இஸ்லாமிய இலக்கிய ஆராய்ச்சி மலர், திருச்சி.

இராமநாதபுரம். சமஸ்தான நிலமானியக் கணக்கு, உலகத் தமிழாராய்ச்சி நிறுவனம் (பதிப்பு).

கமால் எஸ்.எம்., இராமநாதபுரம் மாவட்ட வரலாற்றுக் குறிப்புகள்.

—, விடுதலைப்போரில் சேதுபதி மன்னர்

கனி, ஆர். பி. எம்., இலக்கியக் கருவூலம்.

கான்சாயபு சண்டை, இலங்கைப் பதிப்பு.

இராமப்பய்யன் அம்மானை, தஞ்சை சரசுவதி மகால் (பதிப்பு)

சங்க இலக்கியங்கள்.

சிவசம்பு புலவர் பாடல் திரட்டு, இலங்கை.

தமிழ் இலக்கிய அரபுச் சொல்லகராதி, மதுரை காமராசர் பல்கலைக்கழகம்.

தொண்டிமாநகர்.

நயினார் முகம்மது சி., இஸ்லாமியத் தமிழ் இலக்கியக் கட்டுரைக் கோவை.

நாகசாமி இரா., தஞ்சைப் பெருவுடையார் கோயில் கல்வெட்டுகள்.

பரஞ்சோதி முனிவர், திருவிளையாடற்புராணம்.

பிரபந்தத் திரட்டு, உலகத் தமிழாராய்ச்சி நிறுவனம் (பதிப்பு).

பிறையன்பன், கலையும் பண்பாடும், இலங்கை.

புலவர் நாயகம் நிருபச் செய்யுட்கள், ஹஸன் (பதிப்பு).

பெருந்தொகை, மதுரைத் தமிழ்ச் சங்கப் பதிப்பு.

பெரும்பற்றபுலியூர் நம்பி, திருவிளையாடற்புராணம்.

முஹம்மது இப்ராஹீம் லெப்பை, ஷஹீது சரிதை.

முஹம்மது ஹுசேன் நயினார் (பதிப்பு), சீதக்காதி நொண்டி நாடகம்.

வண்ணக்களஞ்சியப் புலவர், தீன்னெறி விளக்கம்.

வையாபுரிப்பிள்ளை (பதிப்பு), களவியற் காரிகை.

ஜான் சாமுவேல் ஜி., கலாசார ஒருமையும் பண்பாடும்.

Appadorai. A., *Economic Conditions in Southern India: From 1000-1500 AD*, Madras: University of Madras, 1936.

Arunachalam S., *History of the Pearl Fishery of the Tamil Coast* (Annamalai Nagar: Annamalai University, 1952).

Baliga B. S., *Tanjore District Handbook* (Government Press, 1957).

Elphinstone, *History of India* (London: Macmillan & Co., 1937).

Geiger. w., *Mahavamsa: Great Chronicle of Ceylon* (Colombo, 1958).

Gopalachari.K., *Early History of The Andhra Country* (Madras: University of Madras 1976).

Hill. S. C., 1940, *Yousuf Khan: The Rebel Commandant* (London: Longmans, Green & Co., 1914).

Hunter W. W., *History of Orissa* (London: Smith, Elder & co., 1872).

Hyder. Q., *Muslims and Their Heritage*Hussaini. S. A. Q., *History of Pandiya Country* (Karaikudi: Selvi Pathippagam, 1962).

Iswari Prasad, *A Short History of Muslim Rule in India* (Allahabad: The Indian Press Ltd, 1939).

Krishnasamy. A., *The Tamil Country Under Vijayanagar* (Annamalai nagar: Anna malai University, 1964).

Krishnaswamy Aiyangar S., *South India and Her Muhammadan Invaders*, (London: H. Milford, 1921).

Memoirs of Hendrick Zwaardecroom: Commander of Jaffnapatam, Trans lated from Dutch into English by Sophia Pieters (Colomb: H.C. Cottle, Government Printer, 1911).

Moreland. W.H., *From Akbar To Aurangazeb: A study in Indian Economic History* (London: Macmillan, 1923).

Nagaswamy.R., *South Indian Studies*, Vol. 1 (Madras: Society for archaeo logical, historical and epigraphical research, 1978).

Nicholas C.W. and Paranavitana. S., *A Concise History of Ceylon* (Colombo: University of Ceylon Press, 1961).

Pereira Fr., *History of Ceylon*, English translation by M.G. Francis from Dutch (Mangalore Codialbail Press, 1913).

Philip K. Hitti, *History of the Arabs* (London: Mavmillan & Co., 1937).

Rajayyan K., *History of Madurai* (Madurai: Madurai University, 1974).

Rev Alex. J.D.D'orsey, *Portuguese Discoveries, Dependencies and Missions in Asia and Africa* (London: W.H. Allen & Co).

Sastri, K. A. Nilakanta (1929) *The Pandiyan Kingdom from the Earliest Times to the Sixteenth Century*, Luzac.

—,1949,*History of Sri Vijaya*. University of Madras.

—,1972, *Foreign Notices of South India: From Megasthenes to Ma Huan*, University of Madras.

Sathianathaier R, *Tamilaham in the 17th century*. (Madaras:University of Madras, 1956).

—, *History of the Nayaks of Madurai*, Edited by Krishnaswamy Aiyengar. S., (London: Oxford University Press, 1924).

Sethu Pillai R.P., *Words and their Significance in Tamil Literary and Colloquial* (Madras, 1943).

Sivaraja Pillai, *Chronology of The Early Tamils* (Madras: University of Madaras, 1932).

Stobart J. W. H., *Islam And its Founder* (London: Society For Promoting Christian Knowledge, 1878).

Thurston. E., and Rangachari. K., *Castes and Tribes of Southern India* (Madras: Government Press, 1909).

Thomas Patrick Hughes, *Dictionary of Islam* (London: W.H. Allen & Co., 1885).

Venkata Ramayya N., *Studies in The History of The Third Dynasty of Vijay nagara* (Madras: University of Madras, 1935).

Whiteway. R.S., *Rise of Portuguese Power in India 1497-1550* (London: A Constable & Co., 1899).

William Robertson, *An Historical Disquisition Concerning The Knowledge Which The Ancients Had of India*, 3rd edn (Edinburgh: Doig and Stirling, 1799).

Manuals

Baliga A.V., *Manual of Madura District*.

Cox A.F., *Manual of North Arcot District*.

Hemingway. F.R.,, *Manual of Tanjore*.

Nelson A., *Manual of Madura Country*.

Rajaram Rao S., *Manual of Ramnad Samasthanam*.

Stuart A.J., *Manual of Tinnelvely*.

Stuart H.A., *Manual of Trichinopoly*.

Venkatarama Iyer., *Manual of Pudukottai State*.

Gazetteers

District Gazetteer of Tanjore.
Francis W., *District Gazetteer of Madura.*
Pate, *District Gazetteer of Tinnelvely.*
Ramasamy A., *District Gazetteer of North Arcot.*
—, *District Gazetteer of Ramanathapuram.*
—, *District Gazetteer of Salem.*

Inscriptions

Burgess, *Archaelogical Survey of India.* Vols. IV and VIII.
Gopinath Rao, *Pudukottai State Inscriptions.*
Krishnasamy Ayyangar S., *Historical Inscriptions of South India.*
Rangacharya K., *Topographical List of Inscriptions* (Three Volumes).
Subramanian K.N., *South India Temple Inscriptions* (Three Volumes).
Tirupathi Devasthanam, *Tirumalai Tirupathi Inscriptions* (3 Vols).

Tamilnadu achives records
Board's Misc. Registers.
Madras District Records.
Military Country Correspondents.
Public Consultations.
Revenue Consultations.

ಸಂಬ